சுகந்தி சுப்ரமணியன்
படைப்புகள்

தொகுப்பு: சுப்ரபாரதிமணியன்

டிஸ்கவரி புக் பேலஸ்

கே.கே.நகர் மேற்கு, சென்னை - 600 078.
(பாண்டிச்சேரி கெஸ்ட் ஹவுஸ் அருகில்)
Ph: 044-6515 7525 Mobile: +91 87545 07070

சுகந்தி சுப்ரமணியன் படைப்புகள் (கவிதைகள்-சிறுகதைகள்)
தொகுப்பு: சுப்ரபாரதிமணியன்©

Suganthi Subramaniyan Padaippugal (Poems - Short stories)
Compiled by: Subrabarathimaniyan©

Publisher: **Discovery Book Palace (P) Ltd,**
First Edition: Dec- 2016
Pages: 352 - ISBN: 978-93-84302-13-9
Cover Design: Manikandan
Book Design: R.Prakash

6, Mahaveer Complex, Munusamy Salai,
K.K.Nagar West, Chennai-600 078.
Ph: +91 - 44-6515 7525
Mobile: +91 87545 07070

E-mail: discoverybookpalace@gmail.com,
Website: www.discoverybookpalace.com

Rs. 330

தொகுப்புரை

கோவை புறநகரின் ஆலாந்துறை என்ற சிறிய கிராமத்தைச் சார்ந்த சுகந்தி, உயர்நிலைப்பள்ளிப் படிப்பை முழுமை செய்யாத நிலையில் திருமணமாகி என்னுடன் செகந்திராபாத்தில் குடியேறினார். பெற்றோர் இல்லாமல் பாட்டியால் வளர்க்கப்பட்ட முந்தைய சூழல், தனிமை மற்றும் அந்நிய மாநிலச் சூழலில் எனது எழுத்து, வாசிப்பு, இலக்கிய நடவடிக்கைகளோடு அவரின் தனிமை உலகத்தைத் தவிர்க்கிற முயற்சியில் எழுதுவதை ஊக்குவித்தேன். பிறகு அவரிடம் உளவியல் சார்ந்த நோய் தன்மையை வெகு தாமதமாகக் கண்டு கொண்டபின், அதிலிருந்து விடுபடும் முயற்சியாக தொடர்ந்து எழுதுவதை வலியுறுத்தியும் வந்தேன். அது சிகிச்சையின் ஒரு வகை முறையாக இருக்கும் என்ற எண்ணத்தில்.

அவர் மறைந்து ஏழாண்டுகள் ஆகிவிட்டன. அவர் மறைந்தபோதே சில பதிப்பாள நண்பர்கள் அவரின் படைப்புகளின் முழுத்தொகுப்பை கொண்டுவர அக்கறை காட்டினர். ஆனால் அவற்றை கையெழுத்துப் பிரதியிலிருந்து தட்டச்சு செய்து ஒழுங்குபடுத்துவது குறித்து ஒத்துழைப்பை என்னிடம் கேட்டபோதெல்லாம், சுகந்தியின் படைப்புகளுக்குள் மீண்டும் சென்று மன அவஸ்தைக்குள்ளாக்கிக் கொள்வது எனக்கு வெகு சிரமமாக இருந்தது. கோவை நண்பர் கா.சு. வேலாயுதம் அவரின் மகளின் துணையோடு வெகு விரைவாகத் தட்டச்சு செய்து முடித்துத் தந்தபோது ஆசுவாசம் ஏற்பட்டது.

சுகந்தியின் மறைவின்போது ஜெயமோகன் எழுதிய அஞ்சலி கட்டுரை, என்மீதான அவதூறுகளிடமிருந்து என்னைப் பாதுகாத்தது. சுகந்தியின் கவிதைகள் குறித்து பல சமயங்களில் அவர் எழுதியிருக்கிறார்.

"சாவது ஒரு கலை — சில்வியாப்ளாத்
சாகமுடியாததும் ஒரு கலை — சுகந்தி"

என்று அவரின் ஒரு கவிதை நோட்டின் முதல் பக்கம் தொடங்கும். சாவு அவருக்கு அவஸ்தைகளிருந்து விடுதலை தந்தது. இக்கவிதைகளை பல புத்தகங்கள், கோப்புகளின் இடையிலிருந்தும் அவரின் கவிதை நோட்டுகளிலிருந்தும் எடுத்து இவ்வகையில் தொகுத்திருக்கிறேன். சுகந்தியால் கிழித்தெறியப்பட்ட கவிதைகளும் பக்கங்களும் இன்னும் நிறைய செய்திகளை நண்பர்களுக்கும், கவிதை வாசகர்களுக்கும் சொல்லும். அவரது துயரம் மிகுந்த வாழ்க்கையை இத் தொகுப்பின்மூலம் அர்த்தமாக்கியிருக்கிறேன் என்பதே அவரின் நோய் சார்ந்த துயரங்களைப் பகிர்ந்து கொண்டவன் என்ற வகையில் எனக்கு ஆறுதல் தருகிறது. பல பக்கங்களில் இருக்கும் எழுத்துப்பிழை போன்ற தோற்றங்கள் அவரின் கைப் பிரதியில் இருந்ததுதான். இதை தங்களிடம் போட்டு வைத்த மூன்று பதிப்பகங்கள்மீதான கோபம் இத்தொகுப்பு வருவதன் மூலம் வடியலாம் எனக்கு. பெரிய ஆசுவாசம்.

'டிஸ்கவரி புக் பேலஸ்' பதிப்பகத்தாருக்கு நான் மிகவும் கடமைப்பட்டிருக்கிறேன். நன்றி திரு. வேடியப்பன் அவர்களே.

அன்புடன்,

சுப்ரபாரதிமணியன்

சுகந்தி சுப்ரமணியன்

ஜெயமோகன்

நான் வாழ்ந்த ஊர்களில் எனக்குக் கொஞ்சம்கூட நினைவில் நிற்காத ஊர் என்றால் அது திருப்பத்தூர்தான். இத்தனைக்கும் அங்கிருக்கையில் சில நல்ல இலக்கிய நட்புகள் கிடைத்தன. அங்கேதான் எவரும் தங்கள் வாழ்க்கையின் மிக இனிய நினைவுகளாகச் சொல்லக்கூடியவை நிகழ்ந்தன — எங்கள் முதல்குழந்தை அஜிதன் கைக்குழந்தையாக இருந்தான். அக்கால கட்டத்தில்தான் எனக்கு 'சம்ஸ்கிருதி சம்மான்' உள்ளிட்ட விருதுகள் கிடைத்தன. ஆனாலும் அந்த ஊர் நினைவிலிருந்து நழுவிக்கொண்டே இருக்கிறது.

1992இல் என் மனைவி தபால் குமாஸ்தாவுக்கான பயிற்சி முடித்துத் தபால்துறை ஊழியராக பதவி ஏற்றது திருப்பத்தூரில்தான். நான் அப்போது தர்மபுரியில் தொலைபேசித்துறை ஊழியராகப் பணியாற்றினேன். திருப்பத்தூரில் வீட்டுவசதி வாரியக்குடியிருப்பில் எழுத்தாளர் சுப்ரபாரதிமணியன் குடியிருந்தார். அவர் எனக்கு நண்பர். அங்கே தங்குவதற்கு அவர் எனக்கு வீடு எடுத்துத் தந்தார்.

திருப்பத்தூரில் தங்கி தினமும் பேருந்தில் தர்மபுரி வந்து சென்றேன். ஒன்றரை மணிநேரப் பேருந்துப்பயணம். ஆக, திருப்பத்தூரில் நான் தங்கியிருந்ததே பாதி நாள்தான். மாலையில் கிளம்பி அலுவலகம் சென்றால் மறுநாள் வேலையும் முடித்து மறுநாள் மாலை திரும்பி வருவேன். ஒருநாள் வீட்டில் இருப்பேன். என் வாழ்க்கையில் நான் முழுதாக ஒருவருடம் புனைகதை என எதையுமே எழுதாமலிருந்தது அப்போதுதான். அசோகமித்திரனுக்கும், சுந்தரராமசாமிக்கும் இரு மலர்களை நானும் சுப்ரபாரதிமணியனும் இணைந்து கொண்டுவந்தோம்.

யோசித்துப் பார்க்கையில் அப்போது நான் படைப்பூக்கத்துடன் இல்லை என்பதனால்தான் நினைவில் அந்த ஊரே இல்லை என்று தோன்றுகிறது. திருப்பத்தூருடன் இணைந்து நினைவில் வரும் முகம் கவிஞர் சுகந்தி சுப்ரமணியனுடையது. நண்பர் சுப்ரபாரதிமணியனின் துணைவி அவர். இன்னொரு சிந்தனை

வருகிறது. சுகந்தி சுப்ரமணியனின் நினைவுடன் பின்னிப் பிணைந்திருப்பதனால்தான் நான் திருப்பத்தூரை என் அகப்பதிவுகளிலிருந்து அழித்துவிட்டேன் போல.

தமிழின் ஆரம்பகாலப் பெண்கவிஞர்களில் குறிப்பிடத்தக்கவர் சுகந்தி. நான் எழுதவந்த காலத்தில், 1988இல் சுகந்தியின் கவிதைகளைப் பற்றி சுந்தரராமசாமி நடத்திய 'காலச்சுவடு' இதழில் ஒரு மதிப்புரை எழுதியிருந்தேன். திருப்பத்தூர் சென்று குடியேறிய அன்று மூச்சிரைக்க சுகந்தி ஓடிவந்து பேச ஆரம்பித்தார். அவரது இரு அழகிய மகள்களை அருண்மொழி பெரும்பிரியத்துடன் அள்ளி அணைத்துக்கொண்டாள்.

சுகந்தியை அப்போதுதான் நான் கவனித்தேன். முதலில் போதிய அளவில் ஆளுமை வளராத ஒரு பெண் என்று மதிப்பிட்டேன். பதினைந்து பதினாறு வயதான கிராமத்துப் பெண்களுக்குரிய அப்பாவித்தனமும் படபடப்பும் அவரிடமிருந்தது. முதலில் என்னைப்பார்க்க வந்தபோதே ஒரு நோட்புக் நிறைய கவிதைகள் எடுத்துவந்தார். அவற்றை நான் உடனே பார்க்கவேண்டும் என்று சொன்னார். 'இப்பப் படிங்க... இப்பவே படிங்க' என்று திரும்பத் திரும்பச் சொன்னார்.

அவர் போனபின்பு நான் கவிதைகளை வாசித்தேன். அவை கவிதைகளே அல்ல. வெறும் சொற்கள். திரும்பத்திரும்ப நான் தனியாக இருக்கிறேன், என்னை அடைத்து வைத்திருக்கிறார்கள், எனக்கு வழிதவறிவிட்டது, நான் ஊருக்குச் செல்லவேண்டும் என்பதுபோன்ற எளியவரிகள் வெவ்வேறு வகையாக எழுதப் பட்டிருந்தன. அதிர்ச்சியுடன் சுப்ரபாரதிமணியனிடம் அதைப் பற்றிக் கேட்டேன். அவர் சுகந்தியின் மனம் நிலையழிந்திருப்பதைப் பற்றிச் சொன்னார்.

சுப்ரபாரதிமணியன் அதற்கு முன் செகந்திராபாதில் பணியாற்றினார். நான் முன்னரே இருமுறை அவர் இல்லத்துக்குச் சென்றிருந்தேன். முதல்முறை ஓர் இந்தியச் சுற்றுப்பயணத்தின் பகுதியாக. அப்போது சுகந்தியைச் சந்தித்திருந்தேன். அச்சமும் தயக்கமும் மிக்க கிராமத்துச் சிறுமி என்ற எண்ணம் ஏற்பட்டிருந்தது. ஓரிரு சொற்களுக்குமேல் பேசியதில்லை. அதன்பின் இன்னொருமுறை செகிந்திராபாத் சென்றிருந்தேன். அப்போதும் ஒருசில சொற்கள் பேசினேன். அவ்வளவுதான் என் மனப்பதிவு.

சுப்ரபாரதிமணியன் சுகந்தியின் உளச்சிக்கல்களைச் சொன்னார். ஆனால் அவருக்கே உரிய முறையில் அது ஒரு பெரிய விஷயமில்லை என்ற பாணியில் சொன்னதனால் நான் பெரிதாக நினைக்கவில்லை.

'அவளாலே ஒரு இடத்திலே இருக்க முடியல்ல. ஒரு ரூமுக்குள்ள இருக்கிறப்ப டென்ஷன் ஆயிடுவா... கதவச்சாத்தினா பதற்றம் ஆயிடும்... சின்னச் சின்னப் பிரச்சினைகள் இருக்கு.'

ஆனால் திருப்பத்தூரில் சுகந்தியை அருகில் கண்டு பழக ஆரம்பித்த முதலில் எனக்கு அதிர்ச்சியாக இருந்தது. 'இப்ப கொஞ்சம் ஜாஸ்தி. ஸ்கிஸோபிர்னியான்னு சொல்றாங்க... பல விதமான மனப்பிரமைகள் இருக்கு... டிரக்ஸ் குடுக்கிறோம். அத ஒழுங்கா சாப்பிட்டா ஓரளவு கண்ட்ரோல்ல இருக்கும்...' என்று சாதாரணமாகச் சொன்னார். நான் வருத்தத்துடன் 'என்ன ஆர்.பி.எஸ். இது?' என்றேன். 'என்ன செய்றது? பாப்போம்...' என்றார் சுப்ரபாரதிமணியன் இன்னும் சாதாரணமாக.

சுகந்தி இந்த உலகிலேயே இல்லை. நிலைகொள்ளாத தன்மை, கட்டுக்கடங்காத நடவடிக்கைகள். உண்மையில் அவரது உளப்பிரச்சினைகள் பள்ளிநாளிலேயே ஆரம்பமாகியிருந்தன. அவருடைய இளமைப்பருவம் பரிதாபகரமானது. தாயாரால் புறக்கணிக்கப்பட்ட அவரைப் பாட்டிதான் வளர்த்தார். சுகந்தியின் கவிதைகளில் அடிக்கடி வரும் லட்சுமிப் பாட்டி. வீட்டில் கறாரான கண்டிப்பு. வெளியே சமூகத்தின் கேலி கிண்டல் என வளர்ந்த சுகந்திக்கு எப்போதுமே தாழ் வுணர்ச்சியும் மனஅழுத்தமும் இருந்தது. மெல்ல மெல்ல அது வலுப்பெற்றிருக்கலாம்.

சுப்ரபாரதிமணியன் சுகந்தியைக் கவிதைகள் எழுதச்சொன்னதே அந்த உளச்சிக்கல்களைத் தாண்டிவர அது உதவக்கூடும் என்பதனால்தான். தனக்குத்தானே சுற்றி இறுக்கிக்கொண்ட மனப்பிரமைகளின் சுவர்களை உடைக்கக் கவிதை உதவக்கூடும் என அவர் நினைத்தார். அவர் ஓர் எழுத்தாளர் என்பதனால் மொழி அளிக்கும் விடுதலையை நன்கு அறிந்திருந்தார்.

சுகந்தியின் ஆரம்பகாலக் கவிதைகள் பெரும்பாலும் மிகநேர்மையான உணர்ச்சிவேகம் கொண்டவை. தன்னியல்பான மொழிவீச்சுக் கொண்டவை. கணிசமான கவிதைகள் முடிவடையாதவையாக இருக்கும். ஒருவகை முடிவை அடைந்த கவிதைகளை மட்டும் சுப்ரபாரதிமணியன் பிரசுரித்தார். அவரது முதல் தொகுதி சுப்ரபாரதிமணியன் முயற்சியால் அன்னம் வெளியீடாக 1986இல் வெளிவந்தது. அப்போதே சுந்தரராமசாமி உட்பட முக்கியமான திறனாய்வாளர்களின் கவனத்தைப்பெற்றது அது.

சுகந்திக்கு இரு பெண்கள். இருவருமே அப்போது சிறுமிகள். சுகந்தியால் எந்த வேலையையும் செய்ய முடியாது. அன்றன்று

செய்தித்தாளில் வாசித்த, கேள்விப்பட்ட செய்திகளை எல்லாம் தன்வாழ்க்கையில் நிகழ்ந்தவை என்று நம்பக்கூடிய மனப்பதற்றம் இருந்தது. பெரும்பாலான செய்திகள் பயங்கரமாக, மனம் பதறச் செய்யக்கூடியவையாக இருக்கும். ஆரம்பத்தில் அருண்மொழியே அவற்றை நம்பிப் பதற்றமடைந்து கொண்டிருந்தாள்.

நாள்கணக்கில் வெவ்வேறுவகையான கற்பனை யதார்த் தங்களில் கொந்தளித்துக்கொண்டிருப்பார். எது உண்மை எது பொய் என்று கண்டுபிடிப்பதே கஷ்டம். நாலைந்து குண்டர்கள் தன்னைத் தாக்கிவிட்டதாக ஒருநாள் போலீஸ் ஸ்டேஷனுக்குப் போய் ஜீப்பில் வந்திறங்கினார். தாள் வாங்க வந்தவர் தன்னைக் கொல்லமுயன்றதாக சொல்லி வீட்டிலிருந்து இறங்கி ஓடினார் ஒருமுறை. சிலநாட்கள் பகல் முழுக்க எங்கெல்லாமோ அலைந்து திரும்பி வருவார். இருளில் இறங்கிச் சென்றால் சுப்ர பாரதிமணியன் கைவிளக்குடன் தேடி அலைந்து கூட்டிவருவார்.

‘இப்படி வெளியே கௌம்பிடறாங்களே...’ என்று நான் கவலையுடன். ‘அவளாலே ரூமுக்குள்ள இருக்க முடியாது. பூட்டினா அப்படியே எக்ஸைட் ஆயிடுவா’ என்றார் சுப்ரபாரதிமணியன்.

விதவிதமான அனுபவங்களை டைரியாக எழுதிக் கொண்டு வந்து அருண்மொழியிடம் காட்டுவார். நாங்கள் பக்கத்துவீடு என்பதனால் உண்மை தெரியும். நான்காம் வீட்டுக்காரர் என்றால் நம்பியிருப்பார். ஒரு கட்டத்தில் யதார்த்தம் என்றால் உண்மையில் என்ன என்ற பெரும் வியப்பை நான் அடைந்தேன். ஒருவர் தான் அடிக்கப்பட்டதாக, அவமதிக்கப்பட்டதாக ‘உண்மையாக’ உணர்ந்தால் அவர் அந்த வலியை முழுக்க முழுக்க அனுபவிக்கிறார் அல்லவா ?

அனுபவ உலகம் என்பது ஒவ்வொருவரும் தன்னந்தனிமையில் குடியிருக்கும் அறையா என்ன? அந்த அறைக்குள் உள்ளே தாழிட்டுக்கொண்டுதான் வாழ்கிறோமா? கதவிடுக்குகள், அரை மனதுடன் திறந்த சன்னல்கள் வழியாகத்தான் ஒருவர் அறைக்குள் இன்னொருவர் பார்த்துக்கொள்கிறோமா?

வீட்டில் ஒருவருக்கு மனநிலைச் சிக்கல் என்றால் அந்த நிலையை அனுபவிப்பவருக்கே அதன் வலி தெரியும். நான் உடனிருந்து பார்த்த சுப்ரபாரதிமனியனின் வாழ்க்கை மிகக் கொடுமையானது. அந்தவாழ்க்கையிலும் சுப்ரபாரதிமணியன் ஓயாது வாசித்தார். எழுதினார். ‘கனவு’ இதழ்கள் கொண்டுவந்தார். நாங்கள் அங்கே இருந்தபோதுதான் அசோகமித்திரன், சுந்தர ராமசாமி இருவருக்கும் அறுபதாமாண்டு நிறைவுமலர்கள் தயாரித்தோம்.

சுப்ரபாரதிமணியன் ஒவ்வொருநாளும் அவரே காலையில் சமைத்துப் பிள்ளைகளைப் பள்ளிக்கு அனுப்பிவிட்டு அலுவலகம் செல்வார். மாலையில் மீண்டும் சமையல். குழந்தைகள் அருண் மொழியுடன் மிகவும் ஒட்டிக்கொண்டிருந்தன. சுகந்திக்குத் தன்னைப் பிறர் அவமதிக்கிறார்கள் என்பது எப்போதுமுள்ள பிரமை என்றால், கணவரோ பிறரோ தாக்கிவிட்டார்கள் என்பது அதன் உச்சம். பலசமயங்களில் கட்டுப்படுத்த உடல்பலம் தேவைப்படும். இந்தியாவில் உளவியல் சிக்கல்களுக்கு மருந்துகள் இல்லை — காய்கறிபோல ஆக்கித் தூங்க வைப்பது தவிர. ஒரு கட்டத்தில் மாத்திரைமூலம் இரவு பகலாகத் தூங்கிக் கொன்டிருக்கச் செய்யப்பட்டார்.

என் வாழ்க்கையில் நான் தனிப்பட்ட முறையில் அறிந்தவர்களில் சுப்ரபாரதிமணியன் அற்புதமான மனிதர். அவரே உருவாக்கிக்கொண்ட ஒருவகை ஒட்டாத தன்மை அவரை அவர் வாழ்க்கையின் மிகப்பெரிய துயரங்கள், அவஸ்தைகளில் இருந்து காத்தது. என்னிடம் அதிகபட்சம் இரண்டு தடவைகளுக்கு மேல் அவர் தன் பிரச்சினைகளைப்பற்றிப் பேசியதில்லை. மிகவும் உள்ளடங்கிய, எதையுமே காட்டிக்கொள்ளாத மனிதர் அவர்.

ஆச்சரியம் என்னவென்றால் சுப்ரபாரதிமணியன் என்னிடம் எப்போதும் கவலையும் கோபமும் வருத்தமும் கொண்டு பேசியவை எல்லாமே சமூகப் பிரச்சினைகளைப்பற்றித்தான். அவற்றில் எப்போதும் ஆழ்ந்த அக்கறையுடன் அவர் ஈடுபட்டுவந்தார். இலக்கியத்தைவிட அவருக்கு நேரடியாக மக்களுக்கு உதவும் சமூகசேவையில்தான் ஆர்வம் இருந்தது. செகந்திராபாத்தில் இருந்தபோது தோல்நிறமி பிரச்சினையால் வரும் நிறஇழப்பு நோய்க்கான யுனானி ஆய்வுமையத்துடன் தொடர்புகொண்டு சேவையாற்றினார். தமிழகத்தில் இருந்து வரும் நோயாளிகளுக்குத் தங்குமிடமும் நிதியுதவிகளும் ஏற்பாடு செய்து கொடுப்பார். அதைத்தவிர செகந்திராபாத்தில் இலக்கிய அறிமுக நிகழ்ச்சிகளையும் தொடர்ந்து ஏற்பாடுசெய்துவந்தார்.

ஒருமுறை சுப்ரபாரதிமணியன் பற்றி சுந்தரராமசாமியிடம் சொன்னேன். அப்போது சுப்ரபாரதிமணியன் திருப்பத்தூரில் இருந்து மாற்றலாகி சொந்த ஊரான திருப்பூர் வந்திருந்தார். அங்கே நொய்யல் ஆறு மாசுபடுவதற்கு எதிராகவும் சிறார் உழைப்புக்கு எதிராகவும் தீவிரமாக பணியாற்றிக்கொண்டிருந்தார். அவரது தனிவாழ்க்கையின் அல்லல்கள் பற்றிச் சொல்லி ‘எப்படி இதன் நடுவே அவரால் சேவைகளில் ஈடுபட முடிகிறது’ என்றேன்.

சுந்தரராமசாமி ‘சேவைமனநிலைக்கு அப்படி நிபந்தனையே கிடையாது. தன் துயர் வழியாகப் பிறர் துயரை உணர்ந்தவர்களும்

உண்டு. சொந்தமாக ஒரு துளி துயரையோ வசதிக்குறைவையோ அனுபவிக்காமல் பிறரைப்பற்றி மட்டுமே கவலைப்பட்டவர்கள் உண்டு' என்றார். அதன்பின் காந்திகிராம நிறுவனர் சௌந்தரம் ராமச்சந்திரனைப்பற்றிப் பேச ஆரம்பித்தார். சௌந்தரம் டிவிஎஸ் குடும்பத்தைச் சேர்ந்தவர். சுந்தர ராமசாமியின் சொற்களில் 'வெண்ணையில் வளர்ந்தவர்' ஆனால் மிக இளம்வயதில் காந்தியால் ஈர்க்கப்பட்டு சேவையுலகுக்குச் சென்றார். 'நம்ம அறையோட வாசலை நாம் எந்த அளவுக்குத் தெறக்கறோம்கிறதைப் பொறுத்தது அது' என்றார். என்னுடைய படிமத்தை அவர் எடுத்துக்கொண்டார் என்று தோன்றியது.

சுகந்தி ஒருமுறை அதிகமாக மாத்திரைகளை விழுங்கித் தற்கொலைக்கு முயன்றார். வேலூர் சி.எம்.சி. ஆஸ்பத்திரிக்குக் கொண்டுபோய் மீட்டோம். மனச்சிக்கல் சற்றே அகலும் இடைவேளையில் கணவனையும் குழந்தைகளையும் கவனித்துக் கொள்ளவில்லை என்ற கடுமையான குற்றவுணர்வு அவருக்கு ஏற்படும். உளநோயை அளித்த சக்தி அந்த வதை போதவில்லை என்று நினைத்துக்கொண்டு வன்மத்துடன் உளநோயை கொஞ்சம் விலக்கிக் காட்டுகிறதுபோல என நினைத்தேன். உளநோய் தனக் கிருப்பதை அது விலகும் கணங்களிலேயே உணர முடியும். அப்போதுதான் அந்நோயின் வலி பேருருவம் கொள்கிறது.

நான் திருப்பத்தூரை விட்டுவந்த பின்னர், திருப்பூருக்கு சுப்ரபாரதிமணியன் வீட்டுக்குச் சென்றபோது இருமுறை சுகந்தியை சந்தித்திருக்கிறேன். மங்கிய புன்னகையுடன் இருந்தார், என்னை நினைவுகூரவில்லை. மனநோய்க்கான சிகிச்சை என்பது இந்தியாவில் மனதை அழிப்பதுதான்.

சுகந்தி எழுதுவதை கவனித்திருக்கிறேன். தன் வீட்டுப்படியில் அமர்ந்துகொண்டு பேனாவை செங்குத்தாக எழுத்தாணிபோல பற்றியபடி முகத்தில் அதி உக்கிரமான பாவனையுடன் வேகமாக எழுதித்தள்ளுவார். முற்றுப்புள்ளிகளை ஓங்கிக் குத்திவைப்பார். பலசமயம் காகிதங்கள் கிழியும். பக்கம் பக்கமாக எழுதித் தள்ளுவார். நான் திருப்பத்தூரில் இருப்பது வரை அவர் எழுதி வாசிக்கக் கண்டவை பெரும்பாலும் வெறும் வரிகள். அவற்றைக் கொண்டு அவரது உளச் சிக்கலைக்கூட ஊகிக்க முடியும் என்று தோன்றவில்லை.

ஆனால் சட்டென்று ஒரு கவிதை அவற்றில் தோன்றிவிடும் என்றார் சுப்ரபாரதிமணியன். அவ்வாறு தோன்றிய கவிதை களையே அவர் நூல்வடிவமாக ஆக்கியிருக்கிறார். சுகந்தியின் கவிதைகளில் உணர்வுகள் மற்றும் சில அழகிய மொழி வெளிப்பாடுகள் அவருடையவை என்றால், கவிதை வடிவம்

வரியமைப்பு எல்லாமே சுப்ரபாரதிமணியனால் உருவாக்கப் பட்டவை. அவற்றில் உள்ள அசலான அகவெளிப்பாட்டை சுப்ரபாரதிமணியனின் உண்மையான வாசகமனம் அடையாளம் கண்டு கொண்டதனால்தான் அவை பிரசுரமாயின.

அக் கவிதைகளில் பலவற்றில் வீட்டை, வீட்டின் அறைகளைத் தன்னை அழுத்திக் கொல்லும் எதிரியாகவே சுகந்தி சித்தரித்திருந்தார். அவை அச்சானபோது கற்பனை இல்லாத நம் வாசகச்சூழல் சுப்ரபாரதிமணியனையே ஒரு பெருங் கொடுமைக் காரராகச் சித்தரித்துக்கொண்டது. சுகந்தியின் மனச்சிக்கலுக்குக் காரணம் அவரே என்றுகூட நம்மவர்கள் 'வாசித்தி'ருக்கிறார்கள்.

அதைப்பற்றி நான் சுப்ரபாரதிமணியனிடம் பேசியிருக்கிறேன். "இருக்கட்டும், இப்ப என்ன. அந்த வரிகளில் ஏதோ ஒரு உண்மை இருக்கு. அதுவும் ஒரு குரல்தானே. நம்மை யாருக்குத் தெரியும்?" என்றார் சுப்ரபாரதிமணியன் அவருக்கே உரிய கம்மலான குரலில். மனச்சிக்கல் நிலையில்தான் உண்மையான கவிதை வரமுடியும் என்ற எண்ணமும், அந்த நிலையில் அது தனியனுபவம் அல்ல பிறரது அனுபவங்களின் தொகுப்புதான் என்றும் அவருக்கு எண்ணம் இருந்தது.

எப்படியானாலும் சுகந்தியின் கவிதைகளை இப்போது பார்க்கும்போது, அர்த்தமுள்ள ஒன்றை சுப்ரபாரதிமணியன் செய்திருக்கிறார் என்றே எண்ணத்தோன்றுகிறது. அந்தத் துயரம் நிறைந்த வாழ்க்கைக்கு இப்படியாவது ஒரு பொருள் உருவாகியிருக்கிறது. சுகந்தியின் கவிதைகள் தமிழினி வெளியீடாக இப்போது கிடைக்கின்றன. (மீண்டெழுதலின் ரகசியம்) முதல் தொகுதிக்குப் பின்னர் மேலும் பல கவிதைகளை அவர் எழுதினார். ஆரம்பகாலக் கவிதைகளில் இருந்த கோர்வையான வெளிப்பாடு பின்னர் சாத்தியமாகவில்லை.

சுகந்தியின் பிற்காலக் கவிதைகளில் நல்ல கவிதைக்கான அம்சங்கள் ஏதுமில்லை. படிமங்கள் இல்லை, சொல்லழகு அனேகமாக இல்லை. நேரடியான முறையிடல்கள். ஆனால் துயருற்று நலிந்த ஓர் ஆத்மாவின் வாதைகள் எளிமையாகப் பதிவாகியிருக்கும். அக்காரணத்தால்தான் அவர் இன்னும் தமிழில் நினைவுகூரப்படுகிறார்.

2009இல் சுகந்தியின் மறைவை சுப்ரபாரதிமணியன் ஒரு குறுஞ்செய்தியில் எனக்குத் தெரிவித்திருந்தார். அந்த குறுஞ்செய்தி விதவிதமான நினைவுகளை எழுப்பியது. பல வருடங்கள் தாண்டிச்சென்றுவிட்டிருந்தன. சுகந்தி கவிதைகள் எழுதுவதை நிறுத்திவிட்டிருந்தார். சிலகாலம் மனநோய்

விடுதியில் இருந்துவிட்டு மீண்டு வந்திருந்தார். அவரை நானேகூட நினைத்துப்பார்த்ததும் இல்லை. அந்த மரணம் ஒரு பெரிய விடுதலை என நினைத்துக்கொண்டேன். உடல் என்ற, அடையாளம் என்ற, வாழ்க்கை என்ற அறையைத் திறந்து அவர் வெளியேறிவிட்டார்.

சுகந்திக்கு நான் ஓர் அஞ்சலிக்குறிப்பு எழுதினேன். அதில் சுகந்தியின் பிற்காலக் கவிதைகளில் எனக்குப்பிடித்த ஒன்றைக் கைபோனபோக்கில் எடுத்து பிரசுரித்திருந்தேன். சில வருடங்களுக்குப் பின் 'அறை' என்ற தலைப்பிலான அந்தக் கவிதையை எடுத்துப்பார்க்கையில் என் மனம் அதிர்ந்தது. அதில் சுகந்தி தன் அறையைப் பாதுகாப்பான ஓர் இடமாக, ஒளிந்துகொள்ளும் இடமாக சொல்லியிருந்தார். மேலும் சிலநாள் கழித்துப் படித்துப் பார்க்கையில் இன்னொரு அதிர்ச்சி. அறையை சுகந்தி தன்னை அலட்சியப்படுத்தக்கூடிய, அவமதிக்கக்கூடிய, மூச்சுத்திணற செய்யக்கூடிய ஒன்றாகவும் சொல்லியிருந்தார்.

சுகந்தியின் உலகின் மொத்தச்சிக்கலையும் அக்கவிதை சொல்லிக்கொண்டிருந்தது.

அறை

அறை மிகவும் பாதுகாப்பாக இருக்கிறது.
கோடைகாலம் குளிர்காலம்
எதுவும் பாதிக்காத வகையிலிருக்கிறது.
எனக்குத் தேவையானதை அறைக்குள்ளே பெறுகிறேன்.
இந்த அறை
எனது எதிர்ப்புகளை அலட்சியப்படுத்துகிறது.
உனது அடையாளமெங்கே என இளிக்கிறது.
இந்த அறையில் நான்
வாழ்ந்து கொண்டிருப்பதாகவும்
அவர்களால் அவர்கள் அறைகள் நிரம்பிவழிவதாகவும்
எனக்குத் தகவல் வருகிறது.
இது என்ன விசித்திரம்!
அறைகளுக்கு எப்போது கண்கள் முளைத்தன?
இனி எனக்கு நிம்மதியில்லை.
நான் நானாக இருக்கவே முடியாது.
வெளியே எனது ஆடைகள் காய்கின்றன.
அறைக்குள் என் ஆடைகளை மீறி
கண்கள் என்னை ஒற்றறிகின்றன.
நேற்று அவளும் இப்படித்தான் என்றாள்.

சுகந்தி

கோவை மாவட்டம் ஆலாந்துறையில் பிறந்தவர். ஆலாந்துறை கோவை பூண்டி ஈசா மையம் செல்லும் வழியில் உள்ள முக்கிய ஊர். பெற்றோர் சண்முகம், ஜெயலட்சுமி. அம்மாவின் பிணக்கு காரணமாக அவர்களின் தாயார் வீட்டிலேயே அவர்கள் நெடுநாள் இருக்க பாட்டியின் வளர்ப்பில் சுகந்தி வளர்ந்தார். ஒரு தம்பியும் ஒரு தங்கையும் என்று கலந்து இளமையில் இருந்தவர். பாட்டியின் வளர்ப்பில் கொஞ்சம் செல்லம், அதிகம் கண்டிப்பு என்று இருட்டே அவர்களின் வாழ்க்கையின் முக்கிய பகுதியாகியிருந்திருக்கிறது. தனித்து விடப்பட்டப் பெண்ணின் அனுபவங்களாய் நிரம்பியுள்ளது அவரின் வாழ்க்கை. 1984ல் ஆலாந்துறை உயர்நிலைப்பள்ளியில் படித்துக்கொண்டிருக்கும் போதே திருமணம் ஆனது. சுப்ரபாரதிமணியன் திருப்பூரைச் சார்ந்தவர். அப்போது செக்கந்திராபாத்தில் தொலைத் தொடர்புத் துறையில் பணிபுரிந்து வந்தார். சுகந்தியின் மாமா ஒருவர் கோவையைச் சார்ந்தவர் திருமணத்தை நடத்தி வைத்தார்.

செக்கந்திராபாத்தில் தனிமை வாழ்க்கைதான். கொஞ்சம் தமிழர்களுடன் பழக வாய்ப்பு கிடைத்தது.

இருபெண் குழந்தைகளும் கோவை மருத்துவமனையில் பிறந்தவர்கள்தான். ஸ்ரீமுகி, சுபமுகி. பின்பு செக்கந்திராபாத்தில் தொடக்கப்பள்ளிகளில் படிக்க ஆரம்பித்தனர்.

கணவரின் இலக்கிய ஈடுபாட்டால் வாசிப்பு பழக்கம் ஏற்பட்டது. கவிதைகள் எழுத ஆரம்பித்தார். 'புதையுண்ட வாழ்க்கை' என்ற தலைப்பில் அவரின் முதல் கவிதைத் தொகுப்பை கவிஞர் மீரா, சிவகங்கை 'அகரம் பதிப்பகம்' மூலமாக வெளியிட்டார்.

இரு குழந்தைகளுக்குப் பின் கருக்கலைப்பு, குடும்பக் கட்டுப் பாட்டு அறுவைச் சிகிச்சைக்குப் பின் உடல் நலக்கேடும், நரம்புத் தளர்ச்சி வியாதிகளும் அவரின் உடம்பை பாதித்தன. கணவர்

செக்கந்திராபாத்திலிருந்து வேலூர் மாவட்டம் திருப்பத்தூருக்கு 1994ல் மாற்றலாகி வந்தார்.

ஒன்றரை ஆண்டுகள் அங்கிருந்த பின் திருப்பூருக்கு மாற்றலானார் அவர். உடல் நலம் மோசமாகி மனநலக் கோளாறாகி பெங்களூர் நிம்மன்ஸ், வேலூர் சி.எம்.சி. பாகாயம் மருத்துவமனைகளில் சிகிச்சை பெற்றார். தனித்து விடப்பட்ட பெண்ணின் அனுபவங்களாய் மீண்டும், மீண்டும் நிரம்பியது அவரின் வாழ்க்கை. இரண்டாம் கவிதைத் தொகுப்பை (மீண்டெழுதலின் ரகசியம்) 'தமிழினி' வசந்தகுமார் வெளியிட்டார். தொடர்ந்து மன அவஸ்தைகளின் போதும் கவிதைகள் எழுதுவதைக் கைக் கொண்டார். 23 ஆண்டுகளுக்குப் பின் பிரிந்து வாழ்ந்து வந்த அவரின் அம்மாவைச் சந்தித்தார். சில காலம் அவர் சுகந்தியை கவனித்து வந்தார். தொடர்ந்த சிகிச்சைகள். கவனிக்க முடியாதபோது மருத்துவமனை விடுதிகளில் தங்க வைக்கப்பட்டார். சென்னை கீழ்ப்பாக்கம் மருத்துவமனை, திருச்சி அன்பாலயம் விடுதி, ஈரோடு இல்லம் போன்றவற்றில் நெடுநாட்கள் தங்கியிருந்திருக்கிறார். இடை இடையே திருப்பூரில் வீட்டிலும் மருத்துவமனைகளிலும் தங்கி சிகிச்சைப் பெற்று வந்தார், காடாறு மாதம் நாடாறு மாதம் என்பது போல் வீடு, விடுதி என்று மாறி மாறி கழிந்தது அவர் வாழ்க்கை. தனித்து விடப்பட்ட, கைவிடப்பட்ட பெண்ணின் அனுபவங்களாய் நிரம்பியுள்ளது அவரின் வாழ்க்கை. 1984இல் ஆலாந்துறை மூத்தபெண் காதல் திருமணம் செய்து கொண்டு சென்று விட்டார். இளைய பெண் கல்லூரி வாழ்க்கையோடு அம்மாவை கவனித்து வந்தார். 2009ல் மன நல விடுதியொன்றில் தங்கியிருந்தபோது ஏற்பட்ட இருதயக் கோளாறால் இறந்தார். பிப்ரவரி 11, 2009. அன்றுதான் அவரின் இளைய மகளின் பிறந்தநாள்கூட. கணவர் அப்போது சென்னை மீனம்பாக்கம் தொலைத் தொடர்புத்துறை பயிற்சியொன்றில் இருந்தார். அவர் அங்கிருந்து வந்தபின் எரியூட்டப்பட்டார்.

இரு கவிதைத் தொகுப்புகளுக்குப் பின் அவ்வப்போது எழுதிய கவிதைகள் இருநூறைத் தாண்டும். சில சிறுகதைகளும் எழுதியுள்ளார். 'உயிர்மை' பதிப்பகம் வெளியிடுவதாகச் சொல்லி கையெழுத்துப் பிரதிகளை நான்கு ஆண்டுகள் வைத்திருந்தனர். சென்னை 'நற்றிணை' பதிப்பகம், அவரின் முழுமையான படைப்புகளை கொண்டு வர ஆயத்தம் செய்தனர். சி.மோகன் அதற்கான முயற்சிகளில் இருந்தார். அது முழுமை பெற்ற சமயத்தில் அவர் அங்கிருந்து வெளியேறி விட்டார். அதன் அதிபர் யுகன் பிறகு அதை வெளியிடுவதில் அக்கறை இல்லாமல் அந்த முயற்சியைக் கைவிட்டுவிட்டார். முதல் மகள் திருப்பூரில் ஒரு

பள்ளியில் ஆசிரியையாகப் பணிபுரிந்து வருகிறார். இரண்டாம் மகள் குவைத் நாட்டில் கணவருடன் வசித்து வருகிறார். கணவர் விருப்ப ஓய்வை 2014ல் பெற்றார். அவர் 12 நாவல்கள் 16 சிறுகதைத் தொகுப்புகள் உட்பட 45 நூல்கள் வெளியிட்டுள்ளார். சுகந்தியின் நினைவைப் போற்றும் வகையில் சுகந்தி சுப்ரமணியன் இலக்கியப் போட்டி 2015, 2016ல் நடத்தப்பட்டன.

சுகந்தி சுப்ரமணியன் இறப்பு 11.2.09

வெளியான இரு தொகுப்புகள் :

1. *புதையுண்ட வாழ்க்கை 1988.*
2. *மீண்டெழுதலின் இரகசியம் 2003*

உள்ளே...

1. கவிதைகள் — 19
2. சிறுகதைகள் — 267
3. டைரிக் குறிப்புகள் — 283

கவிதைகள்

ஒரு கவிதை முழுக்க ஒரே விஷயம்
எத்தனை வீர சாகசம் பெண்ணே!
முதல் வரியில் வந்தது
குழந்தை சிரிப்பு மனதில்.

இரண்டாவதில் தண்ணீர் பிடி சண்டைகள்.
மூன்றாம் வரியில் குளிரில் விறைத்துச்
செத்த லட்சுமி கிழவி
நான்காவதில் கேஸ் தீர்ந்த அலுப்பில்
ஸ்டவ்வின் உதவியான இம்சைகள்.

ஐந்தாம் வரியில்
ஓசியில் டி.வி. சினிமாவுக்கு
அலைந்து கதவு தட்டும் குழந்தைகள்.
ஆறாவதாய் சின்னம்மாவின்
மெனோபாஸ் கஷ்ட அழுகைகள்
ஏழாவது வரியில்...

இன்னும் சமையல் ஆகவில்லை.

இன்னொரு கடைசி வரியாய்
கவிதையை முடிக்க ஒரு வரி
சொல்லேன் பெண்ணே!

●

தொகுப்பு: சுப்ரபாரதிமணியன்

நான் போகின்ற பாதையெல்லாம்
பெண்ணென்று பயமுறுத்தும் எல்லாரும்.

என் குழந்தை தவிர
ரேஷன் கடையில்
சர்க்கரை எடை
குறைந்த காரணம் கேட்டதும்
பாமலின் டின்னுக்கு எழுதியவன்
அதை அடித்து ஸ்டாக் இல்லையென்றான்.

"பெண்ணுக்கென்ன கேள்வி" என்றான்
கியூவில் நின்ற ஆண்களும், பெண்களும்,
வானம், வீதி, வாகனம் பார்த்தனர்.

இடுப்பிலிருந்த என் குழந்தை
முகம் பார்த்துச் சிரித்தது.
●

பர்சுகளின் உள் அறைகளில்
மாசக் கடைசியில் மிச்சமாகிறதை
கணக்கிடுகிற தொனியில்
இத்தலைமுறையில் சாத்யமாவதைப் பற்றி
நினைத்துக் கொண்டிருந்தேன்.

"காய்கறிகள்-கொஞ்சம் புத்தகங்கள்
அதிகபட்சமாய் கலர் டி.வி."
தலைமுறைக்கு நினைவுக் குறிப்புகள்
எவ்வளவு மிஞ்சும்?

வாழ்நாளில் மாறும் வாடகை வீடுகளின்
பரண்களிலும், சமையலறைகளிலும்
அனுபவ எச்சங்களை மூட்டை கட்டி வைத்து
வீட்டை மாற்றி மாற்றி
இப்போது ஒரு புது வாசல், புது வீடு,
இன்னும் எத்தனை உள்ளிடுங்கின
கூரைகள், சமையல் அறைகள் என் வாழ்க்கையில்?
மிஞ்சிப் போவதென்னவோ
கடைசி வீட்டின் (அதுவும் வாடகை வீடோ)
ஜன்னல் ஓரக் காட்சிகளும்
மேஜையின் காகிதக் குவிப்புகளும்.

அந்த ஜன்னலும், தெருப்புழுதியும்
கற்பனைக்கு சாத்யமற்றபடி எனக்கு.
●

தொகுப்பு: சுப்ரபாரதிமணியன்

எங்களூர் நதி
எங்கே போய்க் கொண்டிருக்கிறது
தெரியாது.
பூப்பறிப்பு நோம்பிக்கு
ஆற்றுக்குப் போவோம்.

துணி துவைக்க முன்பெல்லாம்
வண்ணான் துறை கரைக்கு.
பாட்டி படுக்கையாகிறவரை
ஆற்றில்தான் குளித்தாராம்.

இப்போதெல்லாம்
எல்லாம் சுவருக்குள்.

மற்றபடி ஆற்றுத் தோப்பும் கூட
வேடிக்கையும் கண்டதில்லை.
கல்யாணமான பின்
ஆறு எதுவரை போகிறது
காட்டுங்கள் என்றேன்
அவரிடம்.

ஐம்பது மைல் தள்ளிப்போய்
ஆறு போகுமிடத்தில்
ஒரு அணை காட்டினார்.

இதுவரைக்கும்தான்
எனக்கும் தெரியுமென்றார்.

ஆனாலும்
ஆறு போய்க்கொண்டிருந்தது.
ஏனோ சிரித்துக் கொண்டேன்.

இன்று நான் வாங்கிய புத்தகங்கள்
நேற்று வாங்கியவைகளுடன்,
இன்னும் படிக்கப்படாமல்.

பேரூர் கோயில் சிற்பத்தைப்
பார்த்திருக்கிறேன்.

இன்னும் தஞ்சை வரை கூடப்போகவில்லை.
ஹைதராபாத்தின் அனல்காற்று தெரியும்.

ஊட்டியின் பனிக்காற்றுகூட
இன்னும் உணரப்படவில்லை.
எங்களூர் நொய்யல் நதி தெரியும்.
இன்னும் எனக்கு கங்கை தெரியாது.
இரண்டாவது சிலிண்டரும் வந்துவிட்டது.

எனக்கு இப்போது பிரிஜ் பற்றிய கனவு.
குழந்தை இப்போதுதான்
மழலை பேசுகிறது.
என்றாலும் இப்போதே
எனக்கு L.K.G. அட்மிஷன்
பயங்கள்.

சின்ன வயதில் தோழிகளுடன்
கண்ணாமூச்சி விளையாடினேன்
எனக்கு டேபிள் டென்னிஸ்கூடத் தெரியாது
ஆனாலும் என் குழந்தையை
உப்பு மூட்டை சுமக்கிறேன்.

இப்படி எனக்கு
தெரியாதவை, உணராதவை
இன்னும்...
எல்லாவற்றிலும் பாதுகாப்பில்லா
பயமும், சந்தோஷமும்.

●

எனக்கு எதிரே
நீ போனாலும்
உனக்கு எதிரே
நான் போனாலும்

என் வீட்டுக்கெதிர்
உன் வீடு
மாற்றங்கொண்டபோது
ரொம்பநாள் கழித்து,

இன்று நீ
என்னைக் கண்டு
சிரித்தது வாஸ்தவம்.

வாகன நெரிசலுக்கும்,
வானுயர் அசுத்தக் காற்றுக்கும்,
இரைப்பைகளே பிரதானமாகிப்போன
வாழ்க்கைக்கும் நடுவில்
உன் சிரிப்பு சந்தோஷமாய்.

என் கனவுகளில்
எப்போதாவது வரும்
ரோஜாப் பூப்போல.
●

பெண்ணே உனக்கென்று
தனியிடம் உருவானது இங்கே.
நீ புதிதாய் வயதுக்கு வந்ததற்கு,
அல்லது
மாதாந்திர இம்சைகளுக்கு,
அல்லது,
குழந்தை பெற்றதற்கு
அல்லது
புதிய நோய் ஒன்றை எதிர்கொண்டதற்கு.

மூன்றோ, ஐந்தோ என இம்சைப்படும்
தினங்களில்
நகர்ந்து விடாதே
உன் தனியிடம் தவிர,
இன்னொரு மூலைக்குக்கூட.

இந்த நாட்களில்
நீ கிடைத்த நேரமெல்லாம்
தூங்குகிறாய்
அல்லது துன்பப்படுகிறாய்.
குறைந்தபட்சம் ஒரு குட்டிப் பிச்சைக்காரி
ஆகிவிடுகிறாய்.

நிவாரணமில்லாத வயிற்றுவலி எப்போதும்.
கால்குடைச்சல் என்றாலும்
மரியாதைக்குப் பயந்து
மாமியாளுக்கு எழுந்து நிற்கவேண்டும்.

நடக்கப் பழகும் குழந்தைக்கு
கை கொடுத்து கால் ஆகணும்.

ஆனால்
உதவி செய்ய ஆளில்லாமல்
மாதாந்திரத் தொல்லைகளில்
சமைக்கும் சமையல்
தேவையானது, எல்லோருக்குமாக.

இன்னொருமுறை தள்ளிப்போவது
தெரிந்தால்
சந்தோஷம் கொள்ள முகமிருக்குமா?

தொகுப்பு: சுப்ரபாரதிமணியன்

முகம் கறுத்து
போதும் கலைத்துவிடு
என்று சொல்லப் பக்கத்து வீட்டில்கூட
ஆட்கள் இருக்கக்கூடும்.

நானோ சமைத்தபின்
தனியிடம் செல்லுவேன்.

அவர்களெதிரே டி.வி.யில்
விளம்பரத்திற்காய் Stay freeயுடன்
நடக்கும், சிரிக்கும்
இளம் பெண்.
●

டப்பாக்களில்
அரிசியும், பருப்பும், மிளகாயும், புளியும்
நிறைய இருந்தபோது
எனக்குத் தெரிந்தது
என் வீட்டு சுவர்கள்.
டி.வி. பேப்பர், வாராந்திரிகள்.

பச்சை மிளகாய் இல்லாத
எதிர் வீட்டுக்காரி அவளின்
வேறு பாஷையுடன் அறிமுகமானாள்.

பக்கத்து வீட்டுக்காரி
ஒரு டம்ளர் சர்க்கரைக்காய்
வந்தபோது உறவானாள்.
காப்பிப் பொடியும், தக்காளியும்
கேட்டுப் பக்கத்து பக்கத்து
வீடுகளில் சிநேகிதிகளானோம்.

டி.வி. புஸ்தகம், என் வீடு மீறி
இப்போது எனக்கு
பக்கத்து, அடுத்த
தெருக்களிலும் சிநேகிதிகள்.

இரவலும், கடனும் யாசகமல்ல
சந்தோஷ உறவுகளின்
ஒரு திசைகூட.

பாஷைகளை மீறி
பேச நிறைய இப்போது.
●

பசியில்லாதபோதும்
சுவையான உணவுண்டு
வெற்றிலை மெல்லும் மனிதர்கள்.
வெளியே சக்கைகளாய்க் கிடைத்ததை
தின்னும் பிச்சைக்காரர்கள்.

இவர்களைப் பார்த்தும்
குனிந்து யாசகமும் பசியுமற்று
வாசலில் ஓடி விளையாடும்
ஒரு குழந்தை

குழந்தை மனம்
வேண்டும் எனக்கும்.

•

உன் முகம்
பார்க்கும் ஆவலில்
அனைவரும் உன் அப்பா உட்பட,
நீ முகம் பார்த்து சிரிக்கு முன்னே.

பார்த்தது போதுமென நினைத்து
அவசரமாய் போய் வருகிறேன் என்றனர்,
உனக்கு அறிமுகமில்லா புதிய மனிதர்கள்.

பாஷை பழகுமுன்
சிரிக்க மட்டும் கற்றுக் கொண்டாய்.

நீ புரிந்து கொண்ட
அவசரத் தேவையா அது.

•

பஸ்ஸில் பிரயாணம் போகும் எல்லார்க்கும்
உடன் சென்று வழியனுப்பும் அந்தக்
கட்டிடங்கள்.
எனக்கு அவனைத் தெரியும்.

அந்தப் பிச்சைக்காரனின் அரண்மனை அந்தப்
புன்னை மரம் என்பதும் தெரியும்.

நான்கு மரம் தள்ளி இருக்கும் குருடியைப்
பார்த்துச் செல்வேன் தினமும்.

அவன் பொழுதுகள் காதலில் கழிந்ததும்
தெரியும்
அந்தக் கட்டிடம், அந்த மரங்கள்,
போகிற வருகிறவை அனைத்தும்
இப்போது
அவர்களுக்குச் சொந்தமானவை
ராணியார் கர்ப்பமுற்றிருக்கிறார்.
அரசர் வெளியே போயிருக்கிறார்.
நான் அவளுக்காய் மிஞ்சின கொய்யா, மா,
ஆகியவை கொடுத்துச் சென்றிருக்கிறேன்,
அரசர் இல்லாதபோது.

அழகான ராஜாக்குட்டி பிறந்தான்
அவளுக்கு.

இப்போதைய அவன் குருட்டு அம்மாவை
ஒன்றுக்கு இரண்டுக்கு அழைத்துச்
செல்கிறான்.

இன்னும் பல சமயம் அவள்
தூங்கும்போது
பிச்சையெடுக்கிறான்.

அவள் பிச்சைக்காய் சப்திக்ககையில்
அவள் கை நீட்டுகிறாள்.
பதறும் மனம் இதைப்பார்த்து.

துணையென்று ஆனது
சரிதான்.

கைநீட்டலும், பிச்சைக்குரலும் சேர்ந்து
பார்க்கையில், கேட்கையில்
யாரைச் சபிக்க என்று
தோன்றவேயில்லை.

●

"பெண்ணே
இப்போது என்ன
செய்து கொண்டிருக்கிறாய்?"
கல்யாணப் புதிதில் எங்களைப் பிரித்த
உயர்திணை மற்றும் அஃறிணைகளை
(குறிப்பாய் ரயில்)
சபித்துக் கொண்டு எனக்கு
அவரின் கடிதம்.

எனது பதிலும்
கற்றை கற்றை காகிதச் சுருளாய்
உடனே உடனே.

அலறும் சப்தத்துடன் விரையும்
பறவையெனக் காலம்.
சில மாதங்களில்
பழைய தம்பதிகள்
இப்போது பிரிந்தாலும்
ஆறுதலுக்கு ஆறு
கடிதங்கள் போடுவோம்
குடும்ப சிக்கனத்தை முன்னிட்டு
சின்னஞ்சிறிய கார்டில்.

●

என் குழந்தையின்
தொப்புள் கொடியை
அறுத்தது யார்?
பாட்டியா? நர்ஸா?
நினைவில்லை.

என் முதல் கர்ப்பம்
பற்றிய முதல் செய்தியை
யாரிடம் சொன்னேன்?
ஞாபகமில்லை.

பள்ளியில் அ. ஆ. இ. ஈ.
கற்றுக் கொடுத்த ஆசிரியர் யார்
மறந்து போனது.

பள்ளி மைதானத்தில்
விளையாடும்போது ருதுவான கணத்தில்
என் கைபிடித்து சந்தோஷம் கொண்ட
முகம் எது?
நினைவில்லை.

சட்டென செத்துப் போன அப்பா
எனக்காய் விட்டுப் போன வார்த்தைகள்.
எவை? எவை?
நினைவில்லை.

முதல் பிரசவம் குறித்து
பயமுறுத்திச் சொன்னவர் யார்?
மறந்து போனது.

பாஷை புரியாத ஊரில்
புது பாஷையில்
முதல் கேள்வி கேட்ட பெண்?
நீள்கிறது நினைவில்லைகள்,
ஏதோ ஒருவகையில்
எல்லாவற்றிற்கும்
முக்கியத்துவம் இருந்தும்
●

தொகுப்பு: சுப்ரபாரதிமணியன்

நேற்று ஓடி ஓடி
எடுத்தத் தண்ணீர்
நேரங் கழித்து
துவைத்த துணியால்
காணாமல் போனது.
மிஞ்சியிருந்த கொஞ்ச நீரும்
ஒருமுறைக்கு நாலுமுறை
மலங்கழித்த என் மகளுக்குச்
செலவானது.

போர்வெல்லுக்குச் சென்றடித்தபோது
என் மகளைவிட இருமடங்கு
எனக்கு பேதியான அச்சத்தில்
மூச்சு பயந்து பயந்து
கையை இழுத்து அயர்த்தியது.

பக்கத்துச் சந்திலிருந்து
ஓடிவந்த யூனிபார்ம் சிறுவனொருவன்
என் மூச்சிரைப்பைப்
பார்த்து குதித்து குதித்து
பரபரப்பாய் பம்ப் அடித்தான்.
முதல் பக்கெட் நிரம்பி வழிய
முத்தமிட்டேன்.

சமையல் பாதியில்
நிறுத்தின அவசரத்தில்
கரண்டியுடன் வந்த மாமி
பையனை ஸ்கூலுக்கு
நேரமாச்சு என
இழுத்துப் போனாள்.

பையனின் சந்தோஷத்தை
நினைவு பண்ணி மூச்சிரைப்பினூடே
எனது இன்னொரு
பக்கெட்டும் சந்தோஷமாய்
வழிந்தது.
●

எப்போதிருந்து எஸ். லச்சுமி
என் பாட்டி R. லச்சுமிக்கு அறிமுகமானாள்
எனக்குத் தெரியாது
என் நினைவில்
அவர்களிருவரும் சிநேகிதிகள்.
என் பாட்டி விதவை.
எஸ். பாட்டி விவாகரத்தானவள்.

"வா லச்சுமி" என்றால் "வர்றேன்
லச்சுமி"
என்பார்களிருவரும்.

கல்யாணங்களுக்கு சேர்ந்து போவார்.
கருமாதிகளென்றால் ஒப்பாரிப் பாட்டில்
வரிக்கு வரி மாற்றிப் பாடுவர்.

எஸ். பாட்டி பற்றி என் பாட்டி
என்னிடம் நிறைய கதைகள்
சொல்லியிருக்கிறாள்.

எஸ். பாட்டி என் பாட்டியைப் பற்றியும்
நிறைய கதைகள் சொல்வாள்.

இரவுகள் மெல்லிய காற்றுடன்

என் தூக்கத்தின் கனவுகளிடையில்
அவர்கள் பேசுவதில் நிறைய கதைகள்
இருக்கும்.
கோபமும்கூட.

என் கல்யாண காரியத்திற்காய் எஸ். பாட்டி
கடனாய் தான் கொடுத்த பணத்திற்கு
வட்டி கேட்டாள்.
ஐம்பது வருஷ சிநேகிதம் குறித்து
என் பாட்டிக்கு முகம் கறுத்தது.

கல்யாணத்திற்குப்பின் அந்தப் பாட்டியைப்
பார்ப்பது வெகுவாய்க் குறைந்து போனது

தொகுப்பு: சுப்ரபாரதிமணியன்

என் பாட்டியைக் கேட்கையில் தானும் பார்த்து
ரொம்ப நாளானது என்றாள்.
புரிந்தது எனக்கும்.

எனக்குள் ஏனோ வலி.

●

இங்கு சாத்யமாவது
உன் புன்னகை மட்டுமே.
எதற்கும், எப்போதும்
தயாராய் வைத்திரு,

உன் விளக்கங்கள்
இங்கு அனாவசியம்.

அழகுப் பொருளாய்
நீ நின்றுவிடு
இன்னும் சௌகரியம்.

உன் வார்த்தைகள்
மென்மையானவை.

ஆனால் எங்கள் காதுகள்
ஏற்கெனவே செவிடு
ஆகையால் பேசாதே.

ஆண்களிடமிருந்து ஆமாம்
போடக் கற்றுக்கொள் பெண்ணே.

"ஆமென் ஆண்களே"

●

சின்னப் பிஞ்சுக் கைகளால்
அழகாக எழுதிப் படிக்கும்
தன் மகனைப்
பார்த்துப் பார்த்துப் பூரித்துப்
போவாராம் என் தாத்தா.

படிப்பிற்கிடையில் வேர்க்காமலிருக்க
ஒரு மின்விசிறி
வாங்கி வந்தாராம்.

தான் சின்ன வயதில்
பள்ளிக்கூட ஞாயிறுகளில்
அனேகமாய் அப்பாவை
அந்த பேனின் ரிப்பேருடன்
பார்ப்பது வழக்கமானது.

ரோட்டு ஓர வீட்டுத்திண்ணையில்
சூரியன் திண்ணையின் ஓரம்
படுகிற நேரம் தவறாமல்
என் அப்பாவின் பேன் ரிப்பேருக்கானது.

பேனின் ஒவ்வொரு இறகும்
தண்ணீரில் மூழ்கி பின் சோப்பால் தேய்த்து
பின் கழுவி மறுபடியும் ஏதோ ஒருவகை
மாவால் தேய்த்துக் கழுவுவார்.

இதற்கென இரண்டு பக்கெட்டுகளிலும்
குறைய குறைய நிரப்புவதற்காய்
என் தங்கை இடுப்பில்
குடத்துடன்.

பக்கத்தில் அப்பாவுக்கென
வைத்த காப்பி ஆறிப்போவதை
அடிக்கடி ஞாபகப்படுத்துவோம்.

மெதுவாய்க் கழுவி
எடுத்தபின் இரண்டு துவைத்த துணிகள்
மற்றும் துடைக்கவென்று என் தம்பி.
துடைத்து மூலையில் வைக்கையில்
ஒவ்வொரு முறையும் அழகாய் இருக்கும்.

எப்போதாவது பெயிண்டால்
அழகும் பெறும்.

மெல்ல முடிந்ததும் ஒவ்வொன்றாய்
மாட்டியபின் புதுக்குழந்தையாய்.

இப்பொழுதெல்லாம் ஞாயிறுகளில்
வீட்டுத்திண்ணை ஓரம் வெறுமையாய்
இருப்பதை உணர்ந்து விரைகையில்...

●

வீட்டில்
மேஜைகளும், நாற்காலிகளும்,
பீரோக்களும் புத்தக அலமாரிகளும்
என்று நிற்கும் ஒரு காலத்திய மரங்கள்.

கிளைகளும், தளிர்களும், பசுமையும்,
வேர்த்துடிப்பும் மறந்து போய்
செய்தவனின் கைவண்ணத்தில்
கம்பீரமாய், மிருதுவாய்
பார்க்கும் திசைக்கொரு கோணம் காட்டி.

ரோடுகளில் பார்வை படும்
இடங்களில் கட்டிடங்கள்.

மரங்கள் அசைந்து
எனக்கனுப்பும் காற்று
இப்போதில்லை.
நவீன மின்விசிறிகள்
மட்டுமே ஆசுவாசப்படுத்தும்.

கோடையில் நிழலுக்காய்,
மரங்களைத் தேடிப்போவதற்கும்
வாகனம் ஏற வேண்டிய தூரங்கள்.

என்றாவது வாய்க்கிறபோதும்
சுற்றியுள்ள கூட்டத்தை
ஆச்சரியத்துடன் பார்த்தே
திரும்ப வேண்டியிருந்திருக்கிறது.

பஸ்ஸில் என்னோடு
வரும் மரங்கள் இப்போது
குறைந்து போய்விட்டன.

என் வீட்டு மரச்சாமான்கள்
என் ஒரு கை விரல் அளவு மட்டும்.
மரச்சாமான்கள் வாங்கப்போய்
பிளாஸ்டிக், தோல் சாமான்களுடனே
திரும்ப வேண்டியிருக்கிறது.

தொகுப்பு: சுப்ரபாரதிமணியன்

குழந்தைக்கென வாங்கும்
விளையாட்டுப் பொருட்கள்கூட
மரச்சாமான் அல்லாமல்.

எப்போதாவது வாங்கும்
மரச்சாமானிலும் அதனதன்
மரம் வெட்டப்பட்ட போது
அது உணர்ந்த
அதனின் பதற்றம் என்னுள்ளும்.

●

மெல்ல வந்து கொண்டு
இருந்தது வலி.

பக்கத்து தடுப்பின் வழியே
சின்ன முனகலும், அழுகையும்.

பிரசவ அறையை விட்டு
வெளியே மௌனமான நடுப்பகல்
அந்தப் பெண்ணுக்கு சிசேரியனாம்.

சிஸ்டர்கள் பேச்சு கேட்டதும்
மெல்ல விழித்து அனுதாபமாய்
'ஐயோ' என்றேன்.

அடுத்தது நீ என்றாள்,
நர்ஸ் ஒருத்தி.

என் வலியைச் சொல்லுகையில்
அனுதாபப்பட பக்கத்து
படுக்கைக்காரி இருப்பாளா?
மெல்லச் சரிந்தேன்,
பயத்துடன்.

●

எதிர், பக்க வீட்டு, மற்றும்
ரோட்டில் போகும் குழந்தைகள் முகங்களை
வயிற்றில் நிறைத்துக் கொண்டேன்,
முகம் தெரியாத என் சிருஷ்டியுடன்.

ராகங்களின் பெயர்கள், நட்சத்திர வம்சங்கள்,
மகா புருஷர்களின் நாமங்கள்.
எல்லாமும் திரும்பத் திரும்ப என் ஆண்/பெண்
குழந்தைக்குப் பெயர் வைக்க.
மனதில் உருப் போட்டுக் கொண்டேன்.

எந்த நிறத்தில் முதல் பிறந்த நாள் துணி;
சட்டையில் ஒரு ரோஜாவும்,
தலையில் ஒரு தொப்பியும்,
முகத்தில் நிரந்தர புன்னகையும்,
எல்லாமும் என் ஆண்/பெண் குழந்தைக்குப்
பெயர் வைக்க.

கடைசி இரண்டாம் மாதத்தில்
ஏழாம் முறையாய் இப்போது ஆஸ்பத்திரி
பயணம்.

என்னை அலங்காரப்படுத்திவிட்டுப்போன
பாட்டி காணோம்.
வந்த தங்கை, பணம் பற்றாக்குறை,
பாட்டி கடன் வாங்க எங்கோ போயிருக்கு
என்றாள்
என் கனவுகளைக் கலைத்தேன்,
பெயர்களை மறந்தேன்.

முகங்களைச் சிதைத்தேன்.
இன்னும் குரூரமாகி
என் மனசை சிதைப்பதற்குள்
பாட்டி வந்து கைப்பிடித்தாள்,
தோள் தட்டி முகம் பார்த்தாள்,
பாட்டியின் கைச் சுருக்கங்களும்,
கூன் முதுகும்,
இன்னொருமுறை என்னோடு நடக்க.
•

பக்கத்துப் படுக்கை,
பெண்மணி போனாள்,
யாரோ அழைப்பதாய்.

ஐந்தாவது படுக்கையிற்
தன் கணவனை எதிர்நோக்கும் பெண்.

நான்காவது படுக்கையில்
ஊருக்குக் குழந்தையுடன்
புறப்படும் பெண்.

மூன்றாவதில் பிரசவத்திற்கு
வந்தவள்.

இரண்டாவதில் சிசேரியன்
குழந்தையுடன் நான்கு நாளானவள்
கடைசியில் நான்.

படுக்கைகளின் நபர்கள் பெயர்கள்
மட்டும் மாறும்.

அவஸ்தைகள், சிரிப்புகள்,
சங்கடங்கள், சந்தோஷங்கள்,
குழப்பமாய் எப்போதைக்கும்.

எல்லோர்க்குமாய்
எல்லாம் புது வரவுகள் பார்த்து.
●

அழுது கொண்டிருந்தேன், வலியால்.
பிரசவ அறையில் வெவ்வேறு
தடுப்புகளில் நடமாடும் நர்ஸுகள்
கண்ணில் படும் வாஷ் பேஸின்
இடுக்கிகளையும், சிறுகத்திகளையும்,
ஊசிகளையும், ரத்தக் கறையுடன்
கழுவும் நர்ஸுகள்
பார்த்துப் பயந்து முகம்
வெளிறினேன்.

அருகில் வந்த நர்ஸ்
என் கண்களை மூடிவிட்டுப் போனாள்.
தேவனை நினைத்துக்கொள் என்றாள்.
கண்ணீர் வழிந்தது, வலியாலும் துக்கத்தாலும்.

இறந்து போன அப்பாவும்,
வளர்த்து மூப்பான பாட்டியும்,
மரத்தடியில் குழப்பத்துடன்
புதுச் செய்தி பார்த்து நிற்கும் கணவரும்,
இன்னும் சில முகம் தெரியாக் குழந்தைகளும்,
அந்த நிமிஷங்களில்,
என் மனசில்.

முக்கியும், முனகியும்,
மூச்சு விட்டு, மாற்றி, மாற்றி,
எதிர்ச் சுவற்றைப் பார்த்தும்,
துயரத்தை வெல்லுவது போல்,
கடைசியில்...
நீரும் ரத்தமுமாய் கூட ஒரு பிறப்பு.

லேசாய் காற்றுபோல் உணர்ந்தேன்
பெண்ணென்று கிசுகிசுத்தாள் நர்ஸ்.

தலையணைக்குள் ஏனோ முகம்
புதைத்தேன், கசிந்த கண்ணீருடன்.
●

வந்த உறவினர்களுக்கு
காபிக்காய் பிளாஸ்க் சகிதம்
அலையும் அவர்.

பெண்தான் சேர்த்துவை
இப்போதிருந்து என்று
எப்போதும் உபதேசிக்கக் கூட்டம்.

எடை குறைந்த என் நோஞ்சான்
குழந்தையைப் பார்த்துச் சிரிக்கும்
பலமான பாக்யவான் உறவுகள்.

நெற்றி மீது பணம் வைத்து
அதுக்கும் இதுக்கும்
செரியாப் போச்சு என்று
"மொய்" கணக்கிட்டு அலையும் கூட்டம்.

உறவினர் கொடுத்ததால்
குவிந்து கிடக்கும்
ரொட்டி, பழங்களின் குவியல் பார்த்து,
ஜன்னலில் ஏங்கி நிற்கும் மூன்றாம் தர ஊழியப் பெண்கள்.

வெயிலுக்குப் பயந்து
கண் திறக்க முயன்று முயன்று
கண்களைச் சுருக்கி இவையெல்லாம்
பார்க்காமல் தூங்கும் என் குழந்தை,
அதனுலகில் அது இருந்து கொண்டு.

மெல்லச் சிரித்தது, கண்களை
மூடிக்கொண்டே.
"பிள்ளையார் சிரிப்பு மூட்டுகிறார்" என்று
சொல்லி
பொக்கைவாய் தெரிய சிரிக்கும் என் பெரிய
பாட்டி.

"பாட்டி உனக்கும் பிள்ளையார்
ஜோக்ஸ் சொல்லியிருப்பாரே, கதைகூட
அதையெல்லாம் எனக்கும்
கொஞ்சம் சொல்லேன்"
என் கேள்வி மீறி
குழந்தையுடன் சிரிக்கும் பாட்டி.

●

பிறந்து மூன்று நாட்களான
என் குழந்தை மேல்
அந்த நர்ஸுக்கும்
இந்த வேலைக்காரிக்கும்
ரொம்பவும் பிரியம்.

"ஏய் டால்"
என்பாள் ஒருத்தி
"என்ட செவத்த குட்டி"
என்பாள் இன்னொருத்தி.
எனக்கு சந்தோஷம்

ஒரு வாரமானபின்
அங்கிருந்து வீட்டிற்கு
குழந்தையுடன் புறப்படுகையில்
நர்ஸுகள் ஒவ்வொருவருக்கும் இருபதும்,
வேலைக்காரிக்கு பத்தும் கொடுத்தோம்.

போதாது என்று பேரம் பேசி
இரண்டு மடங்காய்
வாங்கிக் கொண்டனர்
இருந்த இருநூறும்
செலவானது.

குழந்தை மீது கொஞ்சலும்
பரிவும் சந்தோஷ சிரிப்பும்
இதன் பொருட்டா என்ற
சந்தேகம்.
இல்லை எல்லோரையும்
கைநீட்ட வைக்கும்
எதன் பொருட்டு
இவை என்று கோபம்.
●

அவர் கொண்டு வந்து
கொடுத்துப் போன
சாப்பாட்டுக் கூடையில்
கொஞ்சம் ரசம் சாதம்
பக்கத்துப் பெண்ணுக்கு
கொடுத்தேன். அவள்
அதை மறுத்துவிட்டு
தன் கணவனை
எதிர்பார்த்தபடி எனக்கு
முதுகு காட்டி அமர்ந்தாள்.

பொக்கை வாய்ப் பாட்டி ஒருத்தி
"இந்தக் கைதானே
எனக்குச் சோறு போடும்
எனக்குக்
கொள்ளி வைக்கும்"
என்று கொஞ்சினாள்,
அவளின் கொள்ளுப் பேரனை.

புதிதாய்ப் பிறந்த
சரியாய் கண் திறக்காத
குழந்தைத் தம்பியுடன்
விளையாடும் மூன்று வயது
மகனைப் பார்த்து
சிரித்திருந்தாள்
இன்னொருத்தி.

மெல்ல பிசைந்து
சிறு உருண்டை
வாயில் வைத்தபோது
வெள்ளைத் திரையை
நகர்த்தி வந்தனர் நர்ஸுகள்.

சிசேரியன் செய்த
பெண்ணுக்கு ஆறுதல்
சொல்லியபடி உடைமாற்றும் நர்ஸுகள்

இடையிடையே அவளின் சின்ன
அழுகை:

இந்த அழுகையை
தினமும் கேட்கிறேன்.

நர்ஸுகளின் ஆறுதலை
தினமும் கேட்கிறேன்
வெள்ளைத் திரை
தினமும் நகர்ந்து
படுக்கைகள் மாறுவதைப்
பார்க்கிறேன்.

என் தொண்டையில்
அடுத்த உருண்டை சாதம்
ஏனோ இறங்க மறுத்தது.
●

ஊருக்குப் போகிற வாக்கில்
விட்டுப் போனேன்,
எனது தற்போதைய கஷ்டங்களை.
மேற்படி சுமக்க தெம்பில்லை
எனக்கு.

என் வருகைக் குறித்து அங்கு
புதிதாய் செய்திகள் இருக்கும் என்று.

போனபோது தெரிந்தது
அங்கு எனக்காய்
காத்திருக்கும் கஷ்டங்கள் பற்றி,
அங்கும் கஷ்டம் மீறி
விளையாட என் குழந்தை
இருந்தது ஆறுதல் பொருட்டு
●

தொகுப்பு: சுப்ரபாரதிமணியன்

இலக்கியத்தில் நான் கரைந்து
இல்லை இல்லை
அது என்னில் கரைந்து
ஆழமாய் இன்பமாய்
உணர்கிறேன் என்றார்கள்,
பல புத்தகங்களின்
பக்கங்களை நான்
புரட்டிப் பார்க்காததில்
புரியவில்லை இது எனக்கு.

கரைந்தாலும் மூழ்கினாலும்
தன்னைத் தனியாக
உணர்ந்தவர் உண்டு.
தன்னை அதில் கலந்தவர் உண்டு.

தன்னையும் புரியாமல்
கரையாமலும் இருப்பது
யார் மட்டும்?

வாழ்க்கையின் கீறலுக்கும்
காயத்துக்கும் அகப்படாதவர்
யார் மட்டும்?
●

சின்னஞ்சிறு கால்கள் நீட்டி
பசுமைப் புற்களின் நடுவே
நான் அமர்ந்திருந்த போதெல்லாம்
ஒவ்வொரு செடியின் அழகையும்
ரசிக்க விரும்பினேன்.

கூடவே சின்ன கலகலப்பையும்
அதுவரை இருந்த பேரமைதியை
அழித்துப் போகும்.

நேற்று இரவு
நிலா வெளிச்சத்தில்
தாத்தா சொன்ன யானைக்கதை
நினைவு வர
என் சின்னஞ்சிறு கவுன்
நனைந்து போகும்.

குளிருக்கு இருட்டாயும்
வெயிலுக்கு அற்புதமாயும்
தடவிக் கொடுக்கும்,
காட்டினூடே புல்வெளியும்
பக்கத்தில் பிடுங்கித்தின்ன
கரும்பும், மக்காச் சோளமும்.

கரும்பும் ருசித்து சாறு இழுத்து
விளங்குகையில் ஏதோ சப்தம்
அமிழ்ந்து போகும்,
விழுங்கும் மிடறு நிறுத்தி
உன்னிப்பாய்க் கவனிக்கையில்
தூரத்துக் கிராமத்துத்
தியேட்டரின் மருதமலை மாமணியே
முருகையா கேட்டது.

இன்றும் நான் ஊர் போகையில்
கரும்புக்காடு தென்பட்டு
சின்னக் காற்று ஓடிவந்து
தலையசைத்து விடைபெற்றுச்
செல்லும் விரைவு வண்டியில்,

தொகுப்பு: சுப்ரபாரதிமணியன்

என் மனசு மீண்டும்
கரும்புக் காட்டுடன் பேசித் தீர்த்து
காற்றுடன் சண்டை போட்டு
மேகம் நகரப் பார்த்து
பின் மெல்ல வீடு வரும்.

•

அவள் கோலமிட்டு முடிவதற்காய்
காத்திருந்தேன், காத்திருந்தேன்.
மெல்ல விரியும் இனிய பொழுதிற்காய்.
மெல்ல நடந்து வந்த பிள்ளையொன்று
வைத்துப் போனது பால்கவர் ஒன்றை
இன்னமும் நிற்கையில்
கால் விரலுக் கிடையில்
ஓடிய நீரை
குனிந்து பார்க்கையில்
நெளிந்த பாம்பின் தலை அழித்துப்போனது.

கோபமாய்த் திட்ட நினைக்கையில்
எதிர் வீட்டு அம்மா
நிமிர்ந்து சிரிப்பதற்காய்
காத்திருந்தது உணர்ந்து
பார்க்கையில்
கோலம் பாதியில் இருக்க
சென்றுவிட்டாள் உள்ளே,
பார்த்தேன் திரும்பி,
என்னுடன் கோலமிட்ட
எந்த முகமும்
நான் சிரிப்பதற்காய்
நின்றதை உணரவில்லை.

•

மரத்தினடியில் நீ
பேச்சற்று இருக்கையில்
உன்னுடன் பேச வந்த
காக்கை கோணலாய்
பார்த்துப் பின் பறந்து போகும்,
தன் முடிவை மாற்றி.

பேச வார்த்தையற்று நீ
தேடுகிறாய் உன் முடிவை.

அது நழுவிப் போகும்
உன்னிடத்தில் சோகம் வைத்து.

நீ மறந்து போன உன்
சோகங்களை மெல்லத்
தூக்கிச் செல்லும் இந்தக் காற்று
உன்னிடத்தில் தற்காலிக
மகிழ்ச்சி தந்து.

பேச்சற்று மௌனமாய்
இருக்கையில்
எங்களை மறந்து விடுகிறாய்
அமைதியான மரமாகி விடுகிறாய்.
உன்னிடத்தில் மயான அமைதியினிடையே
ஓங்கார சப்தமாய் தோல்விகள் எழுவதை
உணருமா என்றாவது
இந்தக் காற்று.

பேசுகின்ற வார்த்தைக்கு
ஆமாம் போட
காற்றில்லையே என
கவலைப்பட்டாள் என்னிடம்.

வானமும், கரும் மேகங்களையும்
ரசித்த நான் அவளிடம் சொன்னேன்,
வானத்தைப் பார்த்துவிட்டுச் சொல்.
உனக்கு என்ன தோன்றுகிறது என்று?
அவள் சொன்னாள்.

இன்னும் கொஞ்ச நேரத்தில்
மழை வரலாம் என்று.
•

அவசரத் தேவைகளை
கவிதையாய் மாற்றியபடி நான்.

புத்தகங்களில் தன்னை
மறந்து அவர்.

பசியென்றும் அறியாமல்
தூக்கம் வருவது தெரியாமல்
துணியை மெல்லும் குழந்தை.

திறந்த கதவின் வழியே
எங்கள் மூவரையும்
ஒரு கணம் பார்த்துவிட்டு
செல்லும் அந்த மனிதர்கள்
அவரவரவர் உலகங்களில்
•

ரோஜாக்களைப் பற்றி
பேசியும் புகழ்ந்தும்
அலுத்து விட்டது.

தினப்படி வாழ்க்கையில்
முட்களுடனே பரிச்சயம்
அதிகம் என்பதால்.

●

அர்த்தமற்ற வேதனைகள்
கானல் நீராய்.

புதிய நான்கு சுவர்களின்
முகங்கள் தவிர.

சூரியனின் ஒளியுடனே
டி.வி. போஸாய்
துணி காயப் போடும்,
என் சிநேகிதியே!

உன் நேரங்களை
வீணடிக்க
விரும்பவில்லை நான்
பக்கத்து வீட்டில்
இருந்தும் உன்
பாஷை புரியாத நான்.

இருந்தாலும் புன்சிரிப்பும்,
கைகாட்டலும் கூட
பாஷைக்கு அப்பாற்பட்டதில்லையா.

இது புரியாமல் இன்றும்
நாமிருவரும்
புரியாத நிறைய
விஷயங்கள் போல்.

●

எழுத்து
ஆயுதம் தாங்கிய வீரன்
தன் படையுடன் செல்கையில்
கவனம் பிசகாது
அடியெடுத்து வைக்கிறான்.
அவன் பாதங்கள்
எலும்பெண்ணிச் செல்கின்றன
கடவுள்களின் நாமங்களினூடாக.

●

செத்துப் பிழைக்கும் மீனின் துடிப்பில்
ருசியை நினைத்து ஏங்கும் மனசு.
வெயிலில் காயும் புடவைத் தலைப்பில்
மனசின் ஈரம் வடியத் தொடங்கும்.
எண்ணப்படாமல்
பணக்கற்றைபோல் மூலையில் பதுங்கும்.
வெள்ளைக் குதிரையின் வேகம்
மனசிடம் தோற்றுப் போகும்.
என்ன சொல்லித் தேற்றுவது
காலொடிந்த வாழ்க்கையை?

●

எனது உலகம் 1

உன்னால் எதுவும் செய்ய முடியாது.
கேலியாய்ச் சிரித்தான்.
உண்மைதான். உண்மையில்லை.
இந்த உலகம் குறித்து
என் நம்பிக்கைகள் இன்னும் சிதைந்தபடி
ஆனாலும் நான் நம்பிக்கையுடன்.
இந்திய ஜோக் என்றான் ஒருவன்.
விரலை என் முன் நீட்டி
கண்களை உருட்டியபடி அவன்.
இருந்தாலென்ன?
நான் இன்னமும்
எனதுலகத்தை தொலைக்கவில்லை.
முரண்பாடுகளே வாழ்க்கை என்றானபின்
எதுதான் சரி?
எதுதான் தவறு?
●

எனது உலகம் 2

யாரைப் பற்றியும் பேச எனக்கு உரிமையில்லை.
ஆனால் என்னைக் குறித்துப் பேச எல்லோருக்கும்
உரிமையிருப்பதாக அவன் சொன்னான்.
யார்? எப்போது? ஏன்?
நிர்ணயித்தார்கள் என்றேன்
அது உனக்கு அநாவசியம் என்றான்.
எனக்கு மிகவும் அவசியமானதாக
என் உலகை உணர்ந்தேன்.
இவர்களின் செயல்கள் எனக்கு எரிச்சலூட்ட,
கேள்விகளற்று உறைந்துபோனேன்.
●

தொகுப்பு: சுப்ரபாரதிமணியன்

எனது தோழிகள்

அவ்வப்போது சண்டையிட்டாலும்
நாங்கள் நல்ல தோழிகளாகவே இருந்தோம்.
அஸ்மாவும், லூஸியாவும், வரலட்சுமியும், ஷோபாவும்.
அவர்களைப் பற்றி நான் பேசும்போது
என்னைப் பற்றி அவர்களும்
பேசுவார்களென நினைத்தேன்.
பெரியவர்களின் மதச் சண்டைகள்
எங்களுக்கு அநாவசியமாய் தெரிந்தது
பெரும்பாலும் எங்கள் சமையல் அவர்களுக்கும்
அவர்களது எங்களுக்கும் பிடித்திருந்தது.
நகரத்தில் கலவரம் நேரும்போதெல்லாம்
நாங்கள் கவலைப்பட்டோம்.
அதைத் தவிர வேறு என்ன செய்யமுடியும்?
எங்களுக்கான நேரம் மிகக் குறைவாக இருந்தது.
தவிரவும்,
எங்களை எதுவும் செய்துவிடாதபடி
எல்லோரும் பாதுகாத்தனர்.
நாங்கள் நல்ல தோழிகளாக இருந்தோம்.
தோழிகளாக இருப்பதையே விரும்பினோம்,
ஒருவரின் கருத்து மற்றவருக்குப் பிடிக்காவிட்டாலும்.
●

வாழ்க்கை

வாழ்க்கை பூராவும் தியாகம் செய்வதா?
நான் கேட்டேன் அந்தப் பெண்களை.
இதுதான் வாழ்க்கை என்றாள் ஒருத்தி.
எனக்குப் பிடிக்கவில்லையென்றாலும்
வாழ்கிறேன் என்றாள் மற்றவள்.
ஜடமாய் உணர்கிறேன் என்றாள் இன்னொருத்தி.
வெள்ளிக்கிழமையும், வியாழனும்
விரதமிருக்கிறேன் அம்மனுக்கு;
தீரும் என் கவலைகள் என்றாள்
மற்றுமொருத்தி.
இவர்களின் அனுபவங்கள் என்னுள் அடங்க மறுத்து அதிர
மௌனமானேன்.
வாழ்வின் தாக்குதல்கள் புரியாமலும்
வலுவுடன் எதிர்க்க முடியாமலும் ஓய்ந்துபோன
கால்கள் நடக்கின்றன மெதுவாய்
தலைகள் நிலத்தைப் பார்த்தபடி
நிமிர முடியாமல்.

●

தொகுப்பு: சுப்ரபாரதிமணியன்

மௌனம்

எனது மௌனம் சகலருக்கும் நிம்மதி.
எதுவெனப் புரியாமல் எதையோ தேடியபடி மனம்.
கண்ணுக்குப் புலனாகும் எதுவும்
திருப்தியற்றுக் கலையும்
மரங்களடர்ந்த பாதையில் நான் செல்லுகையில்
என்னிடம் சொல்ல
தினம் தினம் செய்திகளிருக்கும் அவற்றிடம்.
அம்மரங்களிடமிருந்து அமைதியை
உள்வாங்கும் முயற்சியில்
தோற்றுப் போனேன்.
தோல்விகள் தொடர்கையில்
என்னுடனே நான் நட்புக்கொண்டேன்.
மௌனம் கவிகிறது.
●

விழிப்பு

இவளின் விழிப்பு
அவர்களுக்குத் தொந்திரவாகியது
தூங்கிவிட்டாள்;
இவள் கல்வி
அவர்களுக்கு அநாவசியமானது
நிறுத்திவிட்டாள்;
இவளது செலவுகள்
அவர்களுக்கு எரிச்சலூட்டியது
சிக்கனமாயிருந்தாள்;
இவளின் பேச்சு,
அவர்களுக்கு தொல்லையாகப்பட்டது
மௌனமாகிவிட்டாள்;
இவள் கற்பனைகள்
அவர்களுக்கு அசிங்கமாகத் தோன்றின;
கனவு காண்பதை நிறுத்தி விட்டாள்.
இவளது பணிவு
அவர்களுக்கு திருப்தி தந்தது
அவள் உடைந்து போனாள்;
இவளது சோகம்
அவர்களுக்கு வேடிக்கையாக தோன்றியது
உணர்வுகளை புதைத்துக்கொண்டாள்.

இவளின் படுக்கையில்
ஈ மொய்க்கையில்
இவள் உயிருடன் பிணமாகியிருந்தாள்.
●

பார்வையும் நானும் சமூகமும் 1

எனது பார்வை ஒன்றும் அவ்வளவு மோசமில்லை.
என்றாலும்
மிக முக்கியமாய் நகரில் நடப்பவை எல்லாம்
விடுபட்டுத்தான் போகின்றன.
காலங்கடந்து தெரிந்தாலும் ஏனோ
எதுவுமே பாதிப்பதில்லை.
இதுதான் சரியென எல்லோரும் சொன்னாலும்
எனக்குள் எப்போதும் வருத்தமாய் இருந்தாலும்
நானும் மிக ஆக்ரோஷமாய் தடிகளைச் சுழற்றியபடி
வேகமாய் ஒவ்வொருவரையும் தாக்குவதாய் நினைக்கிறேன்.
எதிரே வரும் தபால்காரரிடம் புன்னகையோடு பெறும்
கடிதங்களில் எந்த விசேஷமுமிருக்காது என்றாலும்
பெயர்ப் பட்டியலாய் நீளும் அவற்றை
எப்போதும் விரும்புவேன்
வளையல்கள் ஒலிக்க தோழிகள் வருவர்.
அவர்கள் முகம் பார்த்து மகிழ்வேன்.
எல்லாம் சில கணங்கள்வரைதான்.
மீண்டும்
என் உலகில் நான் நுழையவேண்டியிருக்கிறது,
நான் விரும்பாவிட்டாலும்
காற்று என்னை வருடிச் செல்வதுபோல.
அவளைக் குறித்தும் எந்த வருத்தமில்லை என்றாலும்
அவளுக்காய் இரக்கப்படுகிறேன்.
அவள் முகம் பார்க்கும்போதெல்லாம்
சுடுசொற்கள் வந்துவிடுகின்றன.
மிகவும் வேதனைதான்; என்ன செய்வது?
நான் ஏன் இப்படியாகிப் போனேன்?
எனக்கு ஒன்றும் புரியவில்லை.
ஒன்று மட்டும் நிச்சயம்.
அது;
நானாக இருக்க முடியாதுபோன வருத்தம்தான்.
புதிய திரைப்படங்களின் பாடல்களை
மிகச் சத்தமாய் அவர்கள் ஒளிபரப்புகையில்
நானும் எனது தோழிகளும்
மௌனமாய் சங்கடத்துடன்
சேலையை சரிசெய்து கொள்ளநேர்கிறது.

●

மௌனம் 2

மௌனம் சுமந்த உடல்களின் பயணத்தில்
வெளிச்சம் தேடித் தவிக்கும் உயிர்கள்.
மூச்சுக் குழல்கள் புகைபோக்கிகளாயின.
இன்று
என்னை வாட்டிவதைக்கும்
இந்த உடல்
அவ்வளவு முக்கியமில்லைதான்.
என்றாலும்
ரத்தம் சுண்டிப் பிழிய வைக்கிறது.
மலர்களின் நடுவே முட்களாய் நீளும்
வாழ்க்கையில் சில உணர்வுகள்.
எஞ்சிப்போனவற்றை
என்ன செய்வதெனத் தெரியாமல்
குப்பைத் தொட்டியில் போட்டு
நகரும் வாழ்க்கை.
இது எதுவும் உணராதபடிக்கு
அழும் குழந்தையாய் உள்ளம்
இருந்தாலும்
முகமற்றுப் போன சடலங்களின் வழியே
பிரயாணம்
ஏனோ முடிவற்றுப்போனது.
●

தொகுப்பு: சுப்ரபாரதிமணியன்

அமைதி

யுத்தக்களத்தில் இறந்த வீரனின்
ஞாபகார்த்தமாய்
சின்னதொரு புகைப்படம்
நினைவுப் பதியன்களைச் சுமந்தபடி
வீட்டறையில் வீற்றிருக்கும்.
காரணங்களைச் சொன்னபடி
தப்பியோடும் காலம் குறித்துக்
கவலை கொள்ளும் மனிதர்கள்.
எதற்காகவேணும்
மிச்சம் வைக்கத்தான் வேண்டும்
இந்த வாழ்க்கையை
என்றாலும்
ஏதுமற்றபடியால்
வெற்றுடல்களின் பயணங்களில்
மூச்சுத் திணற சிக்கித் தவிக்கிறது
வழக்கொழிந்து போன ஆசைகள்.
என்னைக் கொன்று இந்த மண்ணில்
புதைத்தாயிற்று ஏற்கனவே
என்றாலும் நான் சுவாசித்திருக்கிறேன்
இலைகளின் சலசலப்பினூடே.
வழியும் நிலவின் ஒளிவெள்ளத்தில்
தேங்கிக் கிடக்கும் குளம்
கேட்பாரற்ற அமைதியில்.

●

உணவு உடை இருப்பிடம்
என அடிப்படை காரியங்களுக்கு
அலை பாயும் நாட்களுக்கு
என்ன சொல்ல...
மீதி அவஸ்தைகளோடு மோதி
எல்லாம் சரியென
இருப்பின் அர்த்தம் உணர்ந்தபின்
கடைசியில் கிடைக்கிறது நிம்மதி.
வாழ்க்கையைவிட முக்கியமானது
வேறு ஒன்றும் இல்லை.

●

உன்னைத் திட்டுகிற என் நாக்கைக்
கடித்தபடி நான்
இன்று
பற்றியெரியும் குடிசைகள் மத்தியில்
நிம்மதியாய் உறங்குகிறேன்.
கேள்விகளற்றுப் போனபோது
என்னவானேன் எனத் தெரியாது.
இந்த நாக்கு
செத்து மடிந்திருக்கும்
அல்லது
துண்டித்திருப்பேன்
ஏனோ இன்று
நான் அழுகிறேன்
வார்த்தைகளின் கனம் தாங்காமல்.
எலலாம் அதனதன் இடத்தில்.
பின் எதில்தான் சிக்கல்?
ஓய்ந்துபோன மனசுக்கு
என்ன சொல்லிப் புரியும்?
ஆனாலும் நான் இனிமேல்
உன்னை திட்டப் போவதில்லை
என்னை நான் உறுத்தாதவரை.

●

தொகுப்பு: சுப்ரபாரதிமணியன்

செல்லரித்துக் கிடக்கும் நீ
ஏனிப்படி தூசியாகிப்போனாய்
உன் விழிகள் காட்சிகளற்றுப் போனதாலா?
காற்று நிரம்பிய மாலைப்பொழுது மிக மௌனமாய்
என்ன சொல்லிச் சென்றது?
தாழற்றுத் திண்டாடுகிறது மனக்கதவு.

●

எனது நான்...
விழித்தபடி என்னை வதைக்கிறது.
உணர்வுகளின் பிரக்ஞையில்
என்னை நான் தட்டியெழுப்புகிறேன்.
பசித்த உடலாய் வெறுமனே
நான்.
சங்கீதம் காதில் நுழைகிறது
என்னை மீறி என்றாலும்
நான் விழித்தபடியேதான்.
இன்னும் எதற்காய் இந்த தவம்?
அவமானங்களின் உச்சகட்டமாய்
குரலெடுத்துச் சிரிக்கிறேன் ஓயாது.
மெல்ல விரியும் இதழ்களில்
கொஞ்சம் கொஞ்சமாய் விஷம் பரவும்.
இரவைச் சபித்தபடி நான்.
எனக்கே பிடிக்கவில்லை
எனது நான்...

●

எண்ணங்கள்

எண்ணங்கள் செயலற்றுப் போகின்றன
என்னைத் தாண்டியபடி
மிகவும் கேவலமாய்.
மனசு என்ற சொல்லுக்கு எதில் தாழ்ப்பாள்?
விட்டுவிட்டு வர உத்தேசமில்லை.
கைகுலுக்க சந்தர்ப்பமுமில்லை.
மனசின் பாரத்தை
மரத்தடி நிழலில்
ஒரு காக்கையிடம் இறக்கியாயிற்று.
ஒரு கோடி எண்ணங்களில்
மிதந்தபடி நான்
இந்த மானுடம் தரித்திருக்கிறேன்.
எதற்கான சொல்
என்று எத்தனை முறை கேட்பது?
கேட்பது தவறென்கிறாய்?
மிகச் சரிதான்.
ஆனால் என் கேள்விகள்
போக்கிடமற்று தேங்கிக்கிடக்கின்றன
குளத்து மீனைப்போல.

●

தொகுப்பு: சுப்ரபாரதிமணியன்

எனது டைரி

என் டைரி எனக்கானதாய் இல்லை.
என் டைரி முகவரிகளை விழுங்கியபடி நெளிகிறது.
என் டைரிக்குள் உபதேசங்கள் அநேகம்.
யாருக்கும் தொந்திரவற்றதாய் ஒரு சிறு புலம்பல்.
மனிதத் துக்கங்களின் தடாகத்திற்குள்
எனது துயரம் வந்துவிழ
என்ன நான் செய்வது?
என் டைரியின் பக்கங்கள்
சுயநலமற்றவை.
எனக்கு இடம் அளிக்க மறுக்கும்.
பிறரின் எண்ணங்களைத் தாங்கி நிற்கும்.
எண்களை விழுங்கி
வரவு செலவு கணக்கைத் தாங்கியபடி
இன்னும் மிச்சசொச்ச பக்கங்கள்
தோழிகளின் கையெழுத்தில்
நிறைந்திருக்கும்.
என் டைரியில்
எனது முகவரியை இப்போது
நான் தேடியபடி
●

ஏகப்பட்ட பட்டங்களை
பெற்றுக் கொண்ட பின்னும்
படிப்பதில் ஆசை குறையவில்லை.
பட்டங்களைத் தந்தவர்கள்
மௌனமாகிப் போனார்கள்
இனியெப்படி அழைப்பதென.
இன்னும் மீதமிருக்கிறேன்
என் அறைக்குள்
எனக்காக நான்
இருத்தலின் விதிபற்றி.
இருப்பது அவரவர் இஷ்டம்.
●

எனது உயிர்
எண்ணப்படுகின்ற நிமிடங்களிலும்
என்னை மறுத்தபடி
என்னில் என்னைப் புதைத்தபடி
தினமும்...
வேகமான மூச்சுகளிடையே
வெந்து தவிக்கும் எண்ணங்கள்
என் செயலை முடமாக்கும்.
நானோ
செய்வதறியாமல் திகைத்தபடி.
நானும் இந்த சமூகமும்
எனக்கென என்ன வைத்திருக்கிறோம்?
எப்போதாவது விரியும் இதழில்
புன்னகைத் தோன்றி மறையுமுன்னே
சலனங்கள் என்னைப் பாதிக்கும்.
எல்லாவற்றையும் மீறியபடி
எனக்குள் நான்
அசைவற்றுப் பார்த்திருக்கிறேன்.
விட்டு விடுதலையாக
எனக்கமையாது போனது
என் வெளி.
●

எதிர்பாராமல் மனமுடைந்து போனேன்
என் வெளியில்.
எனக்கென நான் வைத்திருந்த
என் உலகம் தூளானது
என்னை என்னில் நிரப்பியபடி.
பசுமாட்டின் சோகம் கண்ணில் தெரிய
நாயுடன் பேசினேன்.
எதுவும் புரியவில்லை என
வாலாட்டியது.
எனக்கும்தான் என்றேன்
நான்.

●

வேணுமென்று கேட்டால்
உதைத்துச் சிரிக்கிறாய்.
வேண்டாமென்றாலும் உதைக்கிறாய்.
சிரித்திரு என்கிறாய்.
சரிதான்.
என்னால் முடியவில்லை.
எல்லோரும் அப்படித்தான் என்கிறாய்.
என்றாலும் முடியாதென்கிறேன்.
சும்மாகிட என்கிறாய்
மாட்டேன் என்றேன்.
செத்துப்போ என்கிறாய்
என்னை உன் காலால் எட்டித் தள்ளியபடி.
எனக்கென நான் வாழ்க்கையை
மிச்சம் வைத்திருக்கிறேன்
வாழமுடியாமல்.

●

விரல்கள்

விரல் வழியே நழுவிப் போயின எனது ஆசைகள்.
விழுங்கித் தவிக்கும் பாம்பென மனசு.
எதுவுமற்று இடுப்பை வளைக்கும் எண்ணம்
ஏங்கிப்போய் சாக்கடையில் விழும்.
எல்லாம் சரியென
சும்மா இருந்தது பார்வை.
எதற்கும் இருக்கட்டும் என
சொல்லி வைத்தது தற்கொலைக்கு.
என்றாலும் முடியாது போயிற்று.
உயிரைத் தின்று நீண்டுவாழ
ஏகப்பட்ட உபதேசங்களை
பரணில் அடுக்கியானது.
இறக்கிவைத்த சுமைகளோடு
என்னையும் சேர்த்து
கட்டிப்போட்டாயிற்று.
எல்லாமுனக்குத்தான்-சொல்லிச் சிரித்தான்
விஷப் பற்கள் தெரிய.
அதுவும் சரிதானென
ஏகமனதாய் ஒத்துக்கொண்டபின்
என் கால்களை நானே வெட்டினேன்.
சிறகுகள் இழந்த பறவையாய்
வானத்தில் மிதக்கிறது உயிர்.
●

மரணத்தின் சந்தோஷம்

மரணத்தின் வாயிலில் நீ
உயிர்ப்பை அறிந்தபின்
ஏதுமற்ற நிலையில்
எப்போதுமிருக்க முடிவதில்லைதான்.
என்றாலும்
சில நிமிடங்கள்
இயல்பாய் மலரும் பூப்போலிருக்கும்.
எதற்கு இந்த வீண்வேலை என
கொண்டாட மறுக்கும் மனம்
நகர்ந்து செல்லும்
தன் வேலைக்காய்.
எப்போதாவது தோன்றும்
கவிதைபோல்
அழகைச் சொல்லி
மௌனிக்கும் இயற்கைபோல்
பேச்சற்று இருப்பாய் நீ.
எல்லாம் வாரிக்கொள்ளும்
சிறு குழந்தையின் பொம்மைகள்போல்
வார்த்தைகளைக் கொட்டுகின்றாய்.
உன் எதிரில் எதுவுமற்று
நிகழ்காலம் நிகழ்ந்தபடியே.
•

உயிர்ப்பு

ஒவ்வொரு கணமும்
அழுதுகொண்டிருந்தேன்.
ஜன்னல்களும் கதவுகளும் மூடிக்கிடந்தன.
அறைகள் இருட்டியிருந்தன.
எல்லாம் மௌனமாய்.
கதவு மெல்ல அழைத்தது;
அழாதே சாப்பிடு என்றது.
எழுந்து போய்
திறந்தேன்.
பேரிரைச்சலுடன் நகரத்தை
அதிகாலை தந்தது.
புன்னகையுடன் தரையிறங்கினேன்.
என்னைக் கழுவு என்றது வாசல்.
கோலம் போடு என்றழைத்தது மண்.
தண்ணீர்விடு என்றழைத்தன செடிகள்.

இந்த நகர மனிதர்களின் மனசுகள்
மிகவும் குறுகலாகிப் போயின.
இவர்களின் அறைகளும் அப்படியே.
வெளிச்சத் தேவை இல்லாமலே
இங்கு பகல் முடிந்து விடுகிறது.
இந்த நகரத்தில் மனிதர்களின் மொழியைக்
கேட்க முடிவதில்லை.
இவர்கள் துக்கத்தால்
பேசுவதை மறந்துவிட்டார்கள்.
இந்த நகரத்தில் தண்ணீரும், மின்சாரமும்
நிறைய புழக்கத்தில்.
ஆனாலும் நகரத்தில் எங்கும்
இருட்டும், குப்பை கூளங்களும்
இந்நகர மக்கள் காந்தியின்
குரங்கு பொம்மைகளை விரும்புகின்றனர்
குறைந்த பட்சம் வாழ்வதற்கு.
●

என் முகம்
காலாவதியான பாட்டிக்கு நான்
எனக்காக ஏங்கும் உங்களனைவருக்கும்.
சேதிகளை அவ்வப்போது உடனிருக்கும்
ஏதாவது சொல்ல நினைக்கும்போது
எதிரே சிரிப்பவர்கள்.
●

ஐயோ...
என்னை எலும்புக்கூடாக்கி கூடத்தில்
தொங்கவிட்டுவிட்டார்கள்.
பரவாயில்லை
காட்சிப் பொருளாவது
எனக்கும் உபயோகமானது.

●

நல்லது
பேசிக்கொண்டிரு
ஜாக்கிரதை
சப்தம் வெளிவராதிருக்கட்டும்
கவலைப்படு.
ஆனால்
கதவைத் திறக்காதே.
நிறையப் படி
யாரையும்
பாராட்டாதே.
இன்னும் என்ன...
எதுவும் இல்லை.
கொஞ்சம் பொறு.
எதற்கும் வைத்திரு
பாதுகாப்பாய்
உனது வாழ்க்கையை.
எல்லாம் சரி எனப்
புத்தகங்களும்
தவறு என எதார்த்தமும்
ஒவ்வொன்றாய் சுட்டும்.
இரண்டுமற்று
எனது வெளியில்
நான்.

●

தொகுப்பு: சுப்ரபாரதிமணியன்

எத்தனை நாள் தப்பிப்பாய்?
கேட்டபடி சென்றாய்.
உண்மைதான்.
எதிலிருந்தும் தப்பிக்க முடியாது
எதையாவது பற்றிக்கொண்டே
இருக்க வைக்கிறது வாழ்க்கை.
சில நாள் உறவினர்கள்
பல நாள் புத்தகங்கள்.
எதுவுமற்று என்னை
மீட்டெடுக்க வழியில்லை.
அதெப்படி சாத்தியம்?
தெருக்கூட்டும் பெண்முதல்
என் குழந்தை வரை
கேட்கின்றனர்.
எனக்கும் எதனுடனாவது
நிகழ்கிறது பிணைப்புடன்
வாழ்க்கை.

●

கழிந்து விடுகின்ற நேரங்களில் எல்லாம்
நாம் கரைந்து போகிறோம்
ஈரமான புல்லின் மேல் பனித்துளிகள் நம்மை
சிலிர்க்க வைக்கும்
உன் இதயத்தில் மலரும் அன்பும்
புதிதான உலகம் ஆக்கும்.
தேவைகளின் உச்சகட்டங்கள்
மீறுவதில் நம் சமூகம் தெரிவிக்கும்
அவ்வப்போது அலைபாயும் என் உரிமைகளோடு

●

தேவைகளின் உச்சகட்டத்தில்
பேச மொழியற்றும் போகிற தருணங்கள்
ஏராளம்.
சிந்திக்கிற தேவைகளை
தன்னுடையதாக்கும் நேரங்கள்
இழந்து தவிக்கிற பொழுதுகள்
மிக விரைவில் கடந்து போகிறது.
அழகை ஆராதிக்கிற மரங்களுக்கு
மிகவும் மெதுவாக ஏற்றுக்கொள்கிற
மனிதர்களை நான் காண்கின்றேன்.
மதம் பிடித்த யானையாய்
மனம் மாறிவிட்டது.
இனி என்ன சொல்ல!

●

குழந்தைகள் முக்கியம்.
பொய்மையும் மெய்மையும்
மனதில் வரும் குரூரங்களின் நர்த்தனம்.
என்றாவது ஒரு நாள் என எங்களை ஏற்றுக் கொள்ளும்
இயற்கையின் இதம்.
வாத்து - bald-head - *மாடப்புறா.*

●

சின்னச் சின்ன நாத்து நட்டு
செங்குருவி பாட்டு கேட்டு
மனசெல்லாம் நதியாக
மாலையிட்டு நிற்கையிலே
மனசாட்சி ஆளுதம்மா.
வயசாச்சு மனசுக்குள்ளே
மாப்பிள்ளை வேலை தேட
உட்கார்ந்து சாப்பிட
ஊரெல்லாம் இதமாக
என் புருஷன் மனசு எல்லாம்
வறுமையாக
எங்கே சென்று தேடி நிற்க
பட்டு பட்டு போனதடி
பல பேரு முன்னால
பதில் சொல்லிச் சொல்லி
கேள்வி கேட்க நீயுமில்லை
பதில் சொல்ல நானுமில்லை
பாப்பாவின் மனசுக்குள்ளே
அப்பா அம்மா ஏக்கம் வந்து
வயசான போராட்டம்.
நித்தம் நித்தம் அழுதுவிட்டு
மறந்து போனதென்ன என்னைத்தான்.
எழுதி எழுதி நீயும் பாட்டுப்பாட
பராக்கு பார்த்ததடி ஏதோ ஒன்று.
அம்மாவின் மனசுக்குள்ளே
ஆயிரமாய் போராட்டம்
வயித்துக்குள்ளே கல்ல கட்டி
அம்மா
வாழறாங்க அம்மா
கண்ணுக்குள்ளே காட்சி வந்து
கரைந்து போச்சு கடலுக்குள்ளே
எதிர் மனசு இல்லையின்னு
எத்தனை நாள் நான் அழுக
ஏணி ஏறி பார்த்துவிட்டு
இறங்கையிலே என் நெனப்பு மச்சானுக்கு.
பெத்த புள்ளைக்கு வாழ்க்கை வேணுமின்னு
வேதனையில் சோதனை தாங்க
இருட்டுக்குள்ளே அழுகை சத்தம் கேட்டதென்று
எறும்பு போல ஒத்துமையா
எல்லாப் பேயும் பகிர்ந்து கொள்ள
வேணுமின்னு வாழ்ந்தாகணுமின்ன
சொன்னதென்ன மச்சான்

●

சொல்லுக்கும் மனசுக்கும் போராட்டம்.
காதலித்தேன் மனசுக்குள்ளே
கடலளவு ஆசைகளை
சொல்லிச் சொல்லித் தீரவில்லை
துயரங்களின் வரிசைகள்
தூக்கம் கெட்டு அலையுதடி
துர்க்குணங்களை நீக்கத்தான்.
சொர்க்கம் எல்லாம்
சுகமாக இருக்குதடி
சுவாசக் காற்றிலே.
சொந்தமான தெய்வங்கள்
தாலாட்டுது துக்கமில்லாப்
பேரின்ப நிலையை அளிக்க.
●

என் அன்பு கணவருக்கு

எத்தனை முறைதான் இறப்பாய்
எத்தனை முறைதான் தோற்பாய்.
கண்களின் பார்வையில்
உன்னை எதிர்நோக்கும் நிமிடங்களில்
என் மனதினூடே பரவும் சந்தோஷம்
என்றாலும்
நாம் சந்திக்கும் போது
சினம் சிரிக்கிறது.
கோபங்கள் ஆறலாம்
குணதிற் பலவாம் கூற மகளிர்
உட் செவி திறக்கும் அகக்கண் ஒளிதரும்
கட் செவி தன்னை கையில் எடுக்கலாம்.
●

தொகுப்பு: சுப்ரபாரதிமணியன்

என்னில் உன்னை உன்னில் என்னை
மீண்டும் மீண்டும் பாடி பாடிப் பேசிப் பேசி
அழுது அழுது சிரித்து சிரித்து ஒருநிலையாவது எக்கணம்?
என்னிடம் இன்னும் உடல் உயிர் ஆசைகள் எப்போதாவது
உண்டு அல்லது இல்லை போதும் இல்லவேயில்லை.
ஆனாலும் ஒரு சலனம் என்பதா?
எல்லாக் கயிற்றுடன் குங்குமத்தை ஒட்ட வைத்து
மனதில் அழுது வெளியில் சிரித்து
அப்போதாவது உண்மையா
இல்லை ஏனெனில்
நாங்கள் இன்னும் உயிரோடு இருக்கிறோம்.

●

இருப்பு 1

என்னிடம் எல்லாம் இருப்பது
எனக்கும் புரியவில்லை.
நான் என்ன செய்வது?
இப்போதுதான் தூங்கினேன்.
விழித்தெழுந்தேன்
சூரியன் அஸ்தமிக்கும் வரை.
உடல் மீது இயங்கும்
வண்ணப் பூக்கள்
தன்னுணர்வில் தவித்தபடியாக,
சொல்லொனாத் துயரில்
சூழ்ச்சிகளின் உண்மை நிலையும் அழியாமல்
மௌனங்களோடு போராடியபடி
உன் வருகையை நான் எதிர் நோக்குவதுபோல
இன்றும் நான் என்னைப் புரிந்துகொள்ளவில்லை.
ஏனெனில் இன்னும் கல்வி போதிக்கத்
தயாராகவில்லை நீங்கள்.

●

கல்வி சாலை

வருடங்களைத் தின்றபடி கல்வி சாலை,
நேரத்தைத் தின்றபடி வகுப்பறைகள்.
எதிலும் மனசில்லையெனக்கு.
எங்களின் மூளையில் பழையது திணிக்கப்படுகிறது.
என்னவோ நாங்களும் படித்தோம்
சலிப்புடனே சொல்ல.
எங்களின் புத்தகங்கள் எங்களை
அழைத்துச் செல்லவில்லை.
ஒரு புதிய பாதையும் காட்டவில்லை.
அவற்றை நாங்கள்
வேகவேகமாக மனப்பாடம் செய்தோம்
அர்த்தங்களை உணர முயற்சிக்காத
மூளையுடன்.
மேலும் படிப்பு முடிந்து நாங்கள்
மிகவும் சோர்வடைந்துள்ளோம்.
எதிர்கால மாணவர்களின்
குரல்களைக் கேட்டபடி.
●

ஒளியே நீ வருவாயா
ஒன்றாகி விடுவாயா
ஆசையுடன் வாழ்வாயா
அன்பை நீ தருவாயா
அடக்கம் என்னில் கொடுப்பாயா
அழகை நீ தருவாயா
ஆமாம் என்று சொல்ல
அன்பை நீ ஏற்பாயா
என் சுவாசக் காற்றே நீ கொஞ்சம் என்னை வென்றுவிடு.
ஆபத்தில் நீ கொஞ்சம் அன்பைத்தான் தருவாயா.
நிஜ வாழ்வே என் கற்பனையைக் கலைப்பாயா.

●

பொங்கல் புத்தாண்டின் இனிய பொங்கல் பொங்கல்போல
யார் தடுத்தாலும் மீண்டும் நிகழும் சூரியக் கதிர்கள்போல
எவரும் எங்கும் சாதிக்க முடியாத ஒரு பேராட்சி
நமக்காகட்டும்.
பாதுகாப்பான வாழ்க்கையில் நாம் வாழ்கிறோம்.
இந்த பாதுகாப்பான வாழ்க்கையில் நமக்கு கிடைக்கிறது.
நிகழ்ச்சிகளும் நிகழ்ச்சிகளின் தொகுப்புக்கு
போலியான மரியாதைகளின் உச்சகட்டத்தில்,
உருவாகிறது சொல்ல முடியாத ஒரு பனிப்போர்.
யார் இறந்தாலும் வருகிறது நமக்கு ஒரு நிமிட
கண் மூடுதல்
என்ன என்பதும் எதற்கு என்பதும் எப்போது என்பதும்
நாம அறிய நினைக்கிற பொழுதுகள் இனிமேல் வரலாம்
எப்போதும் பிறக்கிற ஒவ்வொரு குழந்தைகளின்
சப்தங்களும் பிறக்கப் போகிற அல்ல நிகழப் போகிற

●

நிலையானது இயற்கை
உருவானது ஆன்மா
அல்ல அல்ல
கடவுள் படைப்பில்
எதுவும் மோசமல்ல
தெரிந்தும் மாறாதவர்களின்
மனசை என்னவென்று!
நான் சொல்ல.
இமைக்கும் நொடிப்பொழுதில்
திடீரென நிகழ்வுகள்
நம் கையில் கைவசம்?
எல்லாம் முடிவது நிலையானவற்றில்.
வாழ்க்கையைவிட முக்கியமானது வேறு ஒன்றும் இல்லை.

●

ஆயிரம் அவஸ்தைகளோடு போராடும்
இந்த தலைமுறைக்கு
எங்கே விடுதலை?
இருப்பிடம் தேடி அலைவதற்குள் பாதி
மீதி அவஸ்தைகளோடு மோதி
எல்லாம் சரியென கடைசியில்
இருப்பின் தருணம் உணர்ந்தபின்
நிம்மதி கிடைக்கிறது கடைசியில்.
உணவு உடை இருப்பிடம்
என அடிப்படை காரியங்களுக்கு
அலைபாயும் நாட்களுக்கு
என்ன சொல்ல?

●

தொகுப்பு: சுப்ரபாரதிமணியன்

அன்பான மனசுக்கு
ஆயிரம் சொர்க்கவாசல்
ஆசைப்படும் மனதுக்கு
ஓயாத கடலலைகள்
எதிர்பார்க்கும் மனசுக்கும்
ஆயிரம் அவஸ்தைகள்
மனசுக்குள் ஓயாத நெருப்பு
காமத்தின் உணர்வுகளுக்கு
கோடி கோடி அவஸ்தைகள்
என்னை என்ன என்றாலும்
நானும் என்றாலும்
ஏனோ தவிர்க்கிற விதமாகிறது.
நாலு சுவற்றுக்குள் இயங்கினால்
அதுவே பலன் உள்ளதா
என கேள்வி கேட்கும் போராளிகளுக்கு
நான் சொல்வேன்.
முடியாமல் போனால்
ஆயிரம் அவஸ்தைகளுக்கு
ஓய்வு தேடு என.
நம் வேகம் புரியவில்லை உனக்கு என
கவலைகளோடு கூடிய புத்திமதி.
கோபம் கலைந்தபிறகு
மழையில் நனைந்த கூரைகள்.

மனமே என்னைக் கொன்றுவிடு.
இல்லாவிட்டால் அடங்கிவிடு.
இனி என்ன சொல்ல?
●

மனதில் உறுதி வேண்டும்.
வாக்கினில் இனிமை வேண்டும்.
நினைவு நல்லது வேண்டும்.
உணவு, உடை, இருப்பிடம் தேவை.
நான் எப்போதும் அன்பாகப் பேச வேண்டும்.
நான் எப்போதும் அன்பாக நடந்து கொள்ள வேண்டும்.
நான் எப்போதும் உள்ளத்தூய்மையுடன் வாழ வேண்டும்.
நான் எப்போதும் நன்மையே செய்ய வேண்டும்.
நான் எப்போதும் பண்பாக நடந்து கொள்ள வேண்டும்.
நல்லோரிடம் நட்பு கொள்ள வேண்டும்.

•

என் மனதைத் தொலைத்தேன் ஏனெனில் அதில் நான் இல்லை அன்பும் ஆறுதலும் என்னை விட்டு வெகுதூரம் விலகிப் போனது. மனம் ஒரு பெரிய குரங்கு என்னை விட்டு விலக மறுக்கிறது. மனதை தூய்மையாக்க அல்லது மனதுக்குள் பண்பாக நினைக்க மிகவும் விரும்புகிறேன். ஆனால் மனிதர்களையும் தெய்வங்களையும் அவமானப்படுத்தி இன்னும் மனதில் ஓங்காரமாய் என் அழுகை, கேள்விகளைத் தொலைத்தும் பதில்களில் கடலின் பேரிசைச்சலாய் மனது.

சினம், காமம், வெகுளித்தனம், பொறாமை, துர்க்குணங்கள், கேவலமான புத்தி, நான் என்கிற அகந்தை, மூதேவி, சுயநலம், தற்பெருமை, பணம், புகழ், பதவி ஆசைகள், உணவு, உடல், உயிர் ஆசைகள், சந்தேகம் ஆகியவை என்னை விட்டு விலக வேண்டும்.

•

அழகு விழிகள்
ஆசைக் கலைகள்
அதிரும் நெஞ்சம்
அதோ இதோ
அடுத்த சொல்லி
சொல்லச் சொல்லி
சொன்ன வேதம்
சாதா புறா
●

மலரும் வேதனை
மனதின் சோதனை
மகிழ்வின் சாதனை
மஞ்சத்திலே
●

எப்போதும் சிரிக்கிற குழந்தைகள்
அருவருப்புடன் சமூக சேவகிகள்
சுயநலமாய் சில விலங்குகள்
எதிர்க்க முடியாதபடி யுத்தம்
●

உண்மையான யுத்தம்
நானும் மிருகமாகலாம்
எப்பொழுதோ நான் உங்கள்
ஆசையை துறந்த பின்பு.

அருவருப்பாய் சில மனிதர்கள்
ஓயாத சுகாதாரக் கேடுகள்
எப்போதும் ஓயாத
நம்பிக்கை இன்மை
எதிரொலிக்கிற சுவர்கள்
கைகட்டி சிரிக்கும் விலங்குகள்
சுதந்திரமாய் மாறும் சிங்கம்
எப்பொழுதோ துணிகிற உயிருக்கு
இப்போதென்ன கவலை.

●

நேரம் செல்கிறது
நாமும் வாழ்ந்து கொண்டிருக்கிறோம்
நமது மனதின் இயல்பில்
நாம் நடந்து கொண்டிருக்கிறோம்.

சிக்கலானப் பிரச்சனைகள்
கோபத்தைத் தாண்டி அழுகிறோம்.
தீர்க்கமானப் பிரச்சனைகள் என்றும்
பொழுதுபோக்கா சாவதில்லை.

●

தொகுப்பு: சுப்ரபாரதிமணியன்

பொழுது போகிற போக்கில்
நாம் நேரங்களை சிதறவிடுகிறோம்
நீயோ மௌனமாய்
நானோ ஊமையாய்
காலங்களை கடந்து வரும் சந்ததிகள் குறித்து
நமக்கு பேச மறந்து விடுகிறோம்
நாம் இன்னும் உணரவேயில்லை.
எப்படியென்றால்
அக்கரைக்கு இக்கரைப் பச்சை.

சிந்திக்கிற நேரங்கள்
சிதறடிக்கிற மேகங்கள்
அச்சமூட்டுகிற சூரியன்
அலுப்பே இல்லாமல் பெய்யும் மழை
எப்போதும் ஆண்டவன் துணை.
•

மௌனத்தில் முயங்கி
மெய் ஞானத்தில் மவுனம் தாங்கி
அலை தோய்ந்த ஆறுகரையோரம்
அம்மனதை தேடிய அலைபாய்தல்.
சின்னச் சிறை முல்லைப்பூவின் இதழ்கள்
சின்னக் குருத்தாய் சிரித்து மலரும் முல்லைப்பூ.
•

சூரியனை யாரும் வென்றதில்லை
வானமும் பூமியும் பிளந்து விட்டால்
ஆதி மனிதர்களாய்
எப்படி வாழ்வது
வெளிமுகப் பார்வையில்
அருவருப்புடன் கூடிய சந்தேகங்கள்
மௌனத்தின் வழி தேடல்
மௌன முயக்கங்கள் ஓர் உதய நாவலின்
புதிய புத்தகமாய் வானத்தின் நெருடலில்
ஒரு மௌனப் புயல்.
மௌன தாக்குதலால் ஓர் ஆவல்.
சிறகுகளைத் தாக்கும் ஒரு புதிய தெய்வீகம்
மௌனத் திமிங்கலச் சுறா
அசைவற்றுக் கிடக்கும் தடாகம்.
●

திசைகள்

தாகங்களின் வழிதேடல் புத்தக அலமாரி
திசைகள் எட்டிய தூரம் புரிதல்களில்
திசைகள் ஒரு வைராக்கிய பாதை
திசைகள் தேடலில் தோய்வில்லாது வரும்
தெம்மாங்குப் பாட்டு.
●

தொகுப்பு: சுப்ரபாரதிமணியன்

தடாகங்கள்

இயங்குவதன் முன் இயலாத ராகங்கள்
கீர்த்தனைகள் போதனைகள்
மௌனச் சிறகசைப்பில் தடாகங்களின்
நீர்த் தேக்கங்கள்.
சின்னச்சிறு குமிழிக்குள் ஓர் இதய
மௌன காந்தம்.
சொல்லடி சிவசக்தி எனைச் சுடர்மிகும்
அறிவுடன் படைத்துவிட்டாய்!
இத்தாலிய தவிப்பிற்குள் தேகங்கள்
சித்ராபுஜங்கள்.
சிதைவசைப்பின் காந்தத் துணுக்குகள்
வெளியேறும் மௌனச் சிதறல்கள்
ஒருங்கிணைந்த அநாமதேய
புத்தகாலய தெய்வீகக் காதல்கள்.
புரிந்தேன் நமதே வழி.

●

சிலைகள்

இந்தியா ஓர் உதயத்தின் தேடல்
இயங்குதல் அற்ற காலைகளின்
வழி தாக்கால்கள் தெய்வீகம்
இசைதலில் குரல் ஒன்று எழுதாப்பிணி
உரைதலின் தேடல் புத்தகப் புழு.
சுங்கலரி சாலஜாப்பு சாம்ராஜ்ஜியம்
முதலாளி தொழிலாளி வர்ச்சியம்
திசை தேடிய பறவைகள்
மௌனத்தின் முன்னகைப்பல் சங்கமிப்பு
எழுதாத கவிதைக்குள் இசைஞான்று வேதம்
செயல்தூண்டும் இசைக்குழு.
எழுதாத பத்தினிகள்
இயங்கும் தேறல்கள்
புத்தகப் புழுக்கள் சொல்லின் சங்கம்.

●

பாட்டு–ஒரு வழி
இசை கேட்டால் வழி அசைந்தாடும்
அது இறைவன் ஒன்றாகும்
முதலானவன் அவன் பொருளானவன்
முதல் முறையானவன்
முகங்கள் ஒரு அருமள்யாளன்
சொல்லாடும் திசையாடும் சவுராஜ்ஜியம்
சங்கீத நாட்டியத்தில் தவ ராஜ்ஜியம்
உள கேளாத மவுனத்தின் உளராஜ்ஜியம்
இசை கேட்டால் புவி அசைந்தாடும்
அது இறைவன் என்றாகும்.

●

கதை

உயர்திரு

ஒரு ஊர். அதுல ஒரு நரி. ஒரு பாட்டி வடை சுட்டாங்க. நரி அந்தப் பாட்டி எண்ணுனா எடுக்கலியான்னு. நரி வந்து காக்கா வந்து வடை எடுத்துட்டு ஓடிருச்சா. ஒரு மரத்து மேல காக்கா உட்கார்ந்து வடை சாப்பிட்டு உட்கார்ந்து இரு காக்கா. நீ அழகா இருக்க. கொஞ்சம் நீ ஒரு பாட்டுப்பாடு வடை எடுத்து கால்ல வச்சுச்சாம் காக்கா. காக்கா டான்ஸ் ஆடுச்சாம். வட கீழே விழிந்துடுச்சி நரி வடைய தாவிட்டு போயிடுச்சு. அப்பதான் இப்படிக்கு குறளகோ.

அவன் ராகம் பாதல்

அவன் மாலையில் அழகாக அமர்ந்தான். இனக்கும் மாலை காகம் கரைந்தது. தென்னந்தோப்பில் மௌனமாய் இரைச்சல் ஓட வெள்ளம் பெருக்கெடுத்து ஓடியது. வாய்க்கால் நுரை பொங்க தண்ணீர் மழை. இரைச்சலான மௌன கயிறு. சன்னமாய் சூரியன் வானத்தில் ஏறியது. அழகான மாலைத் தென்றல் வானம் அசைந்தாடியது. ஏகமாய் வெள்ளைப்புறாக்கள் கூட்டமாய் ஏகோபித்தபடி வானில் கூட்டமாய் உயர்ந்தது.

நாட்டியம் வானொலியில் ஒளிபரப்பானது. இசைந்தால் வரம் என எதிர்க்கின்ற மவுனமாய் இயக்கங்களோடு விரைந்தான். அவன் மௌனச் சிரிப்பின் வழி தண்ணீர்க்கும் இருப்பை நனைத்தது. இழந்து போன குளத்தில் இரைகூடக் காந்தமாய் அடிமையாய் அவனும் அவளும். கொட்டியது அருவி. அசைவுப்புறா பறந்தது வெளிக்கு. காலை புலர்ந்தது.

இளம் சூடான வெயிலில் மணலில் கால் புதைய நடந்தான். அவள் காலடி பதிந்துள்ளதை முன் உயர்வாய் ஒரு வழி அம்மான் அணைப்பு மௌனமாய் அப்புறம் என்று அப்பா சிரித்தார். இசையில் மூழ்கி தம்பி தங்கைகள். ஒரு சொல் என மண்டையைத் தேடி தடவி மிரட்டிக் கொண்டிருந்த ஆசிரியர் மாலையில் உன்னை கவனித்துக் கொள்கிறேன் என குரல் கேட்டு கதவு வழியே பள்ளிச்சீருடை பார்த்தபடி ஓலைக்குடிசைக்கும், மாலைச்சூரியன் சூரியன் சாளரத்தின் வழியே ஜன்னல் திறந்தது. அது வழி மாடு ஒன்று, கன்று ஒன்று குட்டி ஏங்கிப் பார்த்தது. விடுதலை கேட்டு கயிற்றை மோதியபடி.

மரங்கள் வெட்டியபடி ஓசையை எழுப்பிக் கொண்டிருந்தனர். நிஜத்தின் வெளி தேடல் இயங்குதலால் வெளிச்சம். இருப்பின் திசை சொல்லி இயங்குதல் முடியாய் இருப்பின் அசைவு. இசைப்பாடலில் வெளி உலகம் அறியா பிலாக்கணம். சிரஞான்று பிராக்க உச்சகட்ட சிரஜோலிந்தம் புஜகாயுதம். மரங்களூடே அவசரமாய் ஓடி வந்தாள். அவளைத் துரத்தியபடி நான்கு பேர். எதிரே வந்த லாரி ஒன்று வேகமாய் ரோட்டைக் கடந்து சென்றது. தப்பிக்க வழி இல்லையா என "யாராவது காப்பாத்துங்களேன்" என்று அலறியபடி அவள் ஓடி வந்தாள். அவளிடம் இருந்து மெல்ல சுதாரித்து தெய்வம் காப்பாற்றட்டும் என மருகியபடி மழை தூறலாயிற்று. மறைந்த தூறலில் நனைந்தபடி வெயிலுக்கு கொட்டு மஞ்சளால் துரத்தியது கண்களை. அவள் ஓய்ந்துபோய் ஓடிக்கொண்டிருந்தாள். சென்னையில் இருந்து புறப்பட்ட எக்ஸ்பிரஸ் அவனைக் கடந்து சென்றது. குரல் கேட்டதில்

நோக்கி அதிர்ச்சியாய் சுட்டபடி அவன் ஓடி வந்தான். இளைய தலைமுறை பாடல் கடையினில் ஓடிக்கொண்டிருந்தது. மெல்ல நகர்ந்த கண்களை மௌனமானான்.

திப்பு சுல்தான்

கோட்டைக் கதவைத் திறங்கள்

யானை ஓயாமல் குரல் எடுத்து பிளறியது. கோட்டைக் கதவை தன்வாளால் இடித்தபடி அக்பரின் கர்ஜனை. "ஏ! பெண்ணே", உன்னை பார்க்க வந்தேன். கோட்டைக் கதவை சாத்திவிட்டார்கள். திறக்கச்சொல். திப்பு சுல்தான், திப்பு சுல்தான் என உரத்த குரலில் கர்ஜித்தார் அக்பர். இளமையான, அழகான வாலிபன் குதிரை மேல் அமர்ந்திருந்தார். "கோட்டையைச் சுற்றிலும் திறக்கக்கூடாது" என்று திப்பு சுல்தானியா நல்லவர். வணக்கம் இட்டு விட்டார்கள். "மதுரை மாமல்லனைக் காண மட்டும் ஆசையோ?" "உன்னை பேசிக்கிறேன்டி" என்று நால்வாரில் யானையை ஓங்கி குத்தி 'நட' என்று ஆணைவிட்டு விட்டார் அக்பர். கடைசியில், இங்கிலாந்து திப்புசுல்தானைக் காணும் முயற்சியில் தோற்றுவிட்டார். "பிறகு எல்லாம் நலம்" என்று கடிதம். மதுரை மல்லனிடம் இருந்து திப்பு சுல்தானியாவிற்கு வந்து மயக்கமாய், அதிர்ந்தாள். அல்தானியா திப்பு சுல்தானியா நான் என்று நன்மை கேட்டவாறு, மெல்ல அதிர்ந்தான். திப்புசுல்தானியா அழகி என சிரித்தான்.

காகிதமொன்று சலசலத்தது. கடைக்கு யாரோ ஓடிவருவது போல் இருந்தது. எதிர்த்த ரோட்டில் பஸ் புறப்பட்டு நின்றது. கடையில் மண் வாசனை பாடல்கள் ஏரிபரப்பு கேட்டுக் கொண்டிருந்தது. வந்தவள் குடிப்பதற்கு தண்ணீர் கேட்டபடி மழையில் நனைந்த சேலையை முக்கால் சதவீதம் காற்றில் மெல்ல முகத்தை துடைத்தவாறு கண்களை அவன் மீது ஓடவிட்டாள். தண்ணீர் கண்ணாடித் தம்ளர் குளிர்ச்சியாக இருந்தது. பெட்டிக்கடை முழுவதும் பத்திரிகைகள் மும்மரமாக பச்சையிலை பரமக்கிளின தூதுவிட்டது. மௌனம் சம்மதம் படம் ரிலீஸ் என வெளியாகியிருந்தது, "தனா போய்ட்டா" "அதுதா ரெண்டு தோசை" குனியமுத்தூர் பெரியம்மா பாவாடை தாவணியை அளவளாவிக் கொண்டிருந்தாள்: நா பத்திரமா மூடி வெச்சுட்டேன். காபி, குழம்பி, சாம்பார், கட்டம், பொங்கல் தொட்டுட்டா சூப்பரா இருக்கும்." என்று கண்ணாடிக்காரம்மா பெரியம்மாவிடம் சொன்ன தகவல் போரடிக்கவில்லை இன்று. வழிபுரியாமல் திக்கித் திணறி புதிய மனைவியை தவறவிட்டவன் போல அமைதியாய் மெதுவாய் நடந்து வந்தான். காலை முழுவதும் அவன் எதிரே மாடு முரட்டுத்தனமாய் வெளியே செல்ல முரண்டு பிடித்தது.

ஐஸ்கிரீம் சாப்பிட்டவாறு அண்ணனும் தங்கையும் மெதுவாய் இன்றைய விஷயம் பிரமாதம் என பாராட்டி அண்ணியைக் குறித்து பேசியபடி சென்றனர். மல்லிகைப்பூபோல பூத்திருப்பது வழக்கம் அதியமான் கண்களை அடிக்கடி ஆட்சேபித்தது.

அவமானம் தாங்கியபடி எல்லோருக்கும் முன் தன்னை விவரித்துக் கொள்ளவென்று தெய்வம் உதவும் என்று மௌனமாய் சிநேகித்தான். "மல்லியூமு மனசே நம்மு சுப்ரமணி என்று அதியமான் குறித்த விசாரிக்கவில்லை என்று. மனதிலே குழப்பா பாடல் ஏந்தியபடி ஒலித்துக் கொண்டு இருந்தது வானொலியில் மெல்ல அதிர்ந்தன மெல்ல சோகம். எஞ்சான் விரி. போதும் சுயம். இனிய காதல் கதை.

பண்பை அறியாத என்னிடம்
பாணகம் இல்லாத குடிசையிலும்
பச்சைப் புற்கள் வீட்டைச் சுற்றி இருந்தாலும்
அமைதியை நாம் எல்லோரும் காண்பது எப்போது?
அவசர அவசரமாக அடிக்கடி மனம் ஏன்
அவள் கோல நிலைகளை காண்கிறது தன்னை மறந்து
சொல்லமுடியாத உணர்வுகளில் தவிக்கும்
என் குழந்தைகளுக்கும் எல்லோருக்கும்
என்னை மாற்றிய நிலைமைக்கும்
சொல் எது என அன்பின் தேடலுக்கும்
ஆசைவரும் உனது ஆறுதலுக்குள்,
ஆசையாய் உன் மடியில் தூங்க ஆசை.

●

சின்னச்சிறு ஓடையாய் அதில் விளையாடுகிற மீனாய்
அலைகள் ஓயாத கடலாய் கற்பனையற்ற நிஜமாய்
இடி இடிக்கும் முழக்கமாய்
வண்ணைத் தாண்டுகிற சூரியன்
பார்த்து பார்த்து என்று பயந்து
இடியும் மழையும் மின்னலும் விட
நிழலில் ஒதுங்கிற மழை
மழையில் நனைய பயந்து விடுகிற மனிதர்கள்
டாக்டரிடம் குளிர் காய்ச்சுகிற நடுக்கத்தில்.

●

தொகுப்பு: சுப்ரபாரதிமணியன்

அன்பே அமுது
ஆறுதல் நன்றி
அம்மா நீதான் அன்பின் அடையாளம்
சொல்லின் பொருளே உணர்வின் அடையாளம்
இன்னும் தெற்கு இசை ஞானம்
சொல்லாமல் புரிவது ஆண்டவனின் தாளம்,
முடியும்போது முத்தெடுக்கலாம்
மூச்சு நின்றால் உயிரை விடலாம்.
அன்பின் அடையாளம் இன்னும் எதற்கு?
சொல்லாமல் புரிவது மனதின் தாளம்.
சிந்திக்க விடு மனமே
சிரிப்பதற்கு அடையாளம்
சொல்லும் பொருளும் உணர்வின் மாற்றம்
சொல்லாமல் புரிவது மனதின் தாளம்.

●

ஒளியே நீ வருவாயா
ஒன்றாகி விடுவாயா
ஆசையுடன் வாழ்வாயா
அன்பை நீ தருவாயா
அடக்கம் என்னில் கொடுப்பாயா
அழகை நீ தருவாயா
ஆமாம் என்று சொல்ல
அன்பை நீ தருவாயா.

●

என் சுவாசக் காற்றே நீ கொஞ்சம் என்னை வென்றுவிடு.
ஆபத்தில் நீ கொஞ்சம் அன்பைத்தான் தருவாயா
நிஜ வாழ்வே என் கற்பனையை கலைப்பாயா.

●

பசியிலே நான் துடிச்சேன். நீ பிடுங்கிக் கொண்டு போய் கொட்டினே. என் தட்டிலே இருந்த சாப்பாட்டை. அது, அதாவது அந்த தட்டுலே இருந்த சாப்பாடு நீ கண்ணுலே பார்த்திருந்தா நீ நெஞ்சுலே அழுதிருப்பே.

தமிழ் ஆங்கிலம் மொழிப் பயிற்சி.

மூன்று நேரமும் வீடு துடைக்கப் பழக வேண்டும். காபி, டீ, பிஸ்கட், பிரட், பன், கேக், சாக்லேட், ஸ்வீட் திங்கற ஆசை என்னை விட்டு விலக வேண்டும்.

தயிர், மோர், பால் வாங்கற பழக்கம் என்னை விட்டு விலக வேண்டும்.

70 வருடம் குடும்ப வாழ்க்கை, 9000 வருடம் நவஜீவன்.

9000 வருடம் பட்டினி

ஐயா மீதும் பாபா மீதும் ஓயாத பக்தி உணர்வு.

குடும்ப வேலைகளில் ஓயாத உழைப்பு, நினைவாற்றல்.

800 கோடி வருடம் தவம்.

எண்ணங்கள் வணங்கக் கூடியவை, அன்பு நிலையானது.

●

16.8.2004 – ஜோதி அழுகை
17.8.2004 – என் சமையல்
18.8.2004 – பேய்த் தொல்லை.
19.8.2004 – மகாலஷ்மி திருவிளையாடல்
20.8.2004 – எல்லோர்க்கும் வேதனை தீர வேண்டும்.
21.8.2004–ஓயாத அத்தனை பிரச்சனைகளும் தீர வேண்டும்.
22.8.2004 – ஓயாத இனிப்பு வகைகள்
23.8.2004 – குழந்தைகள் அன்பாக கவனிக்க வேண்டும். பணப் பற்றாக்குறை.
24.8.2004 – தங்க ஆபரணம்.
25.8.2004 – ஓயாத மன உளைச்சல்.
26.8.2004 – எப்போதும் நன்மையான உள்ளம்.
●

(மனநல விடுதியில் இருக்கும்போது எழுதியது)

பிரச்சினைகளின் முடிவில்
அவர்களுக்கும் புரிந்தது.
குழுவின் உடன்பாடற்றதெல்லாம்
நகைப்புக்குரியதாக
ஆகவே
தங்களுக்கான அடையாள அட்டைகளைப் பெற
எல்லோரும் மனசைப் பெயர்க்கிறார்கள்
வார்த்தைகளின் பிரயோகங்கள்
சமூக நிர்ப்பந்தமாய்
தனி அடையாளங்களுடன்
மேலும்
நாம் பதிய வைக்கிறோம்
நமக்கென இல்லாதவை
கீழ்த்தரமானவை என்று.
மேலும் நாம் பேசலாம்
நமக்கான வார்த்தைகளின்
திறம் பெருக்கும் அதிசயம் குறித்து

●

கேட்காதே கேள்வியெங்கும் வேள்வியிலே
சோரம் போகாதே மனவெளியில் நிற்கும்வரை
பேசாதே வெளியெங்கும் சுற்றும்வரை
தோண்டாதே வான் வெளியில் சுற்றும்வரை
சாகாதே விண்வெளியில் பறக்கும்வரை
தூண்டாதே வான்வெளியில் சிக்கும்வரை.

●

என்
மீண்டும் மீண்டும் அடையாளம்
காணாமல் போகிறது.
தேடுகிற வேலையும் ஓய்வில்லாமல்
உனக்கு அடையாளமிடுதற்கு என்கிறார்கள்
சார்ந்திருப்பது சாத்யமில்லை என்றாலும்
தனியான அடையாளங்கள் விலங்குகளால்
குதறப்படுகின்ற மாமிசமாய்
தேவை கருதி நானும் தேடுகிறேன்
எனக்குள்ளே.
எலியும் பூனையுமாய் மாறுகின்றன
தேவைகளும் அடையாளங்களும்
மொழி தெரியா பெண்ணும்
அவள் மொழியில் கதறினாள்
என்னைப் போல.
சிநேகமும் உறவும்
சிறகுகளை முறிக்க
நான் மறந்து போனேன் என்னை.
●

26.11.95

கவிதைப் பெட்டி

கவிதை ஒன்று காட்டினேன்
புருஷன் ஞாபகம் வந்துருச்சு என்றார் மாமா
மீண்டும்
கவிதையை சகோதரியிடம் காட்ட
சரியான புலம்பல் என்றாள்.
பின் யாரிடம் என் கவிதை காட்ட
யோசிக்கையில்
ஞாபகம் வந்தது எனது கவிதை இன்னொன்று
இரண்டும் சேர்த்து பெட்டியில வைக்கையில்
பெட்டி மெதுவாக நடந்து
மலைமேலே சென்றது.
அங்கோர் சாமியார்.
●

உருவாகுதல்

வழியெங்கும் பெயர்கள்
ஊர்களின் பெயர்கள்
ஊரிலே எனக்கும் ஒரு பெயர்.
பெயரை என்ன செய்வதாம்
என்னைத் தொலைத்து
பெயரை ஒட்டி நெற்றியை
கோவிலில் வைக்கிறேன்.
பூசாரி கைப்படாமல் குங்குமம் தந்து
திரைக்குள் செல்கிறாள்.
திரை அசைந்து அம்மன் எனக்குள் தெறிகிறாள்.

மிதிபட்டு மிதிபட்டு தரை
தூங்க முடியவில்லை அம்மனுக்கு.
புணர்ந்து மீறும் பக்த கோடிகள்
அம்மனுக்கு காணிக்கை தந்தனர்.

உண்டியல் தாங்க முடியாத உப்புசத்தோடு
உயரச் சென்றது.
ஈரத் தலையோடு மனதில் வெடித்து
கோயிலில் அமரும் தோழிகள்.
எல்லோர்க்குமாக கோயிலில்
சங்கம் ஒன்று வந்தது.
அதில்
மீண்டும் மீண்டும் இங்குக் கூடினர்.
பெண்கள்
சுண்டல் தின்னக் கொடுத்தனர்.

●

உறவுகளின் விலகுதலில்
மனதில் கேள்வி நிறையும்
புத்தகங்களில்
வார்த்தைகளின் சிநேகம் புரியும்
மீண்டும் மீண்டும் அறைக்குள்
அடைபடும் வாழ்க்கையில்
சந்தோஷம் சிறகுகளை இழந்த பறவையாய்
வான் நோக்கி ஏங்கும் மனசு.
இன்னமும் புதிதாய் நினைக்க
எப்போதும் மனசிலே எனக்கு
பழையன கழிதலில் உணர்வுகளும் சேர
புதியன புகுதலில்
புத்தகமாய் மாறி
அடையாளங்கள் அவசியம்தான்.
வசியப்படுத்துதலின் உக்கிரம் புரியும்வரைதான்.
சௌபாக்யம் சரிதான் சரிநிகர் சரிநிகர் சமானமாவதற்கு.
எதுவும் புரியும் நீ விடுபடும் வரைக்கும்.
சொன்னது சொல்லது சொல்லப் போவது
எல்லாம் அவசியம்
நமது வாழ்வின் அடையாள முத்திரைகளை
நாம் அடையும்வரை
நாம் மௌனமாகலாம்
நமது உணர்வுகளையும் உணரும்வரை
எதற்காகவாவது நாம் விடுபடுதல் அவசியம்.
அடையாளங்களோடு சிக்கி முன் பின் கூர் காம்புவரை
கத்தி எரியப்படும் போது சாத்தியமாகலாம்
நமது அடையாளம்.
எனில்
எதுவரை அவசியம் நாம் நமக்கு.
நமது உக்கிரத்தை நாம் உணரும்வரை.

●

தீர்வுகளை தேட தொடங்குகையில்
பிரச்சினைகளின் ஊர்வலம்
மகாதேவி அவளின் நர்த்தனம்.
அதுவும் என்னை மீறி நிகழாது என்பதுதான்
எண்ணம் என்றாலும்
இயற்கையின் விதிமுறையோ
காலம் கடந்ததாய்
தீர்க்க தரிசனங்களாய்
மாறும் காலங்களின் அவலங்கள்
தொடரும் என்னை.
மீள நினைத்தாலும் முடிவதில்லை
எங்கு சென்றாலும் என்னை
நான் விரட்டி
வீதியில் கோயில் வாசலில்
வழிகிறேன் மிதியடிகளாய்.
என்பதுதான் நேரலாம்
அதுவும் ஒருவனின்
கைத்தொழில் என்றாலும்
எனக்கான வேலை
என்னை அழிப்பதே என்பதாகிறது.

8.10.95

என் கவலைகள் தீருகின்றன.
என் அன்பு எனக்குள் சிநேகமாகிறது.
எனது சிரிப்பை பகிர்ந்து கொள்ள
துக்கத்தில் அழ
தொடர்ந்து நேர்கின்றது.
என்றாலும்
தொடர்கின்ற வாழ்க்கையின்
குரூர ஒலிகள்
கேட்டபடியே நகர்கின்ற பொழுதுகளின்
நான்.
எனக்கு எப்போதும் தோல்வியில்லை.
ஏனெனில் நான் எனக்குள்
மரணித்திருக்கிறேன்.
வாழ்வைத் தின்று மரணம்
நிலைக்கிறது ஆசுவாசமாய்
உனது வரவு நான்
எதிர்பார்க்கவில்லைதான்.
நீயோ சேற்றில் குழம்பி
என் மேலும் தெளிக்கிறாய்.
என்ற படிக்கு,
தொடரும் எனக்கான விதிகள்.
புதிய பார்வை.
சோர்வாய் நின்றாலும்
செய்திக்குள் சிக்குவாய்
செயலற்றுப் போனாலும்
வாழ்க்கையாய் நடந்து மிரட்டுவாய்
என்னதான் நேரிடுகிறது.
புரிகிற நிஜமும் புரியாத உணர்வும்
உள்ளத்தில் கரை தேட
வழியும் வெள்ளப் பெருக்காய்
தன் திசை தேடி அலையும்
எங்கிருப்பாய் நீ!
புதிய பார்வை
மையத்திலே ஒளிந்து
வாழ்வெல்லாம் நீயாகி
எதற்காக இந்த விண்மீன் விளையாட்டு.
எங்கு தேடிப் பெற்றாலும்
தொலைத்துக் கொண்டேயிருக்கிறேன் உன்னை.
மாறாமல்
இருக்கிறது நிஜம்.

எங்கும் வாழ்வின் சூன்யமும்
ஆனந்தமும் உன்னதமாய் கலந்து
தேன் கலந்த விஷமாய்
தீக்குளிக்கிறாய் நீ.
புதிய பார்வை
சிறந்த ஒன்றை தேடியலைந்தேன்.
அது வானில் கிடந்தது.
வழியெங்கும் தேடினேன்
அது பாதையாய் விரிந்தது.
சுற்றிலும் தேடியலைந்தேன்
இயற்கையாய் வழிமறைத்தது.
நீ மறந்தாய்
எனக்குள் என்பதை
நான் மறந்தேன்.
எப்போதும் விழித்திரு என
எச்சரிக்கிறாய் மறந்து போனேன்
பரிசாய் உன் அன்பு கிடைத்தது.
ஞாபகத்தில் என்ன கிடைக்கும்?
●

10.10.95

வழியெங்கும் அசைவின்றி
மௌனம் தாங்கிய உன் முகம்
இயற்கையின் வருடலில் சலனமுற்றுத் திரும்பும்.
எப்போதோ மறந்துபோன உன் சிரிப்பை
வானில் நட்சத்திரம் ஞாபகப்படுத்தும்.
எதற்காக சிரிக்கிறாய் அழுகிறாய்
உனக்காக இல்லாமல் வேறு எப்போது நிகழுமிவை.
எதிர்பாரா மௌனங்கள் என்னைக் கடந்தாலும்
ஓசைகளில் நான் கரைய
மௌனம் வழிமறிக்கும்.
என் திசை அறியத் துடிக்கும்
இளம் குழந்தையாய் மனசு.
என் குரலைத் தேடி நான் அலைகிறேன்
என் மன வெளியெங்கும்.
பேநாங் போகிறது என்று நீ சிரிப்புடனே வருகிறாய்
என்ன விளையாட்டு உனக்கு
எப்போதும் என் கஷ்டம் புரிவதில்லை
என் கேள்விகள் தொலைந்து போவதற்குள்
நீ காணாமல் போய்விடு.
எப்போதும் சிரிக்க கற்றுக்கொடுக்கும்
தோழனுக்கும்
என் இனிய தோழிக்கும் நன்றி.
புதிய பார்வை
பிரச்சினைகளை தேடி அலைகையில்
விரியச் சொன்னது என்னை கானி.
சொற்களின் போராட்டத்தில் சிக்குப்படியாயிற்று.
கோபமாய் திரும்புகிறீர்
உடல் காணாமல் தொலைந்து போனது.
எங்கும் காணலாம் என் உன்னை.
என் பார்வையை யாரோ பிடுங்கிவிட்டார்கள்.
வாழ்வின் உன்னதம் தேடும்
மனசுக்குள்
கொஞ்சம் நிம்மதி கொடுத்து விரைகிறது
உன் மனசு
மனது காணாமல் போக
நான் மீதியிருத்தலின் ரகசியம்
அங்கே என்ன அது
பார்வை காணவில்லை.
எதற்காகவேணும் தொடர்கிறது காத்திருத்தல்கள்
புரியாமைகளின் உச்சகட்டத்தில்
சிரிப்புடனே தொலைந்து போகிறாய் நீ.

என் தேடலைத் தொடர்வதில்
ஓய்ந்து போகிறேன் எனக்குள்.
எப்படித்தான் பேசுவாய் என் சொற்களை
ஏற்கனவே நான் பேசியாயிற்று.
உன் குரலின் அலைகள் படர்கையில்
குரலின் இனிமை மட்டுமே மிஞ்சும் சரியாய்.
தேடல்கள் சாத்யமற்றபடி நிறங்களின் துரத்துதல்கள்
காத்திருக்கும் அவற்றுக்காய்.
அர்த்தமற்றவைகள் என்றாலும்
எதுவானாலும் நான் பேச வேண்டும் உன்னுடன்.
ஆனால் நீயோ பொய் மூட்டைகளை
அடுக்கி வைத்திருக்கிறாய்.
நம்புதலின் உச்சகட்டத்தில் காணாமல் போகும்
அலை குறித்து சிறிது கலக்கம் கொள்கிறாய்.
எப்படித்தான் நீ சொல்வாய்
இனிமேல் பொய்களை?

●

புதிய பார்வை

ஆசைகளை அழிக்க நீ வருவாய்
புதிதாய் தேற்றுவிக்க நான் வருவேன்.
எப்போதும் எல்லாமும்
புதியவைதான்.
நாம் நமது
நான் வேறு
நீ உனது
என்றில்லாமலிருந்தால்
எதற்கும் வரையறை தயாராய் வைத்திரு
மறந்துவிடுவேன் அடிக்கடி நான்.
எப்போதாவது தோன்றும் ஞாபகமும்
எப்போதும் தோன்றுபவையும்
புதுசு புதுசாக எப்படி முடிந்தது?
நேற்று இறந்தவைகள் இன்று
உயிரோடு வந்துகொண்டிருக்கின்றன.
எனக்குள் புதைந்த மீதிப் புதையலை
எப்படி நான் கண்டுபிடிப்பது
சொல்லேன்.
●

சின்ன சின்ன கைகளுக்குள்
மலர் தூவி அழைக்கும் குழையும் மனசு.
கல்லாய் இறுகி பாறையுடன் சல்லாபிக்கும் உடல்.
இனி ஆராய வேறெதுவுமில்லை என்றுன்னை
நினைக்கும் மனசு.
நீ தான் என்ன பதில் தெரியுமுனக்கு கேட்கலாமே
ஆனாலும்
கேள்விகளற்ற மனவெளியை அதில் உன்னை
கண்டெடுக்க மிகவும் கஷ்டப்படுகிறேன் நான்.
சிரிப்புதான் உனக்கு.
ஆணவம்தானோ புரியவில்லை.
ஆனாலும்
எனது ஆணவம் அகல காத்திருக்கும்
மனசு
●

14.12.95

முக்கியம்
உன்னை உணர காத்து கிடக்கையில்
நீ வருவாய்
நானோ அதன் முக்கியத்துவம் உணராமல்
பொழுதுகளுடன் விளையாடுவேன்
நீ சென்றபின்
நான் முடித்திருக்க வேண்டிய சொற்களை
எழுதாமலேயே மறந்திருப்பேன்.
பின்னும் உன் வருகை குறித்து
எதிர்பார்ப்புகளுடன் எழுதுவேன்.
அதற்குப்பின் நிகழும்
கணங்களை பதிவு செய்ய நினைவற்று
அலுத்துப்போய்
என் காத்திருப்போ
கவிதையோ
அல்லது உன் வருகையோ
ஓய்ந்து போகலாம்
ஆனாலும் இவை நிகழும்
புதியவையாய் எங்கோ ஓரிடம்
●

7.11.95

தொலைந்து போனவன்

மலர்களால் அர்ச்சிக்க முடியாது உன்னை
ஏனெனில் நீ ஒரு மலர்.
நரகங்களுக்கு உன்னை அழைக்க முடியாது.
ஏனெனில் அதன் அன்பான தலைவன் நீ.
சொர்க்கத்தையும் உனக்குள் வைத்திருக்கிறாய்.
என்னதான் செய்வது உன்னை,
உன்னை தொலைக்க எனக்கு இஷ்டமில்லை.
உன்னை வெறுக்கவும் மிகவும் பிடிக்கும்.
ஆனாலும்
உன்னைத் தொலைக்க
எனக்கு இஷ்டமில்லை
ஏனெனில் நான் என்னை கண்டடைய
வேண்டும்.
மூன்று மனசு
மூன்று நிலைகளும் ஒன்றுதான்
கோபம் காமம் ஆனந்தம்
எதுவும் உனக்கு விளையாட்டோ
எதிலும் எனக்கு நாட்டமில்லை.
என்றாலும் உன் விளையாட்டு
எனக்கு மிகவும் பிடிக்கும்.
எப்போதும் தொடர்வாய் உன் விளையாட்டை.
எப்போதும் நீ வேண்டும் எனக்கு.
சொல்ல நினைப்பது மறக்கிறது உன் முகம் பார்த்து,
செயல்கள் ஓய்ந்து போகின்றது.
நீயின்றி தனிமையில் சாதிக்க
என்மேல் எனக்கு இன்னும் நம்பிக்கையில்லை.

●

புதிய பார்வை 10.12.95

நிலை

உன்
நிலையை உணர நான் வந்தேன்
என்னை உணர வேண்டும் ஆனேன்.
எப்போதோ ஒன்று மறந்ததுபோல்
உன்னை மறந்திருந்தேன் நான்
எதுவும் தெரியாதபடிக்குத்தான் என்னையடைய
நான் எனக்குள் செல்ல வேண்டுமென
எங்கோ எதுவோ சொன்னது
அந்த ஏதோ ஒன்றை
எனக்கு கிடைக்க நீ அருள்வாய்
என் இறைவா
உன்னை உணர எனக்கு வாய்ப்பளிப்பாய்
என்றும் என்னை உணரவும்
நான் காத்திருக்கிறேன் எனக்குள்
எல்லாம் சரி என
எப்போதும் மௌனித்திருக்க
எனக்குள் என்னையருள்வாய்
நலமுடன் நீ வாழ்க.

●

26.10.95

எனக்குள் திசை அறிய
நளினங்கள் புரிந்தால்
எனக்குள் சந்தோஷம்
என்றும் நிலைக்கின்ற
எனதான ஒன்றை
ஏற்கனவே அளித்தாய்
இறைவா நன்றி
நிகழப்போகும் உன்னதங்களை
நிஜமாய் உணரும்
வேளைகளை கொடுத்துவிடு
சிரிப்புடனே ஏற்று
செயல்பட வைத்துவிடு.
என்றும் உனக்காய்
இயல்பாய் வைத்திரு என்னை.
●

காற்றுடன் பேசிய வார்த்தைகள் நிஜம்
இந்த நதியோடு குளிர்ந்தது நிஜம்
பறவைகளை படிக்கவிட்டது நிஜம்
எதிராய் தோன்றும் மலையாய்
உன் அர்த்தப்படுத்துதலின்
என் சொல் தரையடைந்து வீழ்கிறது.
ஆனாலும் கவலையில்லை.
சொற்களின் புதிய உற்சாகம்
எப்போதும் தொடர
மௌனித்திருக்கும் கணங்கள்
மீண்டும் நிகழலாம்
சரியான உணர்தலின்போதும்
தோல்விகளற்றுப் போன உயிர்ப்பின் போதும்
●

சரியான அர்த்தப்படுத்துதல்
மீண்டும்
அவலமாகும் பரிதாபம்
எனக்கானது என நான்
சரியாக தேடுகிறேன் கவிதையே
எனக்கான உண்மைத் தோழன் நீ.
எனக்குள் எப்போதும் நிறைந்திருப்பாய்
வார்த்தைகளை
என்னிடமே சரிபார்க்கக் கற்றுக்கொடு.
தேவைகளின் அவசியம்
உணர்தலின் உச்சகட்டமாய்
எங்கும் வியாபித்திருக்கும்
ஏதோ ஒன்றை ஞாபகப்படுத்தும்.
ஆனால்
விளக்கங்கள்
அவசியமற்றுப் போனபோதுதான்
எதிர்பார்ப்புகளும் காணாது போகின்றன.
தேவைகளை உன்னிடமே
திருப்புகிறேன்.

●

25.10.95

சிரித்து விளையாடிய பொழுதுகள்
மறக்க முடியவில்லை இன்னும்
உன்னை எங்கு தொலைக்கவும்
திசை காணவில்லை எனக்குள்.
எப்போதும் வழியும் புன்னகையை
கொஞ்சம் நிறுத்தி
எனக்காகத்தான் அழேண்டா சுயநலப்பேயே
எப்போதுதான்
உன்னோடு இன்னும் நிறைய
பேசித் தொலைப்பது?
எங்கும் கேட்காத என்னை
கேட்க வைத்த திமிர்பிடித்தவனே
உன்னை என்ன செய்வதாம்.
அன்பான முத்தமிடல் தவிர.

●

சார்ந்திருத்தல்

சார்ந்திருத்தலின் உபயோகம்
சுகமாய் இருக்க
மீளத் திராணியில்லை எனக்கு.
தனிமையின் பயங்கள் துரத்த
எதையாவது பற்றிக்கொள்கிறேன்.
உங்களுக்கு தெய்வம்
அவனுக்கு மார்க்சியம்
எனக்குக் கவிதை
அவளுக்கு சமையல்
எப்போதும் எதையாவது சொல்ல
உற்சாகமாய் தோற்றமளிக்கும் வானம்
நம்மில் தினமும் புதிய சொற்களை வலம்வரவிடும்.
மீண்டும் சார்ந்திருத்தலில் மீண்டும் மீண்டும்
மனது அடிமையாகிவிட
வானம் நீண்டு விரிகிறது
எது தீர்வு?
உனக்கான பதில் எனக்குள்
தோன்ற
நீயோ
நிகழ்வுகளின் சூழல் குறித்து
அவசியம் வலியுறுத்துகிறாய்.
வெறுமையாகிப் போனபின்
எதுவுமில்லை நிகழ்வதற்கு
மலையுச்சியின் ஈரக் காற்று
அமைதியடையலாம் உன்னுடன்.
●

(இந்தியா டுடே 30.10.95 இதழில் வெளியான கவிதை)

சரியான புள்ளியில்
இயங்குவதில்லை எதுவும்
குறிக்கோளற்றுத் திரியும் காற்றும்தான்.
வேதனைகளின் உச்சத்தில்
மிருகமாய் தொடரும் துரத்தல்கள்
ஓய்வின்றி தோன்றும்தான்
இயங்குதலின் சலிப்பு
புதிதாய் ஏற்க எதுவும் தோன்றாதபோது
நினைவோ வருகிறது.
சரியான வெளிக்காட்டலின்றி
உறைந்து போகும் உள்ளக் குமுறல்கள்,
குரூரமாய் எதையோ தாக்க
திருப்தியில் சிரிக்கும் பொழுதுகள்
நேர்கிறது இயற்கையாய்.
மனித நேயம் குறித்து,
சிந்திக்கையில்
சுயமற்றுப் போகும்
சொல்
உன்னில் கரையும்.
●

என்னுடன் சிநேகித்த உனக்கு
எப்போதும் என் அன்பு.
எதையும் சரியாய் உணர
எப்போதும் எனக்கு உன் உதவி தேவை.
மலர்களை விட சிறந்த ஓய்வு தேடுகின்றேன்
உன்னை அர்ச்சிக்கவே.
எப்போதும் இனிமையை விட சிறப்பானதை
தேடுகிறேன் உன்னை நெகிழ்வூட்ட
என்னை வணங்கும் உனக்கு என்
அன்பு வணக்கங்கள் எப்போதும்.
உன்னை நீ வாழ்த்தினாலும்
என்னை நான் மறக்கிறேன் எனக்குள்.
எப்போதும் எனக்காய் இந்த இலக்கு
சரியான பாதையில் செல்லட்டும்.
இலட்சியங்களைக் காணாமல்
விளையாடித் தொலைக்கிறேன் நான்.
●

தொகுப்பு: சுப்ரபாரதிமணியன்

பிரதானம்

பிம்பங்களும்,
வார்த்தைகளின் உச்சரிப்புகளும்,
மொழியை இழந்த மௌனங்களும்
பிரதானமாகிப் போனது.
விதவிதமான கேள்விகளில்
தன்னைத் தொலைத்த படியும்
தேடியபடியும்
இந்த நான்களும்,
அந்த நான்களும்,
மிஞ்சியிருக்கும் சிலவற்றில்
தூக்கமும் ஒன்றாய்
அலைபுரளும் நதியாய் மனமும்
அமைதியாய் உணரச்செய்யும்
ஈரக்காற்றாய் எண்ணங்களும்
சூரியனாய் தகிக்கும் உறவுகளும்
எதையும் தாங்கும் பூமியாய்
இந்த உடல்களும்
பிரதானமாகிப்போனது.

●

வெளியேற்றம்

வெளியேறி வெளியேறி
மீண்டும் மீண்டும்
அடைபட்டாகிறது கூட்டுக்குள்.
தினமும் நடக்கும் இவற்றில்
ஒரு பாதி நிழல்கள்.
வெளியேறும் அலை என்னவோ
கறுப்புத் துணுக்குகள்.

●

எல்லாம் வல்ல

மனதினில் இடைவெளி நிரப்பி
வாழ்க்கையின் பாதைகளை
வாழ ஆரம்பிக்கையில்
ஆசீர்வாதங்களை எதிர்நோக்கியபடி
வாழும் மனங்கள்
காயங்களை ஆறப்போட்டிருக்கும்
இருந்தாலும்
மலர்களை தேவனுக்கு அர்ப்பித்தபடி
என்ன செய்தாலும்
மலர்கள் இரசிக்க இன்னும்
மனசில்லை எங்களுக்கு
முட்களுடனே சிநேகம் கொள்வதால்
முட்களின் ஆக்ரமிப்பில்
அலங்காரம் ஓய்ந்துபோனது.
ஆடைகளின் வண்ணங்களும்
ஆதிசக்தியின் மூக்குத்தியும்
வீதி லைட்டுகளும்
வாழ்க்கையை நிர்ணயிக்க
முகங்களும், மனிதர்களும்
திரை மறைவில் மறைந்தனர்.
எல்லாம் வல்ல
இறைவா!
எங்களை
காப்பாற்று.
●

தொகுப்பு: சுப்ரபாரதிமணியன்

ஒரு பூ

செயலில் தோன்றும்
எண்ணத்தின் விடியலை
ஏற்றுக் கொள்ளும் மனதை
அலைக்கழிக்கும் ஆசை.
என்ன நேர்ந்தாலும்
எண்ணங்களின் துடிப்பை
அறிய நேரமில்லை இப்போது.
எங்கே சென்றாலும்
எனக்கென ஒரு தளிரிருக்கும்
ஏற்றுக் கொண்டவையை
தேறித்தள்ள
உபதேசிக்கும் சமூகம்
அடையாளமற்று போனபின்
ஆறுதல் சொல்ல வரவில்லை.
அடையாளங்களை
நிர்ணயிக்கையில் எதுவும்
செய்யாதே என
மிரட்டியது.
ஏற்றுக்கொண்டவற்றை
உதறித்தள்ளி
உபதேசிக்கும் சமுகம்
அடையாளமற்றுப் போனபின்
ஆறுதல் சொல்ல வரவில்லை.
தோற்றுப் போகிற
மனித மனசு
சாக்கடையாய் ஓடும்
நதியில் விழுந்து தவிக்கும்
எங்காவது ஒரு பூ
மிதந்து வரவேற்கும் என்னை.

•

என்னைக் கண்ணில் தேட அனுமதி கொடு
இன்னும் என்னை கண்டுகொள்ள.
என்னை மிகவும் மவுனமாக்கு
இன்னும் என்னை கண்டுகொள்ள
என்னைக் கண்டித்து வை
என் தவறுகளை நான் புரிந்துகொள்ள
என்னை தவிர்த்துக் கொண்டேயிரு
அனுபவங்களின் உலகில் நான் சஞ்சரிக்க
என்னை இன்னும் சிரிக்க விடு
என்னையும் என் உணர்வுகளையும்
நீங்களும் நானும் புரிந்து கொள்ள
என்னை தனியே நடைபழக்கி விட
என்னை என்னிடம் சிக்கலாக்கு
என்னுடையது என நான் தேட

●

மொத்தமாய் வாங்கலாம்
கடையில் விற்கும் காய்கறியை
சமையலுக்கு முன்னேற்பாடாக
சமையலறைக்கு ஜன்னல் கைதியாய்
சூரியனை நண்பனாக்கிப் பழக
முடியவில்லை
எனக்கான வேலையும் எப்போதும்
எண்ணப்படாமலேயே நீடிக்கும்
மௌனம்தான் உண்மையா
உதவத் தெரியாமல்
வண்ணங்களை தெளிந்து என்ன பிரயோசனம்.
ஒவ்வொரு கண்ணும்
வேதனைப்பிணி உச்சகட்டமாய்
ராணியாய் நான் மாற வேண்டும்.
எப்பொழுதும் மௌனம் கூடவே
நான் வேண்டும் எனக்கு.
மீதியுள்ள சகாப்தமும்
மின் விசிறியாய் சுழலும்
நான் எதிர்பார்த்திருப்பேன்
அம்மா உன் அன்பான சொல் குறித்து.

●

ஆகாரம் வேண்டுமென்று
அன்னை மடிமீதமர்ந்தேன்
சோர்விலாத் தென்றலாக
சோகமது மாறியது.
சோகத்தைத் துன்புறுத்தி
ஜீவன் அது மாறியது.
●

பார்த்தாயிற்று,
மரம், செடி கொடிகளை.
உன்னுடைய அன்பை அதில்
தெளித்திருக்கிறாய் எனத்
தெரியாது போயிற்று.
உடல் நடுங்கும் வேளைகளில்
இதமாக்கும் அம்மாவின் விரல்கள் போல
மெல்ல வழியும் கண்ணீரைத்
துடைத்தெறிய,
மனசு நிறைய நிம்மதியை
அள்ளித் தந்து தூங்க வைக்கும்
பாட்டியின் மடிபோல
இந்த மரங்கள் எனக்கு.
சின்னஞ்சிறிய உதட்டில்
வழியும் சிரிப்பை
மனதில் தோன்றும் வார்த்தைகளால்
அளவெடுத்தாய் நீ.
●

22.7.97

புதுசாக சொல்ல எதுவுமில்லை இனிமேல்
ஆமாம்
அவலங்களோடு நாம்.
அறிவோடு அவர்கள்
அன்போடு நாம்.
பிரிவோடு அவர்கள்,
பாசத்தோடு நாம்.
பொய்யோடு அவர்கள்
பண்போடு நாம்.
இருந்தும்
கடைசியில் கண்டுகொண்டோம்
நம்மை நாம். (இது கடைசியில்)
மீள்கின்ற ஆபாசத்தோடு
நம்மோடு அவர்கள் (இதுவும்)
மீண்டும் மீண்டும்
சேதிகள் வந்துகொண்டே நிசமாகும்.
பழைய உருவங்கள் போல
புதிதாய் வருபவற்றை நோக்கியபடி,
மனசுக்குள் இன்னும்
மாயைகளோடு நான்
இன்னும்
கிழிந்த மனசோடு என்
ஏதோவொன்று தவித்துப் பறக்கும்
ஏற்கனவே
வெட்டப்பட்ட
இறகுகளை மறந்து.
சொல் தேடி அலைந்தேன்.
என் சுவையான கூண்டுக்கு.
மொழி வேண்டும் எனக்கு.
மாசறு மொழிகள் தீர.
ஏற்கனவே எழுதியாயிற்று.
ஆனால் இன்னும்
தேடலில் நாம்.
துணை தேடிப் பறக்கும் பறவைகள்
தன் சோகம் தீர்க்கவென.
ஓய்ந்திருக்கும் பறவைகள்
ஓயாமல் சலிக்கும்
உணர்வுகளை மீள முடியாமல்,
சண்டைகளோடு நாம்.
உடல் மனம் உயிர்,

தொகுப்பு: சுப்ரபாரதிமணியன்

ஆத்மா என்ன என்ன?
புத்தகங்களை மூட்டை கட்டியாயிற்று.
கண்களை வானில் பதித்தாயிற்று.
இன்றும் உயர நினைக்கையில்,
ஏதோவொன்று தட்டிப்பறக்கும் நம்மை.
சொல்லிச் சேதி கேட்க நினைத்தும்
மறதியுடன், மாயையாகும்,
சொல்லொணாத் தியாகங்களோடு நாம்.
•

சின்னப் பிஞ்சு உள்ளமாய்
யாரும் வாழ ஆசைதான்
அன்பு பண்பு பணிவுடே
அம்மா அப்பா சொத்துதான்.
பார் புகழும் வண்ணமே
பிறரை வாழ்த்தும் ஆசைதான்
சோர்ந்து போகா வண்ணமே
சிரிப்புடனே வாழ்த்துதான்.
ஆசைகளை வென்று வாழலாம்
அற்புதங்களை நாம் அடையலாம்.
சுயநலத்தை விட்டுத் தொலைக்கலாம்.
பூமியினை வென்று வாழலாம்.
புரிதலுடன் பேசப் பழகலாம்.
புரிந்தவற்றை மனதில் வைக்கலாம்.
குழந்தைகளைக் கொஞ்சிப் பழகலாம்.
குறைகளைக் கொஞ்சம் நீக்கலாம்.
வாழ்வை நாம் வாழ்ந்து காட்டலாம்.
வழியினைத் தான் செழுமைப் படுத்தலாம்.
வாய் ஓயாமல் வாழ்த்துப் பாடலாம்.
•

எப்போதோ யாரோ
சொன்னதை
இப்போது
என் மொழியில் எழுதுகிறேன்
எனக்கான பதிலும்
என் எதிரே கிடைத்தாலும்
கேள்விகள் நீள்கிறது
எங்கோ யாரோ உணர்தலில்
நியாயம் புரிகிறது.
மீண்டும்
எதுவும் கற்பதற்கு
துடிக்கும் பள்ளிக் குழந்தையாய்
எதிரே நிற்கிறது மனசு
வானத்தில் தோன்றும் மேகம்
சிதறவிட்ட நட்சத்திரங்களை
மறந்து கலையும்.
எனக்கான பதிலும் கேள்வியும்
என்னுள்ளே புதைந்து கிடக்க
வான் வெளியில் நட்சத்திரம் வழியே.
தோன்றி மறையும் அதை பார்த்திருந்தேன்.
தோன்றுவதை சொல்லலாம்
சொல்லாமலும் இருக்கலாம்
வண்ணங்களின் கலவையாய்
வரைந்த ஓவியம்
மழை நீரில் கரைவதை
உயிருட்ட முயற்சித்தும்
முடிவில்லாமல்
தேடலிலும் தொடக்கமின்றி
வெறுமையாகிப் போன
நிலத்தில்
ஆடு புல் தேடி அலைகிறது.
உயிரோடு தோன்றும் அது
ஓவியத்தை விடவும்...
உச்சரிப்பைத் தொடங்குமுன்
மறந்துபோகும்
தன்னை இருட்டில் தேடியலைய
காத்திருந்த ஒன்று
எதிர்பார்க்கும் அதை தின்றுதீர்க்கும்.

தொகுப்பு: சுப்ரபாரதிமணியன்

பசி தொடர்தலின் இயக்கம் வழியே
புலரும் காலைகளின் மௌனம்
விளைச்சலைக் காட்டும் காடுகள் வழியே செல்லும்.
சென்றடைந்த நிம்மதியில்
உலா வரும் கணப்பொழுது
தன் சேதி சொல்லிப்போகும்
இயற்கையின் சக்தி குறித்து.
எப்பொழுதும் பழக்கமானதுதான்
உன் சொல் என்றாலும்
ஏற்கனவே ஒன்றை
எதிர்பார்த்து கலங்கி
பின் காற்றுவெளியில்
மரங்களிடையே உலாவரும் ஏதோ ஒன்றாகி
எப்போதும் இயக்கத்தின் வழியேயும்
சார்ந்திருத்தலின் அவசியம் குறித்தும்
பெரிதாய் மிரட்டிப் போகும்.
எல்லாவற்றையும் தீண்டிப்போகும்,
காற்று மட்டும்
எப்போதும் அதனியல்பில் வந்து போகும்.
மிக சரியான உணர்தலின் அவசியம்
நீ வலியுறுத்தினாலும்
என் மனசு சிதறியலைகிறது
வெளியெங்கும்.
இயற்கை தரும் உன்னதம்
உணராமலே நிற்கையில்
அவ்வப்போது
நிஜம் புரியும்.
ஒவ்வொரு நாளும்
காலையும் மாலையும்
உதிக்கின்ற மறைகின்ற
சூரியன் போல்
என் கருமைகள் மாறாதோ.
எப்போது நான் நினைக்கிறேன்
எனக்கான ஒன்று
அல்லது ஏதாவது
எங்காவது உலகின் ஒரு மூலையில்
அல்லது மனதின்
ஆழ்ந்த உலகத்தில்
நான் எதிர்நோக்கியபடி காத்திருக்கிறேன்

எனது பிம்பங்களை நிகழவிட்டு
ஆசைகளை கடல் அலைகளாய் மாற்றி
உதிக்கிற சூரியனை காண்கிற தவிப்பிற்கு ஏங்கிய
ஒவ்வொரு நாளும்
மரண அவஸ்தையின் இரவுகள்
என் கண்ணிரோடு
வேதனைகளின் உச்சகட்டத்தோடு
நான் பரிதவிக்கிறேன்
எனக்கான
என் மொழியைத் தேடியபடி.

●

நம்மை நாமே பதில் சொல்ல வைத்து
கேள்விகள் கேட்டு
உணரத் தவிக்கும் நிலையில்
குழந்தையாய் மாற ஏங்கும் மனசு.
அலங்காரங்களுடன் சுற்றி வருகிறோம் பெருமிதமாய்.
நமக்குள் அழுக்கை அகற்றாமல்
நமது நிலை ஒன்றுதான்
உணர முடிந்தாலும்
பொய்த் தோற்றங்களில் திளைத்து
வார்த்தைகளில் அலங்கரித்து
இறுதியில்
நமது எல்லாமும் நமக்கு
இழப்பாகிறது
நம்மை நாம் மீட்கும்வரை.

●

தொகுப்பு: சுப்ரபாரதிமணியன்

எங்கே

எங்கே என் நண்பன்
சொல்லாதே கேட்காதே பார்க்காதே என
காந்தியின் குரங்குகளைப்போல்
உறவினரும், சமயமும், மதமும், கலாச்சாரமும்
என வீடும்.
வீடுகள் காலைப்பொழுதுகளில்
இயந்திரமாய் இயங்கி
மிக அவசரமாய் நம்மை விரட்டுகிறது.
ஓய்ந்தே போனாலும்
வேலை கிடைக்காமலும்
உணவை எதிர்பார்க்காமலும்
ஏங்கிப் போன உணர்வுகளைப்
போலித் தனமாய் அடக்கி
அல்லது
உணர்வுகளைத் தீவிரமாய்
சரியான சக்தியாய்
உருமாற்றி
ஏதாவது செய் என்கிறது வீடு.
●

எங்கெல்லாம் உன்னைத் தேடுவது.
நீயா என எனக்குத் தெரியவில்லை.
எங்கே விழிகளை தொலைத்தாய்.
ஆகாய நட்சத்திரம்கூட சிரிக்கும்
உன் பேச்சில்.
அன்பான உன்னை இம்மூவுலகமும்
வணங்கும்.
ஆசைகளைப் பரிவாய் சரி செய்ய
நீங்கள் சொல்லும் மௌனமான
அன்பான வழிகாட்டுதலில்
உருகும் ஒவ்வொரு உயிரும்.
ஓருவுருமாய் அல்லது இம்மூவுலகின்
அனைத்து உயிர்களும் உங்கள் அன்பின்
மகிழ்ச்சியாய் பேசத் துடிக்கும்.
ஏதும் நிகழாமலே
உங்களுக்கு அழகோ.

●

மனதிலே அன்பு வைத்து
வெற்று வெளியில் அலையும் மனம்
சின்னத் தளிரை நம்பித் தேயும் இந்த
கைகளின் உலகம்.
உயரம் பறக்குது மனசு,
ஓய்விலாத ஆசைகளின் தூண்டுதலில்
பொருள் ஒன்றும் இல்லை.
பசுமரத்தானியாய் பதிகிறது மனசின் கூச்சல்
கூண்டுக் கிளியின் குரல்
ஏகதேகமாய் பறிபோய் விட்டது.
நகரங்களின் பேரிரைச்சலில்
மூலையோடு ஒதுங்கியாயிற்று
முன்னுணர்வின் மழலைகளோடு.
இருந்தும் விடுவதாயில்லை இந்தப்
பாழ் மனது.
எடுத்தும் விற்றும் பெறவில்லை இனியும் என்றும் எதுவும்
வெற்றுப் பாத்திரம் நிறைய இன்னும்
அன்பு கிடைக்க வேண்டும்.
காகிதங்களோடு காதல் செய்து மனமுடித்து விட்டபின்னும்
கைகள் சுமக்கவில்லை எதையும்.

●

எனக்குள் இருப்பது சிவப்பு ரத்தம்
உன்னுடையது எனக்குத் தெரியவில்லை.
கண்களற்ற பகுதியில் துடிக்கின்றது ஒளி வெள்ளம்
மனதைத் தூண்டி மலர்களில் நடக்க வைத்து
கொஞ்சும் குணங்கள் கலந்த தெய்வமாக நீங்கள்
கோவிலான உள்ளம் என் மனதைத் தாராயோ.
முக்கியமாய்
ஏதோவொன்றுக்கெனத் தொடங்கி
எல்லாவற்றுக்குமாய் காத்திருந்தேன்
எதுவும் கிடைத்தபடியில்லை
கொஞ்சம் கவிதைத் தவிர.
மீண்டும் மீண்டும்
பிரயாணங்களில் அலுப்பேயில்லாமல்
தேடலைத் தொடர்கையில்
எந்திரங்களின் சப்தம் மட்டும்.
பொழுதுபோக்குக்காய் கொஞ்சம்
தேவைக்காய் கொஞ்சம்
மிக அவசியத்திற்காய் கொஞ்சம்
என வார்த்தைகளை உதிர்த்தபின்
அவை காணாமல் போனது,
மௌனத்தையும் தனிமையையும்
என்னிடத்தில் தந்து.
சிரிப்பதற்கென எல்லோருக்கும்
ஏதோ கிடைக்கிறது.
மிகச் சலனங்களுடன்
நான்.
தவிரவும்
முக்கியமாய் எதுவுமில்லை
என்னிடம்
தனிமையைத் தவிர.
●

சேமிப்பு

தினமும் சேமித்து வைக்கிறேன்
விடாமல் கிடைக்கிறது ஏதாவது.
நேற்றுவரை சேர்ந்தது
வீடு நிறையக் கிடக்கிறது.
இன்று கிடைப்பதை வைக்க இடமில்லை.
சுவரெல்லாம் குறுகியபடி இடமளிக்க
சந்து பொந்தெல்லாம் நிறைகிறது சேமிப்பு.
சேமிப்பது நல்லது.
எல்லாமே சேமிப்பாகிறது இன்றுவரை.
கூட்டித் தள்ளிப் பெருக்க
மனசுக்கு இஷ்டமில்லை.
கிடைப்பது எல்லாம் கிடைக்கட்டும்
கிடைப்பவை எல்லாம் இருக்கட்டும்
இன்னும் எதை எங்கே
சேர்க்கலாம் என
அங்குமிங்கும் விரைந்தபடி நாமெல்லாம்.
சேமிப்பது எனக்கு முடியாது போயிற்று.
இறந்த காலத்தை வைத்திருக்கிறேன்
மனசைத் தொலைத்துவிட்டு
நானும் சேமிக்க வேண்டும்
நாளையில் இருந்து ஏதாவது.

●

(30.10.95 இந்தியா டுடே இதழில் வெளியான கவிதை)

பெண்ணையே நாம் கண்டதில்லை.
ஆணையே நாம் கண்டதில்லை.
உடல்கள் உடைகளில் மறைந்திருக்க
வயிற்றுக்குள் உணவும் பலமும் கலந்திருக்க
ஒவ்வொரு கடவுளுக்கும் பண்டிகைக்கு மட்டும்
பூஜை செய்ய
சூரியனும் சந்திரனும் கடமையில் இருக்க
அம்மாவுக்காக நான் காத்திருக்க
எனக்காக என் குழந்தைகள் காத்திருக்க
போதும் ஏக்கம் எதுக்கினி இவ்வுடல்
காசு பணம் என்னத்துக்கு
நாற்காலியும் மேஜையும் மின்விசிறியும்
பணத்துக்கு அடையாளமாய் இருக்க
வயிற்றுக்கு நீரைவிட்டு
அதுவும் பணத்துக்கு வாங்கி
எதுவும் தெரியா...

●

பாய்ந்து ஓடும் காவேரிதான்
பாய்ந்திருக்கு மனசிலதான்
உங்க சொல் எல்லாம் இனிக்குதையா
சிந்திச்சா சொற்களோ போராட்டம்தான்
நினைக்க நினைக்க வாழ்வெல்லாம்
நிஜமான வேப்பிலைதான்.
சொல்லாலே சொல்லி வச்சு
எதுக்குமே போராட்டம்தான்
மனசு வெச்சா மல்லிகைதான்
மனம் போல வாழ்க்கையெல்லாம்
நான் ஒன்னும் சொல்லலையே
உங்கிட்ட எதிர்க்கலையே
உல்லாசமா நடக்கையிலே.

●

காத்திருத்தல்

இன்று வரை
அல்லது
நாளை, நாளை மறுநாள்
தேவைப்பட்டால் கொஞ்சம் அன்புடன்
மீதமிருக்கிற நிலையில்
மௌனம் விரைகிறது
வெளியெங்கும்
பக்கத்து நபருடன் அல்லது
வீட்டில், வெளியில்
அனைவருடன் பேச
எத்தனை நாள்தான் காத்திருப்பது?
நிமிருகிற நிமிடங்களில்
நீண்டு போகிற மனவழியே
தாவிக்குதித்து விரைகிறது
மனம் குதிரை,
இன்னும்
தோழிக்கு
நீ அழுது கொண்டிருக்கலாம்
அல்லது
மௌனமாய்
அதுவுமல்லாமல்
ஏதாவது ஒன்றை செய்து கொண்டிருக்கலாம்.

தொகுப்பு: சுப்ரபாரதிமணியன்

நீ எதிர்பார்க்கின்ற ஒன்று
நமக்குள் நிகழாமல் போகலாம்.
ஆனால்
மிகச் சரியானது
நமது அன்பு மட்டுமே
நீ உணர்ந்தால்
எனக்குள் கொஞ்சம் ஒளியேற்று.
சந்தோஷமாய் வரவேற்கிறேன்.
துக்கங்களுக்கிடையில்
உனது சிரிப்பை
மௌனங்களுக்கிடையில் எதிரொலிக்கும்
உனது குரலை.
மிகச் சரியானது உன்னைப் பற்றிய
எனது அன்பு
எதுவும் அற்புதம்தான்
நாம் எதிர்பார்க்காத நிமிடங்களில்
உணர்ந்து சிரிக்கும் குழந்தையின்
சிநேகம் என் தோழி
உனக்குள் மலரட்டும்.
எனக்கும் கொஞ்சம் சொல்லிக்கொடு.
அன்பான புரிதல் குறித்து.

●

பொங்கி எழும் நினைவுகள்
என்னோடு பரவுகிறது
சூழ்நிலைகளின் பங்கில்
என் வழியில் பிரக்ஞையற்று
இயங்கினேன்.
எழுதாமல் படிக்காமல்
என்னோடு எதிர்காலம் நடக்கிறது.
ஒன்றாக சந்திக்க மட்டுமே
விழாக்கள் அமைகிறது.
சொல்லிச் சொல்லி அழுத நிமிடங்கள்
அதிகாலையில் ஓயலாம்.
தினமும் பிடிக்கும் என்பவை எல்லாம்
அடிக்கடி வீணாகிறது.
முகம் பார்த்து வேலை அமைகிறது.
படிப்புடன் பாசம் பயன்படுகிறது
குழந்தைகளை வெறுக்கும் இன்றைய
கவிஞர்களுக்கு.
அழகான முகம் பார்த்து
ஆசைகளை உடலில் விட்டு
ஒன்றுமில்லாமல் போகிறது.
படித்த புத்தகங்கள் வீடு நிறைய
அழகழகாக தோற்றங்களில்
நாங்கள் மேதைகள் என்ற கனவுகளும்
சுயநினைவுகளின் சுறுசுறுப்பாகவும்
எழுதுவதும் படிப்பதும் மட்டும் வேலை
என்றாகிறது.
ஏதோ ஒன்று என
ரகசியமாய் காலைக் கிரகணங்களில்
கேட்கக் கேள்வியற்றுப் பார்க்கத் தோன்றுகிறது.
உன் அழுகையும் ஓய்ந்து போகும் தருணங்களும்
ஆறுதலாய் அமையலாம் இனிய பொங்கல்
விழாவில்.
சுயநலங்களின் போராட்டமும்
சொல் தெரியாது என விஷயங்களை மனதில்
மறைத்து வாழும் வழிகளின் பிரயாணங்களில்
எங்கு தொலைத்தோம் அன்பை நாம்.
ஒரே விதமான உடல்களின் அவஸ்தைகள்
விதவிதமான அழகான முகங்களின்
அமைதியான விநோத ஆசைகள்.

●

உருவாகுதல்

எப்போதும் எனக்கு
என்னைப்பற்றித்தான் எண்ணம்.
இப்படித்தான் அவர்கள் பேசுகையில்
நான் சொன்னேன்.
அவர்கள் சரி பேசுங்கள் என்றனர்.
ஆனாலும்
நான் யோசிப்பதாகவே சொன்னேன்
அவர்கள் மீண்டும் மீண்டும் பேசினர்.
இடையில் எனது பதிலும் அதுவாகவே
அவர்கள் கேட்காமலேயே.
இனியும் மழைக்கு ஒதுங்குதல்
நல்லதில்லையெனவும்
சுத்தமான நீரை கையில் பிடித்தபடியும்
மழையை இரசிக்கத் தெரியாமல்
மௌனமாய் நான் நடந்தேன்
காலடியில் அலையும்
எனது ஆசைகள்
மழையில் வழிந்து தரை சுத்தமானது.
சூழ்நிலை குறித்து அறிய
யோசனை பிறந்தது மெதுவாகவே.

•

குறுக்கு வழியில மனசு போனா
இதயம் பொறுக்கல
வேசித்தனம் வந்துவிட்டா மனசுதான் பொறுக்கல
நீயும் நானும் திட்டிக்கா கோபம்தான் தீரலை.
நாளும் கிழமையுமா நல்ல விதமா மாறிக்கோ.
சோகம் சொந்தம் எல்லாம் சொர்க்கமுன்னு நெனச்சுக்கோ.

●

எழுத்தொன்று ஊசலாட
மனசொன்று ஓயாது நினைக்க
செயல்களோ நித்தம் தடுமாற
எங்கு வைத்தேன் என்னை
சீரும் சிறப்புமாய் நான் வாழ
பெற்றதுவும் இவ்வையகத்தில்
இரண்டும் யானாகி
என்னுள் நீயாகி கலப்பதெப்போ
என் மனசே.
சிந்திக்க நேர்ந்தாலும்
மனசை பிடிக்க முடியாமல்
மண் அள்ளி வாயில் போட்டேன்
சிரித்து மழுப்பியது.
எங்கும் வியாபித்திருக்கின்ற ஒன்று
தென்படாமலே விலகுமோ என்னை.
தொடருகின்ற பாதையாய்
தொடாமலே செல்லுமோ வானம்
எழுதுகின்ற போதிலும்
நீ விலகுவேனோ என்னை
சிரிப்பிலே தவழும் குழந்தை
மறக்குமோ தன்னையன்னை

எருது வண்டி செய்ப்போனான்
மெக்கிலாதபடிக்கு
கிடைத்த மரமோ விறாகிப்போக
பயணம் மட்டும் தொடர்கிறது.

●

தொகுப்பு: சுப்ரபாரதிமணியன்

சொப்பனத்தில் நான் காண
குழந்தை மனசாய் மாறும் தருணங்களில்
என்றும் மாறாத மனிதர் கூட்டத்தை வாழவைக்க
வாழ்க்கைப் போராட்டத்தினை தினமும் சந்தித்து
அழுது ஓயும் கண்கள்
மீண்டும்
நாம் வாழ வாழ்க்கையைத் தொடர
யார் என்று தன்னை கேட்க
நம்பிக்கைத் தென்றலாய்
நீ வாழ வேண்டும்
ஆடும் இயேசுவும்
சொல்லாத புதிரெல்லாம்
ஆத்மாவில் அடங்கும் விளையாட்டுக்களைத் தவிர்த்து விடு.
●

யோசித்துக் கண்டித்தால் எதிர்கொள்ளும்
மனவெறி அடங்கும் சில நிமிடங்களுக்கு
செல்லும் வாகனங்களின்
விரைவு நேரங்களின் அவஸ்தைகள்
எதிர் கொள்ளும் நண்பனுக்குத்தான்
தெரியும்.
சொல்லச் சொல்ல எனக்கு மறதி.
படித்துப் பார்த்தும் படிப்பாளர்கள்
ஓயவில்லை நேரங்களை உபயோகமாக்க
தென்றல் வருமென்று முன்னே சொன்ன
மூக்குத்திகள் பேச்சு உல்லாசமாக என்று வரும்.
வருகின்ற நேரமெல்லாம் பசியடங்கும் வரை
அன்பை வளர்க்கும்.
பவனி வரும் கார்களுக்குள்
பாசம் வரும் பணிவு வரும்
வந்து போகும் மறதி யாருக்கு?
●

எழுதுகின்ற வேளையும்
நான் மறந்திருந்தால் என்னை
நினைவூட்டும் சூரியன்
எங்கு மறந்து தொலைந்தான்
பாடலின் தெளிவும்
ஆரம்பம் ஆகின்றன
சூழ்நிலை கைதியாய் மாறிவிட
எல்லாம் உனக்கு
கவலைப்படாதே எதிர்க்கலாம்
உன்னை நானும்
வென்றெடுக்கலாம் என்னை நானும்
எதிர்க்கின்ற வேளையும்
தொலைந்து போக
மீதியிருத்தலின் ரகசியம்
எனக்குள் உதயமாகவில்லை இன்னும்
சூரியனோ மெல்லச் சிரித்தபடி
மெதுவாய் நகர்கிறான்.
ஆசை கொண்டேன் அவனுள் செல்ல
அனுமதிக்குமோ காலம்
ஆசை தீராக் காதல் கொண்டேன்
இடைவெளியை தகர்த்தெறிந்து.
●

ஊர்கள் பல சென்றேன்.
கோவிலே தெரிந்தது.
நண்பர்கள் தோழிகள்
அவனேயாயினர்
திரும்பி வந்தேன்.
எனக்கு முன்னே காத்திருந்தான்
தெளிந்தும் தெளியாமல்
சிரித்து வைத்தேன்.
அமைதியின் சிரிப்பை
கண்களில் காட்டினான்.
இன்னும் காத்திருக்கவோ நான்?
●

தொகுப்பு: சுப்ரபாரதிமணியன்

எனது சூரியன்

சூரியனும், நானும்
பொழுதுகளின் விளையாட்டில்
சிக்கித் தவிக்கும் பொம்மையாய்
அலறுகின்ற குழந்தையின் துக்கமும்
செயலில் ஏதும் நினைத்தபடியற்றுத் தவித்து
வெற்று எண்களை காகிதத்தில் எழுதி
வானத்தில் பறக்கவிட்டேன்
எங்கே தொலைந்தாய் என
உன்னை நானும் என்னை நீயும்
கேட்டுத் தொலைக்க
சிரித்தபடி சிவக்கும் சூரியன்
மேலெழுவான் ஓர் ஓரமாய்
சிந்தையற்று அமர்ந்திருந்தால்
சுளீரென அடித்து
பிரக்ஞையாய் பேச வைப்பான்.
இழந்துபோன நிமிடங்களை
எண்ணிக் கணக்கிட நிமிர்ந்தால்
இருதயத்தின் நிகழ்காலம் பலியாகிறது.
அடுப்பின் ஓரம் முகம் சிவக்க அமர்ந்தேன்
வயிற்றின் உபாதையையறிந்தளித்தது.
செத்துப் போனவர்களின் புகலிடம்
மீள வேண்டும் என்றேன்...
ஓர் இடமும் பாக்கியில்லையென்றான்
கண்ணீர் வற்றிக் காய்ந்துபோன
கண்களை
மீட்டுத்தர முடியாதா என்றேன்.
கவலையுடன் அவனும் சிரித்தான்.
நிகழ்காலத்தின் அற்புதம் அவ்வப்போது
மறந்துவிடு என விளையாட
நானோ இருப்பில் இருப்பதை
ஒடெக்கு போட்டுவிட்டேன்.
நீர் கண்டு விரைந்தேன்
அது கானல் நீரெனத் தெளிந்தேன்.

•

மண்

நீரை நிரப்பி மண்ணை பதம் பார்த்து
மனசோடி விளையாடி
வந்து விட்டான்
எங்கிருப்பாய் என அறிந்து கொள்ளும் பட்சத்தில்
அமைதியாய் மறந்திருந்திருந்தேன் என்னை.
ஏகமாய் வசவுகளுடன் காத்திருந்தாள் ஒருத்தி.
வீடு பற்றிக் கவலைப்பட
மனசில்லாமல் ஓய்ந்துபோக
மெல்ல வரும் மல்லிகைப் பூவாய்
மனசு மாறியாச்சு.
அவன் மிதித்த மண்ணை
ஏகதேசமாய் அள்ளிக் கொண்டாயிற்று
உயர்ந்தோங்கும் மலையிடை
ஊடுருவும் காற்றுப் போல்
ஆசை வந்து நதியாய் வழிந்தோடியது.
சின்னச் சின்ன எறும்பு வந்து
சர்க்கரைத் தடாகத்துள் விழுந்தது.
குழந்தையின் சிரிப்பில் மறந்திருக்குமா அன்னை
தன்னையென விதியில் விளையாடுகிறாள் ஒருத்தி.
எழுந்தருளுவாள் என பாய்ந்தோடிச் சென்றேன்
என் முன்னே வீட்டில் காத்திருந்தாள்
அன்னை.
இறைஞ்சுகின்ற குரலில் தன் ரத்தம் வழிய
ஏங்குமோ தன் பறவை.

மெதுவாய் மறந்திருமோ தன்னை.
ஒன்றொன்றாய் எண்ணினேன்
இருட்டில் சிக்கித் தவிக்கும் குழந்தை
மறந்து விடு என்றதியற்கையுடன்
கலந்திருந்த வேளையில்
நான் நினைத்த ஒருவன்
அன்பானான் என் முன்னே.

●

காற்று 1

சிவக்கும் பாதங்களில்
கொலுசு அசைய சிரிப்புடனே என்தோழி
வந்தமர்ந்தாள் என் அருகே
சந்தனமும் குங்குமம் நெற்றியில்
சிவக்க வெற்றிலையும்
சந்தோஷமாய் பூவிட்டு வைத்தாள் அவனுக்கு
உறையில் இட்ட பஞ்சுப் பொதியை
மேகத்தில் சிதறியடித்தாள்
பின் மீண்டும் குழந்தையாய்
அழுதடம்பிடித்து வேண்டும் என்றாள்.
சிரிப்புடனே சின்னக் குழந்தை என
செல்லமாய்த் திட்டி நகர்ந்தான்
எங்கிருந்தோ வரும் காற்று
ஏகதேசமாய் உள் நுழைந்தாடியது
கண்கள் சிவந்து அழுகையில்
உறங்க வைத்துச் சென்றது.
கவலையில் தோய்ந்த சிரிப்பை
பதமுடன் வைத்திருந்தேன்
தொலையுமோ என அஞ்சி
விழிகளை காட்சியில் நிறைத்தபடி சென்றேன்
மனிதர்கள் வாடிப் போயினர்
மீண்டும் கண்களை எங்கே வைப்பதாம்
சிரித்தபடி அழைத்துச் சென்றது
ஒரு வண்ணப் பறவை.
சிவந்திருக்கும் மண்ணில்
சிரித்து விளையாடும் தாவரமாய்
காட்சியளிக்கும் காற்றுக்கு ஒத்திப் போடுதல்
அத்துபடியாச்சு.

●

அவலம்

என் சொற்களை மிக முயற்சி செய்தும்
மீட்டெடுக்க இயலவில்லை.
ஏதோ ஒன்றுக்காய் எழுதுகிறேன்.
அது உனக்காக அல்ல.
என் அறியாமைகள் நீ உணர்த்த
நான் மகிழ்கிறேன்.
எனக்கான விதிகளை நானே செயல்படுத்த
என் சொற்களை பிடுங்கிக் கோரமாய்
என் முகத்தில் நர்த்தனமாடும் அது.
நான் என்ற சொல்லும்
நீயும் நிஜமான ஒன்றல்ல.
பின் எதுதான் நிஜம்.
நிகழ்வு நிஜமல்ல எதுவும் நிஜமல்ல.
போலிகளின் விளையாட்டில்
சூதறியாமல் சிரிக்கும் குழந்தை.
குழந்தையின் விளையாட்டில்
திணறும் நாட்கள்.
நீ எப்படி சொன்னாலும்
சரியாகச் சொல்லாய்
நிஜம் தவிர.

●

தொகுப்பு: சுப்ரபாரதிமணியன்

சொல்

எல்லோரும் சொல்லியாகிவிட்டது
எல்லாச் சொற்களையும்.
அதற்காக நாம்
மௌனமாகவா இருக்கிறோம்.
கேட்பது சரிதான்
மனம் என்ன
நினைக்காமலா இருக்கிறது எதையும்.
நிசந்தான்
என்றாலும்
இன்றைக்கு வரும் நாளைக்கு வரும்
உனக்கான சொல்லும்
எனக்கானதும்.
அதுவரை இருப்பதைப் பேசுவோம்.
சொல்லி அலுத்தாலும்
எதுவும் புதிதாய்
இல்லையெனில்
பழையவையாய்
எப்படிச் சொன்னால்
நல்லது என நீயும்
ஏற்பது எப்படியென நானும்.
குழம்பி நிற்கையில்
நம்மைக் கடந்து போகும்
பறவையின் சொல்
வானத்தில் மறையும்.
●

இயல்பாய் ஒரு நதி

நதி எப்போதும்
அதனியல்பில்தான்.
எதற்கும் பதிலாய்
ஒரு சலனம்.
எண்ணற்ற சலனங்களுடன்
மணலின் எண்ணிக்கையில்
ஒளிர்ந்து வெளிரும்.
எப்போதும் நதியைப் பேச
எதிரடியாய் அதன் கம்பீரம்
மீண்டும் மீண்டும்
நிமிடங்களை விழுங்கும்.
பதில் சொல்ல எண்ணும் மனசுக்கு
பதிலாய் ஒரு கனவு.

●

உடைமை

நீங்கும் திரையில்
தூக்கம் விழித்திருக்க
நடமாடுவாள் அவள்.
எப்போதோ கேட்ட ஒன்று
எப்படியும் இம்சிக்கும்.
தெரிந்ததுதான். மீண்டும்
கவலைப்பட ஏதாவது
மீதி வைத்தபடி
நீண்டு விரியும்
பாம்பின் உடலாய்
உணர்வுகள் இம்சிக்கும்.

●

தொகுப்பு: சுப்ரபாரதிமணியன்

எதிர்பார்த்து மௌனமாய்

எதிர்பார்ப்புகளுடன்
இன்று இன்று என
இன்றைய இன்றுகளையும்
நாளைகளையும்
கழித்தல் கணக்கில் சேர்த்து
மிக விரைவாய் மறையும்
ஒளியையும் இருளையும்
பார்க்கக் காத்திருந்தேன்.
அன்பைத் தெரிந்து கொள்ள
கூடவே வருகிறது
தகவல்களுடன் சொந்தம்.
உன்னைப் பற்றிய பிரக்ஞையில்
நான் இருப்பதாக
நீ புரிந்துகொண்டது
நிச்சயம் சரியல்ல.
எனக்கான நானை
நான் தேடிக்கொண்டிருக்கிறேன்.
நிறைந்து வழியும் குளத்தில்
சிக்கித் தவிக்கும் தூண்டில் மீன்.

●

சப்தங்களின் கூடாரங்களில்
நடனமாடிய சொற்களை
ஆணியடித்து அறைந்த பின்னும்
அலையடித்துக் கிடக்கும் மனசை
மணல் வெளியில் எறிந்த பின்னும்
எங்கோ இருக்கும் பறவை தேடும்
தன் இனத்தை வீட்டில் தொலைத்தபின்னும்
எதுவுமில்லை இனி தொலைக்க என்று
ஆகிப்போன பின்னும்
நான் சப்தங்களின்...

●

மௌனம் எதிரொலிக்கும்
அறைச் சுவர்களின் மத்தியில்
எப்போதும் விழித்திருக்க வேண்டியுள்ளது.
காலையும் மாலையும் மட்டும் வெளிச்சமாய்.
இரவும் ஒடுங்கிப் போனது எல்லையில்லா இருட்டாய்.
தன் வீடு தேடும் பறவைபோல
மனம் வேகமாய் நடந்து கூடடையும்.
எதற்கெனத் தெரிந்தாலும்
எதுவுமற்று
சுவடற்றுப் பாழாகிப்போன கணங்களை
எண்ணியபடி கழியும் நேரங்களை
கடிகாரம் தோற்றுவித்தபடியிருக்கும்.
சப்தக் கலவைகளின் மத்தியில்
மௌனமாய் மனசுக்குள் அழுது
வெளியே புன்சிரிப்புடன்
காத்திருக்கும் ஒரு கதவாகினாள்..

●

என் சொல் உன்னைப் போய்ச் சேரும்
மிகவும் மாற்றங்களுடன்.
மீண்டும் வந்தடையும் என்னிடம்.
செவிகளின் வழியாக
அறிதலின் ரகசியம்
முடியாது போயிற்று நமக்கு.
மீண்டும் வந்து சேர
மீண்டும் போய்ச் சேரும்
என் சொல் உன்னிடம்.

●

எனது தனிமையைப் போக்க
எவ்வழியும் கிடைக்கவில்லை.
நானறிந்த சுற்றமும்
தோழிகளுடனான இருப்பும்
விலகலைக் கற்றுக் கொடுத்தது.
மீண்டும் தனிமையில் இருக்கையில்
என்னை இயல்பாக்க
முடியாமல்
ரயிலும் தண்டவாளமும் இணையும்
தருணத்தில்
சிக்கித் தவிக்கும் உயிராய்
நிமிடத்தை வருஷமாக்கி
வேவு பார்க்கிறது மனசு.
இன்னமும் தீரவில்லை
எனது உணர்வுகள்.
எதுவும் தேவையில்லை என
உதறித்தள்ள நானென்ன ஜடமா...
வீட்டிலிருக்கும் ஜடப்பொருளுக்கு
போட்டியாய் கிடந்து தவிக்கிறேன்.
எதுவாகவும் நானில்லை.
எனது நான்
வீட்டின் இருண்ட மூலையில்
பதுங்கிக் கிடக்கிறது எலிகளோடு.

●

அந்நியம்

அவள் எனக்கு அந்நியமாகிறாள்
நான் மலைச்சரிவின் ஓரத்திலே
விழுந்து கொண்டிருக்கிறேன்
எனது எண்ணங்களை
வானில் விதைத்துவிட்டு,
மனிதர்கள் புதைகுழியில் ஆழ்கிறார்கள்.
காட்டுயானை மிதித்த நம் குடல்கள்
அலங்காரமாய்
கடைகளில் தொங்குகிறது.
உப்பு மிளகு சேர்த்து
என் உடலை நானே ருசிக்கிறேன்
சொல்லத் தெரியாத பறவை
தன் சந்தோஷத்தை
பறந்து பறந்து நிரப்புகிறது வெளியில்.
எல்லோர்க்குமான உதயம்
தினசரி நிகழ்கிறது.
நாமதைக் காண்பதில்லை.

●

இந்த மரம் என்னைத் திட்டியதில்லை
அல்லது எந்த மரமும்.
என் நன்றியைத் தெரிவிக்கிறேன்
மீண்டும்.
என் உணர்வுகளின் வெளிச்சங்களாய்
இந்த மரங்களின் மௌனம்
எனக்குள்
உயிரை வளர்க்கும்.

●

தவம்

சொற்களின் அடுக்குகளை
ஏதேச்சையாய் ஏற்றுக்கொள்ளப்
பிறந்திருக்கும் குழந்தையாய்
மொழி தவிக்க...
எண்ணங்களை வலைவீசி
மனசைப் பிடித்து
எதற்காகவேனும் பிடிபட்டாக
வேண்டும் என்றிருக்கிறது
தவமான வாழ்க்கை.

●

மிகவும் அமைதியாய்க் கழிகிற பொழுதுகள்
வேண்டும் எனக்கு.
எதுவும் புரியாமல் போகையில் என் இருப்பிற்கு
மௌனமே சாத்தியமென்றானபின்
எங்கோ தவழ்கிற புன்னகைகளுக்கு
ஏக்கமுற்று என்ன பலன்?
கனவுகளைத் தேக்கிவைத்து
காலத்தின் நடுவில் வாழ மறந்து
கண்ணீரே நிறைந்துபோன கண்கள்
அவளெப்படியென்று இவளும்
இவளெப்படியென்று அவளும்
இவர்கள் எப்படியென அவர்களும்
எடைபோட்டு எடைபோட்டு
எடைக்கற்கள் துரும்பாகிப்போயின
என் அவளைப்போல.

●

கண்களுக்குள் காட்சிகள் நிறைந்துபோனதால்
இமைக்க முடியாமல்
தத்திப் பறக்கும் சிறுகுருவிபோல்
எனதுள்ளம்.

●

எனக்குள் நான் சிதைந்து போகிறேன்.
என்றாலும்
என்னை மீட்டுக்கொள்ளத்தான் வேண்டும்.
என் எலும்புகளில் ரத்தத்தோடு
உணர்வுகளையும் நான் மீட்டாக வேண்டும்.
என் சுவாசத்தினூடே விஷம்
உறிஞ்சப்படுவதையும் நான்
நிறுத்தியாக வேண்டும்.
என் மீது பாயும் கணைகளை
நான் பொசுக்கியெறித்தான் வேண்டும்.
என் கைகள் உனக்காக என்பதை மீறி
இந்த உலகத்துக்காகவும் என்றாகிவிடத்தான் வேண்டும்.
இருந்தும் நீங்களென்னவோ சகதியில்
என்னை முக்கித் திணறடிக்கிறீர்கள்
எப்படியும் நான் வெளிப்படத்தான் வேண்டும்.
இந்த நரம்புகளில் இன்னும்
விஷம் ஏறும்வரை நான் ஒன்றும் செய்யாதிருக்கிறேன்.
கொடிய விலங்குகளிடமிருந்து என்னை
மீட்டுக்கொள்ளவாவது இன்னும் நான்
உயிரோடு இருக்கவேண்டும்.
இருந்தும் என்ன நேர்ந்துவிட்டது
இந்த உலகத்திற்கு?
என்னைத் தவிர ஏதேனும்
பாக்கியுண்டா இந்த உலகத்தில்?

●

நீ கொஞ்சம் விலகியிரு.
நான் கொஞ்சம்.
இருவரின் விலகலும்
இருவருக்குமான அவகாசம்
மிக அத்யாவசியமானது.
பிரிந்திருப்பது.

●

ஒருமாலைப் பொழுது
நான் ஒரு கவிதை எழுதினேன்.
எல்லோரும் பாராட்டுகையில்
அதிகாரி வந்தார்.
எழுந்து நின்றனர்
அவர் செல்லும்வரை.
பின் மிகவும் சந்தோஷப்பட்டனர்
தங்கள் தேவைகள் நிறைவேறப்போவதாக.
வீட்டுக்குத் திரும்பினர்.
மனைவியின் ஞாபகம் வந்ததும்
அனாதையாகிப் போயின
மணல்வெளியும் மரங்களும்
இனிய மாலைப்பொழுதும்
என் கவிதையும்.

●

நகரமெங்கும் கலவரம்.
வீடுதோறும் பெண்கள் பலி
ஆண்களும் குழந்தைகளும் முதியவர்களும்...
தினசரி வாழ்க்கையில் பழகிய ஒன்றாய்
சகித்துக் கொள்கிற முகங்கள்.
மற்றவர்களுக்கும் சகிப்புத்தன்மை குறித்து சொல்லிவைத்தல்.
சொல்லுவதற்கென்றே நிறைய விஷயங்கள்
வைத்தபடி காத்திருந்த அந்தப் பெண்மணியும்
பாதிச் சமையலில் இறந்துபோனாள்.
கேட்பதற்காய் இருந்த பெண்ணும் அப்படியே.
அவரவர் நிலையில் அவரவருக்கு
திடீர் சாவு ஏற்பட
மீதியிருக்கும் பிறருக்கும் மரணபயம் தொற்றிக்கொள்ள
வீட்டிற்குள் அடைந்து கிடந்தனர்.
கதவுகளையும் ஜன்னல்களையும் உற்றுப் பார்த்தபடி
தெருவிலே கத்திகளும் துப்பாக்கிகளும்
ஜாதி, மதம் முதலியவற்றுடன் ஒழுகும் ரத்தத்தையும்
மாலையாக அணிந்தபடி.

●

கல்வி

ஐந்து வயது முதல் இன்றுவரை
படித்துக்கொண்டிதானிருக்கிறேன்.
வருடாவருடம் பாஸாகிவிடுவதால்
அளவில்லா சந்தோஷம் பாட்டிக்கு.
பாட்டியின் தங்கைக்கும்
என் போலொரு பேத்தி.
நிறையப் படிப்பது வீண் என்று
சமையலுக்கு அமர்த்திக்கொண்டாள்.
முழுப்பரீட்சை லீவுகளில்
நான் செல்லும்போதெல்லாம்
என் பாட்டியின் தங்கை
என்னைக் கேட்பார்
என்ன சாதித்தாய் படித்து என.
மௌனமாய் நிற்பேன்.
நான் கற்ற கல்வி
என் மகளுக்கு டியூசன் எடுக்கமட்டும்
உதவியானது.
தெரிகின்ற உண்மைகளை
தெரியாது எனச் சொல்வதற்கும்
யோசிக்காமல் மனப்பாடம் செய்வதற்கும்
சொல்லிக் கொடுத்த கல்வியை
மதிக்காமல் இருக்கலாமோ?
தமிழாசிரியரின் இயல்பான
மெய்மறந்த கவிதைவரிகள் இல்லையெனில்
ஒரு வேளை பள்ளிக்கூடம்
எனக்கும் கசந்திருக்கும்.

●

உலகம்

உலகம் மிக அழகானது
வானம் பல வண்ணங்கள் கொண்டது
பரந்ததும் கூட.
அதைப் பார்ப்பதற்குத்தான்
ஏனோ யாருக்கும் பிடிப்பதில்லை.
என் உலகம் வானளவு பரந்ததால்
மிக விரிவானதாய் மாறுவதை
நான் காண்கிறேன்.

•

உண்மையில் எல்லோருக்கும்
பிடித்தமானதைப் பற்றிப்பேசத் தெரியவில்லைதான்.
ஆனாலும் நட்பு தோழமை போன்றவை
வெற்று வார்த்தைகளாகிப் போனபின்
எனக்கெதற்கு இந்த விசாரம்.
மனித நடமாட்டமில்லாத இடங்கள்
அபூர்வமானவை; அழகானவைகூட.
அங்கே சண்டைகள்
அசிங்கங்கள் எதுவும் இல்லைதான்.
இந்த மண்ணும், வானும்
இந்த மக்களும் நிம்மதியாய்
பெருமூச்சு விடலாம்தான்.
ஆனால் எதற்கும் மனமில்லாமல்
அவரவர் வழியில் அவரவர் நடக்க
கல்லும் முள்ளும் காலுக்கு மெத்தை.
அதுவே போதுமென
எப்போதும் தியாகம் செய்வதாய்
சோகம் தீர முடியிறக்கி
உண்டியலில் முடிச்சுபோட்டு
பக்தியை காற்றில் விட்டு
கோயில் படியிறங்கி வெளியில்
வந்தவுடன் யாரையாவது திட்டி
புண்ணியம் தேடிக்கொண்டாகிறது.

•

தொகுப்பு: சுப்ரபாரதிமணியன்

பெண்

வீடு
நாற்காலி
மேஜை
சுவர்கள்
கடிகாரம்
நாள்காட்டி
இவற்றுடன் ஒரு பெண் யந்திரம்.
எல்லாமும் அவளுக்கென குடும்பமும் சமூகமும்
சொல்கிறதாய் நம்பியபடி
கண்களைக் குருடாக்கி
காதுகளைச் செவிடாக்கி
சொற்களை இழந்து
மனதைப் புண்ணாக்கி
தியாகக் கடலில் மூழ்கியதாய்
சந்தோஷமாய் இருக்கும்
யந்திரம்.
பெண்களுக்கென சமூகம்
பிரத்யேகமாய் உருவாக்கும்
சொற்கள், நியதிகள்
உரிமைகளைப் பறித்தெடுத்து
அகதியாக்கிய பின்னும்
அவள் சலனமற்று
குடும்பத்தின் உயிர்நாடியாகிப்போனாள்.
●

எப்பொழுதும் நீ
எதற்காகவும் அஞ்சாமல்
இருக்கிறாய் என்பாய்.
எனக்குள்ளிருந்து மீண்டுவரும்
நிமிஷங்களை வருஷமாக்கியது
என் இயல்பு.
மிக வேகத்தோடு
நட்புக் கொண்டாயிற்று.
எனினும்
எனக்கான பதிலில்லை உனக்குள்.
எங்கும் வியாபித்திருக்கிறாய் நீ.
நான் மட்டும்
நிழலின் பிம்பங்களோடு
உரையாடியபடி...
பூமியில் உதறித்தள்ள
எதுவுமில்லை எனது உன்னைத் தவிர.
நீ எப்போது நானாவாய்?
மலர்களின் துக்கத்துடனா?

●

கடிதம்

கடிதங்களில்
அழுது சிரித்து சலித்து திட்டி
இன்று
ஓய்ந்து போனவர்கள் ஏராளம்.
ராதாவின் கடிதம்
கடைசியாய் போன மாதம்.
இனிமேல் கடிதம்
யாருக்கும் எழுதப்போவதில்லையென
தீர்மானித்திருந்ததை தெரிவிக்க
கடிதம் தேவைப்பட்டது
பின்பு.

●

எதைச் சார்ந்து இருப்பது?
அல்லது
எப்போது யாரைச் சார்ந்து இருப்பது?
திருமணமாகும்வரை பெற்றோரும்
ஆனபின் கணவனும் பாதுகாக்க
நடுநடுவே
மூக்கை நுழைக்கும் சமூகத்திற்கு
சொரணையே இல்லை.
என் மேல் ஆவியிருப்பதாக
எல்லோரும் நம்பினார்கள்;
ஏன் நீயும்தான்.
எனக்கு இரண்டு யோசனை.
இருந்தாலும்
பாட்டியுடன் துதிக்கையாட்டும்
யானை பார்க்க கோவிலுக்குச் சென்றேன்.
அது தன் கம்பீரத்தை இழந்து
பத்து காசுக்காய் குனிந்தது.
எனது தோழிகள்
என்னை விரோதியாக்கினர்.
தோழர்களோ பத்தடி தள்ளிநின்று
பேசினர்.
எல்லாவற்றுக்கும் மேலாய்
எனது தனிமை என் வீட்டில்
எனைச் சார்ந்து இருக்கிறது.

●

நான் ஓடிக்கொண்டிருக்கிறேன்.
நீ என்னை நிற்காமல் துரத்துகிறாய்.
விழிகளுக்கு அப்பால்
ஓடுகிறேன்.
ஓடிக் களைத்தபின்,
நான் அடைந்த தூரம்
எனக்கு திருப்தி தரவில்லை.
கடமைகள் அழைத்தபோதும்
நிராகரித்தேன்.
ஆசைகள்
மனதைத் தொட
நிராசைகள் வெளியைத் தொட
என்னில்
வெறுமை சூழ்கிறது.
மீண்டும் ஓடுகிறேன்
எனக்குள் நானே.

●

விழிகளின் அசைவில்
படபடக்கும் பறவையாய்
எதைத் தேடுகிறாய் நீ.
தினமும் தொலைந்துபோகும்
நேரத்தை மௌனமாய்
கழிக்கிறாய்.
எங்கிருந்தோ வந்த
அந்நியனுக்கும் அவனது எல்லாவற்றுக்கும்
அடிமையாகித் திளைத்தாய்.
கருமேகம் விழுங்கிய நிலாபோல
உன் எல்லாம் மறைந்தாயிற்று.
பட்டாம்பூச்சியாய் பறந்த உன்னை
கண்ணாமூச்சி விளையாடிக்
கட்டிப்போட்டாயிற்று.
இன்னும் கண்களைத் தொட்ட
காட்சி விலகாமல்
விரல்களின் வழியே நுழைந்து
நரம்புகளில் அதிர்கிறது பாடலாக.

●

தொகுப்பு: சுப்ரபாரதிமணியன்

இயற்கையும் நானும்
பச்சைப் பசேலென
கண் நிறையப் பார்த்தாயிற்று
மரம் செடி கொடிகளை.
உன்னுடைய அன்பை
அதில் தெளித்திருக்கிறாய் எனத்
தெரியாது போயிற்று.
உடல் நடுங்கும் வேளைகளில்
இதமாக்கும் அம்மாவின் விரல்கள்போல
மெல்ல வழியும் கண்ணீரைத்
துடைத்தெறியும்
மனசு நிறைய நிம்மதியை
அள்ளித் தந்து தூங்க வைக்கும்
பாட்டியின் மடிபோல
இந்த மரங்கள் எனக்கு.
சின்னஞ்சிறிய உதட்டில்
வழியும் சிரிப்பை
மனதில் தோன்றும் வார்த்தைகளால்
அளவெடுத்தாய் நீ.
இன்னும் இன்னும் என
அது சிரிக்கையில்
பசுமையான இலைவழியே
மரத்தடி நிழலில்
வழியும் மழைத்துயில்
தூய்மையான ஆகாயம் வழியே
ஊற்றெடுக்கும் ஒளிவெள்ளம்.
பறவைகளின் சிறகசைப்பில்
வீட்டுச் சுமைகள் உதிரும்.
கூக்கூவென குரல்
போகும் திசைகள் வழியே
விடுதலை ஒலிக்கும்.
வானத்து வெண்பொதியின் விரிவில்
கண்ணீரும் கரையும்.
யாருமற்ற வெளியில்
என் நினைவுகள் தூங்கும்.
சூரியனின் ஒளிக்கிரணம்
என் கைகளில் மிதந்தபடி
என்னை நான் கரைத்துக்கொள்ள

இருக்கும் இயற்கையே
உன் இருப்பில்
சுமைகள் கரைந்துபோக
என் பெருமூச்சுகளே ஆசுவாசமாகும்.
●

நதியில் குளித்து விளையாடி
கண்களற்ற பகுதியில்
கரையோரமாய் உடையுடுத்தி
ஆசுவாசப்படுத்திக் கொள்ள
வாய்க்கவில்லை நாட்கள்.
குடத்துத் தண்ணீரில் எருமை முடியும்
கிழவனின் துணியும் வரும்.
எந்தக் கண்ணனும்
எங்கள் துணிகளைத் திருடுவதில்லை.
ஆனால்
வறண்டு போன சாணிப்பிள்ளையார்
நதியில் கரையக்
கையெடுத்துக் கும்பிட்டு
தன் ஆசைகளை நீரில் எழுதியனுப்புவாள்
தமிழரசி.
எப்போதாவது வருகிற மஞ்சள் நீராட்டும்
சாயங்களின் கலவையில்
துணியைக் கெடுக்க
மறந்தாயிற்று நதி நீரை.
●

சும்மா இருத்தல்

சும்மா இருப்பது சிரமம்.
வேலை செய்வதும்தான்.
எதிலும் தொடர்ந்தபடி நிதானமாக...
அது மிகவும் கடினம்.
என்னதான் செய்வது?
எப்படியும் கழியும் நேரத்தை
இப்படித்தான் கழிக்க என
எப்படி நேர்ந்தது?
எதிர்பார்ப்பது முட்டாள்தனம்
என்றாலும்
எதிர்பார்ப்பதே வேலையாகிவிடுகிறது எனக்கு.
ஒவ்வொன்றிற்காகவும்
ஒவ்வொருவரிடமும் எதிர்பார்த்து
ஏமாந்து கடைசியில்
இனி எதிர்பார்ப்பதில்லை
என முடிவெடுப்பேன் நான்
அடுத்த எதிர்பார்த்தலை
தொடங்கும் வரை.

●

சொல்லத் தெரியாமல்
அழுகிறது குழந்தை.
இயற்கையின் விளையாட்டில்
பலி ஆகினேன்.
கரையற்றுப் போனது கடல்
வடிவற்றுப் போனது நதி
சினந்து சீறியது புயல்.
மரங்கள் சாய்ந்தன வேரோடு.
வார்த்தைகளைச் சிதறடித்தாயிற்று
தொட்டிலிட வசப்படவில்லை வானம்.

●

சொல்லாகி நிற்பாயோ
பொருளாகி நிற்பாயோ
உணர்வாகி நிற்பாயோ
ஊனிலே கலப்பாயோ
சொல்லத்தான் முடியாதோ
எண்ணத்திலே பிறழ்ந்தாலும்
யான் தெளிந்து நிற்கக் காண்பாயோ
எங்கிருந்து வந்தாலும்
உனைச் சேர்வது பிழையன்று காண்.
சொல்லெலாம் உனை வடித்தும்
சோரம் போவேனோ
எல்லாம் வல்ல இறைவா!
சரணம் சரணம் சரணம்.

●

தொகுப்பு: சுப்ரபாரதிமணியன்

ரகசியம்

எதிர்பார்த்தலின் ரகசியம் மனசுக்குப் புரியும்.
மனசு சொல்லித்தான்
எதையும் செய்கிறேன்.
மூளைக்குக் கோபம் என்றாலும் பிரயோசனமில்லை
விளைவுகள் குறித்து யோசிக்காதே என்றது மனம்.
எப்போதும் விளையாட்டுதான் அதற்கு.
எவ்வளவு முயற்சிகள் அதனைப் புரிந்துகொள்ள.
எல்லாம் வீணாகிறது.
அதற்கும் தெரியும்.
இருந்தாலும்
கண்ணுக்குத் தெரியாமல் நர்த்தனமாடும் அது.
பிடிக்க ஓடினால் நழுவிப்போகும்.
சிரித்தபடி அமர்ந்தால்
செயலில் கலக்கும்.
இது புரிந்தும்
ஏன் நான் செயல்பட மறுக்கிறேன்.
செயல்களின் ஆனந்தம்
உணரவில்லையோ நான்.
●

நீர்

வழியும் வெள்ளம் அது
தாகம் தீர்ந்து செல்லும்
தன் ஆடுகளை சிரிப்புடனே அனுப்பும்.
கலக்கும் விஷத்தை தான் அருந்தி
மீட்டுக் கொடுக்கும் நம்மை.
நாற்றை அது நனைக்கும் வேளையில்
மரமாகிப் போனேன் என்று
பாடியது ஒன்று
வானிலே பறக்கும் பறவையொன்று
இணையைக் காணவில்லை என்றது.
கூட்டுக்குத் திரும்பினால்
குஞ்சொன்று பசியென்று அழுதது.
மேகத்தின் வழியே பாடல்கள் நகர
கையை விரித்தேன்
அடுத்த வேளை சோற்றுக்கு.
கிடைக்கிற பட்சத்திலும் ஏங்கி நிற்கும் கைகள்.
சண்டையில் ரத்தம் வழிய
பாழாய்ப் போனது மண்ணுக்குள் அன்னம்.
இறைவனோடு விளையாடி
அவனையே வெல்வோம்.
எனக்குள் கவலையேற
மெதுவாய் அன்பைக் கடன் கொடுத்தேன்.
●

தொகுப்பு: சுப்ரபாரதிமணியன்

சொல்லி வச்ச இரும்பு
அடுக்கி வெச்ச செங்கல்
ஆறிப்போன தயிர்சாதம்
ஆளாளுக்குப் போட்டி
அனலிலே தவம் கிடக்க
ஆகாயத்தில் கண்ணு
பூமியிலே மனசு
கையிலே சாவி
காலிலே சங்கிலி
ஆடாத மனசு
அடிக்கடி தவிக்கும்.
அற்புதக் குழந்தை
நின்று கேட்கும்
வரமதில் தான் திளைக்க.

●

உணர்வுகளை ஓடவிட்டு
கலங்கி நிற்கையில்
உன்னையறியாமலே நான் சொல்கிறேன்
நான் நிஜமென.
சமூகத்தின் மொத்தப் பிரதிநிதியாய்
நீ ஓயாது குரலெடுத்துச் சிரிக்கிறாய்.
அவலங்களை என்மேல் தெறிக்கவிட்டு
சேற்றில் குளித்து மலம் பூசித் திரிகிறேன்
என் வெளியில் சந்தோஷமாய்.
நிஜம் குறித்து அறியாதக் குழந்தையாய்
சந்தோஷமாய் அழுகிறேன்.
என்றாவது என்னைப் புரிந்துகொள்வாய்
மனமே.

●

எல்லாம் உனதுதான்.
ஏன் கவலை கொள்கிறாய்.
மனசின் ஆசையை
முழுவதும் தின்றுவிடு.
மிஞ்சினால் பசிக்கும்
உயிரை எடுக்கும்.
தெரிந்தே நான் மிச்சமானேன்
எனக்குள் என்னைத்
தின்று தொலைக்க.
விரதங்களும் பூஜைகளும்
பொய்யானதோ!
மனிதரை
வலை வீசிப்பிடிக்கும்
வித்தையொன்று நிகழ்கிறது இங்கே.
காணக்கிடைக்காத அற்புதம்
எனக்குள் எரிமலையாய் வெடிக்கும்.
நானோ கண்டெடுப்பேன் அவனை
என்னில் எனக்கு நானேயாகி
மறைந்திருப்பேன் விடியலில்.
சோர்வுகளின் அழகில்
மௌனங்கள் தோன்றுமா?
சரியான விடை தேடி
அலைகிறேன்
எனக்குள் நான்.
எவ்விதம்
வென்றெடுப்பேன் என்னை?
காலம் சொல்லுமோ பதில்!

●

அறை

அறை மிகவும் பாதுகாப்பாக இருக்கிறது.
கோடைகாலம் குளிர்காலம்
எதுவும் பாதிக்காத வகையிலிருக்கிறது.
எனக்குத் தேவையானதை அறைக்குள்ளே பெறுகிறேன்.
இந்த அறை
எனது எதிர்ப்புகளை அலட்சியப்படுத்துகிறது.
உனது அடையாளமெங்கே என இளிக்கிறது.
இந்த அறையில் நான்
வாழ்ந்து கொண்டிருப்பதாகவும்
அவர்களால் அவர்கள் அறைகள் நிரம்பிவழிவதாகவும்
எனக்குத் தகவல் வருகிறது.
இது என்ன விசித்திரம்!
அறைகளுக்கு எப்போது கண்கள் முளைத்தன?
இனி எனக்கு நிம்மதியில்லை.
நான் நானாக இருக்கவே முடியாது.
வெளியே எனது ஆடைகள் காய்கின்றன.
அறைக்குள் என் ஆடைகளை மீறி
கண்கள் என்னை ஒற்றறிகின்றன.
நேற்று அவளும் இப்படித்தான் என்றாள்.
●

உருவங்களின் வரையறை
சற்று சிக்கலானதுதான்.
தேர்ந்தெடுக்கும் வண்ணங்களில்
ஏதோவொரு ஓவியம் தீட்டப்படுவதுபோல
முடிவு நிச்சயமற்றது.
என்றாலும்
ஏனோ
ஏதோவொன்றிற்காய் அலுப்பின்றி மனம்
அலைந்து கொண்டிருக்கிறது.
தரிசனங்களில்
குரூரமாய் சுயம் வெளிப்பட
உணர்வின்றியே செயலற்றுப் போகிறேன்.
என்றாலும்
எனக்குமுன்
நீண்டு விரியும் வானமும், மரங்களும்...
எனக்கான பாதையில்
தனித்திருப்பேன் நான்.
●

என் படுக்கையறையைச் சுற்றிலும்
முட்புதர்கள் மண்டிக்கிடக்கின்றன.
ஜன்னல் வழியே வழியும் கோடை
மெதுவாய் இரங்கற்பா பாடும்
என்ன செய்வதெனத் தெரியாமல்.
சில பசுக்கள் என் வாசல் புல்வெளியில்
மேய்ந்து போகும்.
என் வீட்டு ஜன்னல் கதவு சாத்திக்கிடக்கும்
எப்போதும் என் மனதைப்போல.
எங்கிருந்தாலும் கனவின் ஒளி
ஊடுருவி விடுகிறது.
சில எண்ணங்கள் போலவே
முட்புதர்களின் நடுவே மலர்கள்
யாரும் பறிக்காததாய்
சிறு வண்ணத் தோட்டமாய்.
அழகு குறித்து தெரியாமலே
பூச்சூடுவேன் தினந்தோறும்.
●

சுதந்திரம் என்பது காற்று
இசையைப்போல் உயிர் வளர்க்கும்.
சுதந்திரம் என்பது ஒரு கலை
கவிதைகளை உருவாக்கும்.
சுதந்திரம் என்பது கற்பனை
நம்மை நமக்கே பகையாக்குகிறது.
சுதந்திரம் என்பது அபாயம்
அது நம்மைச் சோதிக்கிறது.
அது நாகத்தைப் போன்றது.
கூரான கத்தியைப் போன்றது.
ஒரு விளையாட்டைப் போன்றது.
எல்லோருக்கும் சுதந்திரம் தேவை.
எவருக்கு எவரிடமிருந்து எப்படி?
சுதந்திரம் நதியைப் போன்றது.
சுதந்திரம் மரத்தைப் போன்றது.
சுதந்திரம் சூரியனைப் போன்றது.
சுதந்திரம் நிலவைப் போன்றது.
சுதந்திரம் பெண்ணைப் போன்றது.
சுதந்திரம் தாயைப் போன்றது
சுத்தமான மனசுக்குள்
சங்கல்பமாகும் சுதந்திரம்.
நம்மை அது
நம்மிடமிருந்து
விடுவிக்கும்.
●

நேர்மையான நிர்ணயங்கள்
வானத்துச் சந்திரனைப்போல
கரு உருவாகும் மேகம்போல
எழுந்து நடமாடமுடியாமல் தவிக்கும்
சிறு குழந்தையின் தவிப்பைப்போல.
வீட்டிற்குள் அமர்ந்தபடி
வெளி உலகை நேசிக்கும்
தனிமையை மிக விரும்பும்
மனதின் குரல் ஒலிகள்
இயங்குகின்ற
வேதனையின் உச்சகட்டங்களில்
எப்போவாவது எனக்கு
என விடியும் காலைப்பொழுதுகளை எதிர்பார்த்தபடி
நிகழ்கிற ஒவ்வொரு நிமிடங்களும்
மரண ஆவல்களோடு
அவசியமற்றுப்போன புத்தகங்களின் துணையோடு
சுற்றித் திரிகிறேன் உலகம் எங்கும்
எனக்குள் நான் இருப்பதை மறந்தபடி.

●

நான் அகப்படவில்லை இன்னும்
என் வெளியில் நான் மட்டும்
இப்போதுவரை.
சொற்களின் அவசியம்
உணராமலே
மொழி வழியும் எனக்குள் என்றிருந்தேன்.
மொழி பிடிபடாமலே
நழுவுகிறது வாழ்க்கை.
என்றோ ஒருநாள்
எனது நம்பிக்கை எனக்குள் ஒளிரும்
எனக் காத்திருக்க ஆரம்பிக்கிறேன் எனக்குள்
என் வாசலில்
எப்போதும் மௌனமாய்
ஏதுமற்று என் தரை.

●

தொகுப்பு: சுப்ரபாரதிமணியன்

மரங்களின் பெயர்களை
நாம் அறிந்திருந்த போதிலும்
ஏனோ அவை உயிரற்று
நமக்கு வீடுகளாகின்றன.
சூரியன் எழும் புலரியில்
மேகம் மறைக்கிற நிலவு
குறித்து எண்ணங்கள்.
உயிர் தோன்றி அது மீண்டு எழ
நாம் தரிசிக்கிறோம்
நமது நிஜமான உருவங்களை.
முடிகிற அந்திப் பொழுதின்
உச்சகட்டத்தில் இருட்டுக்குள்
தாங்கமுடியாத வேதனைகள்
கண்ணீரோடு உலா வரும்.
உதிக்கிற ஒவ்வொரு செஞ்சூரியனும்
நமக்காக காத்திருக்கும்
நிஜமான மலர்.
ஆனால் நாம் கிடப்பதென்னவோ
கறைகள் கலந்த நீண்ட உறக்கத்தில்.

●

எனதுள்ளத்தின் அலைகளில்
விழுந்துகிடக்கும் மலர்களைக் காணவில்லை.
மென்மையான மனசுகள் வழியே
முட்களின் பிரயாணம்.

●

சென்று சேரும் வழியை
அறியும் முன்னே
நான் நடந்துவிட்டேன்.
விலங்குகள் எல்லாம்
அவசரமாய் என்னைக் கடந்து போகும்.
வழியெதுவென என் கேள்வி
கும்பலுக்குள் சிக்கித் தவிக்கும்.
பெரும் பிரயாசையுடன்
என் முன்னே நகர்கின்றன பிணங்கள்.
மயானமென அறியாமல்
குழந்தை சிரிக்கிறது.
பெரும் துக்கங்களின் மத்தியில்
நான் கூக்குரலிடுகிறேன்
மனிதர்களே... என்று
நான் இன்னும் என்ன பேச...
என்னைத்தான் சிலையாக்கிவிட்டனரே.

●

மனசும் நானும்

குடல்களின் வழியே
பிரயாணமாகிப் போனவைகளுக்கு
காரணம் தெரியாமல் செயலற்று விடும்.
சொற்கள் எது எப்படியாயினும்
அர்த்தமிழந்து நிற்கும் ஏதோவொன்றோடு
சொற்களை பயன்படுத்தி சொற்களை வாங்கினேன்
வாங்கிய பின்னும் அகராதி மிச்சமிருந்தது
கிடைத்தவையெல்லாம் அர்த்தமிழந்துதான்
என்றாலும் தேடலில் கிடைக்கும்
சொற்கள் கொஞ்சம் கரைந்து போகும்.
மௌனமாகிப் போன மனசுக்கு எதிரே
சொற்களின் போராட்டம் ஆலமர விழுதாகி...
வேரோடு பிடுங்கி எறிய ஆயுதமில்லை
கடைசியில் என் தலையையே காணோம்.

●

தொகுப்பு: சுப்ரபாரதிமணியன்

பார்வையும் நானும் சமூகமும் 2

நான் இப்படியாகிப்போனேன் என்கையில்
என் தோழிகள் அவர்களும் படிப்பதாக
தெரிவித்தார்கள்.
எல்லோருக்குமான தீர்வாய்
புத்தகங்கள் கொடுக்கப்பட்டது.
வேலை குறித்த பயமுறுத்தல்களுடன்.
ஆகவே வேறுவழியின்றி
நாங்கள் பெற்றுக் கொண்டோம்.
புத்தகங்களைப் பிரித்தோம்
அதில் புடவைகள் விரிந்து கிடந்தது.
இது மிக அவமானம் என்றாலும்
புத்தகங்களை மூடிவைக்கத் தயாராயில்லை.
மிக வித்தியாசமானதாய்த் தடித்த புத்தகங்கள் இருந்தது
கண்ணீர் கதைகளோடு.
நல்ல இலக்கியமாம்.
புரிந்து கொள்ள முயற்சிக்கிறேன் என்றதும்
அறையின் ஓரத்தில் கால்கடுக்க நிற்கவைத்தார்கள்
அறைமுழுவதும் புத்தகங்களும் அவர்களும்.
என் தோழிகள் கேலி செய்தனர்.
இருந்தாலும் தடித்த புத்தகத்தை வாங்கினார்கள்.
எப்படிப் பிரித்தாலும்
புத்தகங்களில் புடவைகள் தவறாமல் வருகிறது.
நிறையத்தான் காட்சிகள் வழிகின்றது.
பார்க்கத்தான் முடியாது போகின்றது.
●

உயிரின் கணத்தில் ஓய்ந்துபோன
சடலத்தின் இரைச்சல்.
கேட்கின்ற குரல் வழியே கொஞ்சம்
குரூரம் வழிகையில்
தண்ணீர்க் குடம் சுமக்க
அவள் வழிவிடுவாள்.
எப்போதும் இரைச்சலாய்
நகரத்தின் இயந்திரக் காதுகள்
இதில் எதுவுமில்லை மீதம்
எனக்கும் உனக்கும்
எப்படித் தவிக்கவென
சொல்லிக் கொடுத்த மீனின் உயிர்
குழம்பாகிப் போனது சட்டியில்.

●

மலை

உலகத்தின் பரபரப்பை
உள்வாங்கியபடி சொற்களற்று
அமைதியாய் இது.
மனசுக்கு தோன்றும் விதமாய்
காட்சியளிக்கும்.
பெரும்பாலும் இரைச்சலை உள்வாங்கியபடி.
எல்லோருக்கும் தனிமையை தந்தது.
நல்ல சொற்களை கண்டுபிடித்து
மௌனமாய் அளிக்கும்.
தனது மௌனத்தில்
இருப்பவர்களையும் சேர்த்துக்கொள்ளும்
ஒரு சொல் கூட இல்லாதிருக்கவும்
முடியும் இதனால்.
ஒரு சின்னஞ்சிறிய குழந்தைக்கு
தன் வார்த்தைகள் சொல்லிக்கொடுத்தபடி
சரிந்து கொண்டிருக்கும் பாறாங்கல்லை
தானாக தேக்கிவைத்தும்.

●

தேடியலைகிறேன் என்னை
எனக்குள் நான் இறந்து போகிறேன்
எப்படியாகிலும்
என்னைத் தொலைத்துவிட எனக்குள் ஆவேசம்
இருந்தாலும் எனது நான் எனக்குள் தடுக்கிறது.

●

மவுனமான மனவெளியில்
உலா வரும்போது
அங்கங்கு எனது மனச் சிதறல்களை
தோற்றுவிக்க கொஞ்சம் பேர்
வார்த்தைகள் வடிக்கமுடியா மௌனம் தாங்கி
வெற்று உடலசைவுகளின் வழியே
பாடல்கள் ஊர்ந்துபோக
முடிவற்ற எண்ணங்களால் மனம் நிறைந்து வழிய
சுவடுகளற்றுப் போன ரயிலாய்
மனதில் தடம் பதித்து செல்வாய் நீ.
எண்ணக் குவியலின் ஓரத்தில்
நிறைந்து வழியும் தண்ணீர்க் குடமாய்
எனக்கென்று சில அவ்வப்போது
எதற்கென்றாலும்
ஏனிப்படியென்றாலும்
யாரும் மறுக்க முடியாதபடிக்குத்தான்
மனசாகிப்போனது.

●

12.2.94

எனது மௌனம்

எங்கிருக்கிறதென்று என் மனசு என தேடியலைந்தேன்
மௌனங்களின் பேரிரைச்சல் கேட்டது.
எனது வழித்துணையாய்
மௌனமும் தனிமையும்
மீண்டும் தங்கிவிட்ட சொற்களை
சுமக்க முடியாது உதறினேன்.
வானத்தின் கீழே
ஏகப்பட்ட சிதறல்களாய்
மாறுகின்ற நெருப்புத் துளிகளாய்
மனிதமற்று மணல்வெளியில்
மௌனமாகிப் போனது.

●

14.3.94.

அன்பைத் தேடுகையில்
நான் எனக்குள் ஓய்ந்துபோனேன்.
எதிரொலியாய் அன்பைக் குறித்து விளம்பரங்கள்.
அன்பென்றால் என்னவென விளக்கங்கள்.

●

தொகுப்பு: சுப்ரபாரதிமணியன்

மரங்களின் வழியே ஊடுருவும் ஒளியாய்
எனது மனதிற்குள் நீ மிக இயல்பாய்.
நேர்ந்து விட்டது ஏனோ.
எதற்காகவேனும் கொஞ்சம் சிந்திப்பது அவசியம்
சொல்வது புரிகிறது தலையாட்டும் ஆடுபோல்
எனக்கென எங்கும்
நிறைந்திருக்கும் இயற்கை
எடுத்துச் செல்ல என் மனசில் இடமில்லாது நீ.
என்றாலும்
அவ்வப்போது வெட்டப்படும் மரங்கள்போல்
உனது எண்ணங்கள் தீக்கிரையாகிறது.
நதிகள் ஊற்றெடுக்கும் இடம்போல்
எப்போதும் மனசில் நீ.
நோயாய் பரவிக் கிடக்கிறாய்.
நீ யார் எனக்குத் தெரியாது
நான் யார் அதுவும் தெரியாது
நீ என்னுள் மறைய
நானும் என்னுள் மறைகிறேன்
எனது நானும் நீயும்
எங்கோ அலைந்துத் திரிய
மிச்சமிருக்கும் உடலில்
செயல்கள் நடனம்புரிகின்றது வழக்கமாய்.
விரிகின்ற பார்வையில்
காட்சிகள் மறைந்துபோனதால்
கண்களை மறந்து மனம்
நிலத்தை நோக்கியபடி.
எப்போதும் அன்புடன் நீ என்று
எனக்குள் நான் சொல்கிறேன்
கேள் எதுவென
எப்போதுமில்லை என்கிறாய்.
பரவாயில்லையென
அமைதியடைகிறேன்
இந்த மலைபோல.

●

சுமந்து போகும் காலங்கள்
சுவையான கனவுகளை
எதற்கும் இருக்கட்டும் என
மெதுவாய் காற்று வருடிப்போகும்
எதிர்பார்ப்புகளற்று.
எங்களின் தேசம் எலும்புகளற்று
உடைந்து நிற்கிறது.
ஒட்டிவைக்க நேரமில்லை எலும்புகளை
அவரவர் பாதையில் ஏகப்பட்ட குளறுபடி
இருந்தாலும்
ஏதாவது ஒன்று அடுத்தவர் பாதையில்
இருக்கத்தான் பார்க்கப்படும்.
எதுவானாலும் என்ன
எப்படியோ ஆகட்டும்
மௌனமாய் உணவோடு
விஷமருந்தி
ஜீவித்திருப்போம் லட்சியங்களை
தொலைத்து விட்டு.
●

தேடிப் பெற்ற யோசனையை
மூளையில் கலக்கவிட்டு
எதிரெதிர் கோணங்களில்
நிழல்களிருந்தாலும்
பார்க்க மறுத்து
எண்ணக் குவியலில்
என்னை இழந்து
இருப்புக்காய் இதை
எழுதி வைக்கிறேன்.
நாளைய விடியலின்
மிச்ச பகுதி குறித்து யோசித்தபடி
மீண்டுவிட்ட உயிரென்னவோ
மிக அமைதியாய்
சலனமற்று கிடக்கிறது.
●

தொகுப்பு: சுப்ரபாரதிமணியன்

மணல்வெளியில் வீடுகட்டி
நீருற்றி வளர்த்தேன் சிறுசெடியை
முள்ளாகிக் காய்ந்துபோனது.
எதுவுமற்ற யோசனைகள்
விஷச் செடியாய் மனதில் வளர
நிலம் நோக்கிய மனது
வானம் பார்க்கும் மரங்கள்
எப்போதும் அசைவை மௌனமாக்கியபடி.
எங்கே தொலைந்தது இந்த இது?
எதுவென அறியாமல்
நேரமற்று உழன்றுபோகும் மூளை.
மனதாகி செடியாகி மரமாகி
விஷமாகி மணலுள் காய்ந்து போனது
தண்ணீரற்ற மணல்வெளியில்
கால்கள் புதைய நடக்கையில்
மனிதர்களற்ற மௌனம்
இரைச்சலாகி நதியில் கரைந்தோடியது.
எதற்கும் வைத்திருக்கவென
வாங்கிய ஆயுதம்
செயலற்றுக் கிடந்தது மூலையில்.
அவ்வப்போது தூசிதட்டி வைத்துக்கொள்ள,
துருப்பிடித்து போனது.
●

7.12.93.

என்னைத் தேடி நான் போகையில்
எவரோ சொல்லிய
ஏகவசனம் கேட்டது.
எல்லாமும் உள்வாங்கி நடக்கையில்
நான் மிதிபட்டுப் போனது.
முழுவதுமில்லை கொஞ்சம் மிச்சமிருக்கிறது.
என்ன செய்தாலும்
தொலைவதில்லை இந்த நான்.
கேள்விகளும் பதில்களுமற்றுப்போன
பொழுதுகளை
வெறுமே பார்த்திருக்க
எனக்கான நான் என்னையளந்தபடி
அளவுகள் வித்யாசமானவைதான்
என்றாலும்
ஒருமையில் நிற்கவே
விரும்பிக் கிடக்கிறது
ஒருமையும் அதன் முகமிழந்து போனதால்
எதைப் பற்றி நிற்க
நடுங்கும் உடலுக்கு
உயிர் பிரதானமாகிப் போனது.
●

அததது கிடக்கும்
அதனதன் உலகத்தில்
கேட்பாரற்ற புத்தகமாய்.
கேள்வி கேட்டு அலுத்துப்போனது நாக்கு,
பதில் சொல்லி சும்மாயிருந்தது உயிர்.
●

எனது எல்லாமும்
எனது எல்லாமுனக்குத்தான்
எனது பழைய டைரி
கொஞ்சம் கவிதை
கொஞ்சம் மறந்த வக்கிரம்
ஏகப்பட்ட பூக்கள் நிறைந்த மனசு
எல்லாமுனக்கு உயிலாய்
எழுதுகிறேன்,
நீ பெற்றுக்கொள்வதும்
மறுப்பதும் உன்னிஷ்டம்
இந்த சிட்டுக் குருவிக்கென்று
நிறுத்த முடியுமா? இந்த காற்றை
முடியாதுதான்
என்னாலும்
இந்த வாழ்க்கையை
எந்த கிராமம் எனது
உனதாகிப் போனது
ஆச்சரியமில்லைதான்
நானும் எனது தலைமுறையும்
ஏற்கனவே
அடகு வைக்கப்பட்டிருக்கிறோம்.
●

7.11.93.

முகம்

முகங்களுடன் முகம்
எனது முகம் காணவில்லை.
தேடுகிறேன் இன்னமும்
எனக்குள்ளே என்னைத் தொலைத்தபின்
எனது முகம் முகவரியற்றுப்போனது.
முகத்தைத் தொலைத்தபின்
என் உடல் என்னை மறந்துபோனது.
நான் வெற்றுவெளியில்
அலைந்து கொண்டிருக்கிறேன்
எனது முகத்தைத் தேடியபடி.
எல்லா முகமும் அதனதன் கோணத்தில்
இயல்பற்று இறுகிக்கிடந்தது.
என் முகம் எப்பிடியென
எனக்குத் தெரியாது.
ஆனாலும்
என் முகத்தை நான் தேடியாக வேண்டும்
இப்பொழுதேனும்.
●

ஒரு மணி நேரம்

இன்னும்
பாதுகாக்கப்படுகிறாய் நீ
அவசரமில்லாமல் மிக மௌனகணங்களாய்
உருவெடுத்து கலைக்கிறது.
சின்னக் குழந்தையின்
உயர எழும்பும் அழுகையாய்
என்னைச் சிதறடிக்கிறாய் நீ.
வானிலிருந்து கொட்டும் மழை
சிறிய கைகளில் வழிந்து
தரையடையும் கணநேர ஓசையால்
உன் சிரிப்பு தடைபடுகிறது.
இன்னும்
ஒரு மணி நேரத்தில்
நீ கலைக்கப்படுவாய் என
எச்சரிக்கப்படுகிறாய்.
மௌனப் புன்னகையோடு
எதிர் கொள்கிறாய்
மொழியும், மதமும், இனமும்,
அரசியலும், சினிமாவும்,
பத்திரிகைகளும்
உன்னைப் பந்தாடுகையில்
சிலிர்த்துப் போகிறாய் ஏன்?
சலனங்களோடே மௌனமாய்
போராடுகிறாய்.
குருவியின் கீச்சுக் குரலில்
சிநேகம் தெரிய
சிரிக்கிறது குழந்தை.
குழந்தை முகம் பார்த்து
கண்ணீர் வழியும் வரை
சிரிக்கின்றாய்
இன்னும் ஒரு மணிநேரத்தில்
கலைக்கப்படலாம் நீ.

●

பிரயாணத்தில் உடலின்பாதை
உடல் தாங்கிய பருமனின் ஓசையில்
ஓய்வில்லாமல் இளித்துக் கிடக்கும் பல்லி
எதிரெதிர் அமர்ந்தாலும்
திசைக்கொன்றாய் முகம் பார்த்தபடி சிலைகள்.
ஏனெதில் எப்படியென
கேள்வியற்றுப் போன முகங்கள்
வானம் வீதி வாகனம் பார்க்கும்.
விளையாட்டுப் பொம்மையாய்
கையில் எடுக்கும் ஏதோவொன்றாய்
அற்பப் பொருளாய் ஆகிப்போன உடலை
எதற்கும் வேண்டாமென
மண்ணில் வீசி அழுதுமுடித்து
பேசி விரையும் மனிதர்கள்.

●

அர்த்தமற்ற புதுவெளியில்
உலாவிவரும் மனசுக்கு
இதமாய் வார்த்தை சொல்ல முடியாது போயிற்று.
காலடித் தடங்கள்
மனசில் எண்ணியபடி
ஏகப்பட்ட கேள்விகளாய் படரவிடும்
இனிய தென்றல் ஊடுருவும்,
மரங்களிடையே கொஞ்சம் என்னையும் தாண்டிப் போகும்.
வேகமற்ற கால்கள்
பாதையை எண்ணியபடி நடைபோடும்.
விரிசலான குறுக்குச் சுவர் வழியே
பூத்து நிற்கும் ரோஜாப்பூ.
எனக்கான கடிதங்களில்
முகவரிகள் இல்லாதுபோயின.
நானும் எனது முகவரியை இழந்தபடி
தேடிக்கொண்டிருக்கிறேன் என்னை.
சுற்றிக் கும்பிட்டபின் குங்குமம்
எடுத்து வைத்து வாழ்க்கையை உறுதிப்படுத்தியாயிற்று.
மிச்சமிருக்கும் வாழ்க்கையை
என்ன செய்வதெனத் தெரியாமல்
கவிதை எழுதித் தொலைக்கிறேன்.

●

தொகுப்பு: சுப்ரபாரதிமணியன்

நானும் முகமும்

எப்போதும் பிரமிப்பாய், கூடவே
வானத்தை நோக்கியபடி
வேறு எங்கும் எதுவுமில்லையென...
என்னைப் பற்றி சந்தோஷமாய்
நான்.
மிக வேகமாகவே
சலனங்களோடு
வீதியில், வீட்டில்,
தூணில், துரும்பில் நானே
எனக்குள் மிக ஆச்சர்யம்
எப்படி இது சாத்யம் என
என்றுமே இப்படி ஏன்
ஒருநாளும்
என் முகத்தை பார்க்கப் போவதில்லை
தீர்மானித்தேன்
அளவிட முடியாத சந்தோஷமாய்.
எதிர் வீட்டுக்காரி
குரூரமாய் தாக்க
என் முகம் பற்றிய வர்ணனையை
பற்றிக் கொள்ளும் வரையும் அப்புறமும்
கண்ணாடிக்கும், எனக்கும்
வேலையில்லாது போயிற்று.
நன்றி எனக்கும் அவளுக்கும்.
●

(குதிரைவீரன் பயணம்)

என் ஆயுதத்துடன் என்னை
வயிற்றில் தாங்கினாள் என் தாய்
நானோ அதன் சுவடறியாது போனேன்.
எழுதப் படிக்கக் கற்றுக்கொடுப்பதற்குப்பதில்
கேள்விகளை கணைகளாக்கினாள்.
நானோ மௌனமாயிருந்தேன்.
பேசுவதற்கு மொழியெடுத்து தந்தாள்
நானோ ஊமையானேன்.
மிகச் சிலதாய் மீதமாகிப்போன உணர்வுகளை
எடுத்துச் சொன்னாள்
நான்
ஜடமாகிப் போனேன்.
ஜடமான பின்னும்
உயிரற்ற மரமாய் அறுந்துவிழும் வேளையில்
மரங்களின் அழுகை.

எதைத் தேடிப் பெற்றாய் என் தோழி!

எதைத் தேடிப் பெற்றாய் தோழி!
எங்கிருந்து கிடைக்கும் நீ வேண்டியவை எல்லாம்
இந்த நரகல் உலகத்திலா
நிச்சயம் இல்லை.
உன்னிடம் இருப்பது நீயறியாமல் போனது
வாஸ்தவம்தான் இருந்தாலும்
நீ மிக மௌனமாய்
சஞ்சலமற்றிருப்பது என்ன விந்தை?

தொகுப்பு: சுப்ரபாரதிமணியன்

எழுத்து

எனது மகுடம் எங்கும் காணவில்லை.
மகுடத்தைத் தேடிய என்
வழிப் பிரயாணத்தில்
சிதறிப்போன
சிக்கித்தவிக்கிற மனித
முகங்கள்.
எங்கும் சலனமற்றபடி ஓடிப்போய்
ஏதாவதொரு திசைதேடிச் செல்லும் நதியாய்
மனசு
எப்போதும் சிரிப்பை வைத்திருப்பாய் நீ.
அது மிகக் கடினமான காரியம்தான்
உயிருக்கு விலைபேசும் நேரத்தில்
ஏனோ எனது மகுடம் தேடி
என் கால்கள் களைத்துப்போனது.
என் முகத்தையே காணோம்.
என் முகமெங்கே தேடுகிறேன்.
என் உடலைக் காணோம்.
அது பாடல்களின் திசையில்
மிதக்கிறது.

●

இந்திய நாட்டின் ஏகதேசக் கண்கள்
சாபக்கேடுகளாய் ரத்தம் விழுங்கியபடி.
மனித மாமிசத்தின் இருண்ட எல்லையைத்
தாண்டியபின்தான் சக மனிதநேயம்
சாத்தியப்படும்.
என்றாலும்
இப்போதைக்கும் சிந்திக்க ஏதும்
தேவையற்றபடி சும்மா இருக்கத் தோன்றும்
உள்ளம் மிக மெல்லிய நூலிழையில்
அறுந்தவிடும் பட்டம் போல்
எண்ணக் காற்றில் அலைமோதியபடி
எங்கிருந்து கிடைக்கும் சொல்லுங்கள்
இந்த ராஜ்ஜியத்தின் சுய நிர்ணய உரிமை
எங்கேயும் கிடைக்கும்,
கேட்டுப் பெறத்தான் முடியாது போன,
சிதைந்த சிதிலமாய்.
முடமாகிப்போன மனசுகளுக்கு,
எவ்விதம் சொல்லியும் புரியாதுபோனது,
இந்த வானத்தின் அழகு.

●

உள் மன யாத்திரை

இறைந்து கிடக்கும் ரொட்டித்துண்டுகளில்
தன் எதிர்காலம் தெரிய
விழித்து நிற்கும் பிஞ்சு உள்ளங்கள்
பிரக்ஞையற்று
உணவள்ளித்தின்றபடி
ஊர்வலம் போகும் சக மனிதர்கள்.
எது எப்படியிருந்தாலும்
கவலையற்று வீதியில் உறங்கும் மனிதன்
கண்களுக்குள் காட்சிகள் நிறைந்து போனதால்
இமைக்க முடியாமல்,
தத்திப் பறக்கும் சிறு பறவைபோல்
எனதுள்ளம்.

●

முடிவு

முடிவு காலம் கடந்ததாய்
நினைவுப் பொறிக்குள் சிக்கித் தவிக்கும்.
நிகழ்ச்சிகளின் பாதிப்பை உள்வாங்கியபடி
அலை ஓய்ந்தக் கடலாய் மனம்
சிறப்பு குறித்தும் பெருமை பேசித் திரிய
நேரமில்லாது போயிற்று எனக்கு.
மிச்ச சொச்ச எனது வாழ்க்கையை
உயில் எழுதி வைக்கிறேன் இந்த மனிதர்களுக்கு.
பெற்றுக் கொள்ள தெம்பில்லாமல்
கைகளை இழந்தபடியாய் மௌனித்திருக்கும் இவர்கள்.
சுவாசப் பைகளை நிரப்பியபடி விஷக்காற்றை உறிஞ்சி
வாழ்ந்து கொண்டிருக்கும்
இவர்கள்,
மெல்ல மெல்ல உணவாய்
விஷமருந்திச் செத்துப் போகின்றார்கள்
நாளைய விடியலை நழுவ விட்டபடி.
●

சிசு மனிதம்

உடலைத் தேடிய உடலின் பிரயாணத்தில்
ஏகப்பட்ட உபதேசங்கள்.
வழிகாட்டி மரங்கள்
திசைக்கொன்றாய் சிலைகள்
பாடலில் வழிந்ததை பிடிக்க முடியாமல்
ஆடலிலும் திருப்தியில்லாமல்
வீடுவரை புத்தகம் படித்து
எதுவும் முடியாமல்
இருட்டில் கலந்து நின்றது
ஒளிவண்ணங்கள்.
●

மீண்டும் அப்படியே

மீண்டும் அப்படியேயிருந்தாலும்
திரும்பத் திரும்ப ஒன்றையே செய்துகொண்டு
அர்த்தமற்ற சொற்களென்றாலும்
சுகம் கண்டு
மௌனித்து இருக்கும் எனக்கு என்ன நேர்ந்துவிட்டது.
கிளியைப் பட்டினி போட்டதைத் தவிர
என்ன செய்துவிட முடிந்தது.
மேலும்
அவருடன் பேசாதிருந்தும்கூட.
எதுவும் நிகழவில்லை அற்புதம்.
மேலும் அதிசயமிருப்பதாய்
எங்கும் காணவில்லை நான்.
என்றாலும் நீ சொன்னதைக் கேட்டபடியே
நான் மௌனமாயிருக்க வேண்டி உள்ளது.
நிகழ்வுகளின் விளக்கத்தை சொற்கள் ஏற்றுக்கொண்டாலும்
அப்படியே வெளிப்படுத்தவில்லைதான்.
அதைத் தவிர அவற்றால் என்ன செய்யமுடியும்.
உன்னையும் என்னையும்போல
மௌனமாயிருப்பதைத் தவிர.

●

(களம் புதிது)

தொகுப்பு: சுப்ரபாரதிமணியன்

என்னிலிருந்து விடுபட
என்னால் முடியவில்லை.
எல்லாம் நிறைந்து நானாகி நின்றது
புகை மண்டலமாய் சூழ்ந்து நிற்கிறது.
எனக்கான நீயும் சலனமற்றிருக்கிறாய்
மீண்டும் மீண்டும்
அவர்கள் தொடர்கிறார்கள் எப்போதும் போலவே
நான் என்னைவிட்டு வெளியில் வரட்டும் என
அசையும் ஒவ்வொன்றும் பெண்ணாகவே அவர்களுக்கு
கண்களை மூடி விக்கிரகத்தின் முன் நெட்டித்தள்ளியபடி
எதற்கென்று தெரியாமல்.

●

அரை இருட்டில் பயத்துடன்
தொடர்ந்து வரும் தொடல்கள்.
மீண்டும் மீண்டும்
நாக்கு அமுங்கும் உடல்கள்.
பதில்களின் உச்சகட்டமாய்.
கோவில்களுக்கும் பூசை
எதிரே இருந்தாலும் திரைவிட்டு விலக
துடிக்கும் துயரங்கள்.

●

பசி உடலை விழுங்க
உலகத்தின் ஆலப்பிடியில்
தன்னை மாய்த்துக் கொள்ளும்
சித்திரவதைகளின் கதவுகள்
தானே மறையும் என்று எண்ணம்.
மனசைத் தொலைக்க வழியில்லாமல்
பாதைகளில் நீண்டு விழுங்குகிறது
மனித ஆசைகள் மனிதரை.

●

கல்லை உடைத்து மண் சுமந்து
வெயிலில் மிதக்கிற வேதனைகள்
வழிகாட்டும் பாதையை மீண்டும் மீண்டும் தேடியபடி
வீட்டில் கொலுவிருக்கும் அன்னையை மறந்து
மனதின் வேதனைகளை ஆகாயத்தில் வலம் வரவழைத்து
தொட்டிலில் குழந்தைகளுடன் தள்ளிவிடும் உயிர்கள்.

●

மௌனம் பரந்த வெளிகளில்
காற்றாய் அலைய
காமம் கடவுளாக மறைய
சொந்தம் முகமூடியாய் கேட்க
மறைந்தாலும் தொடர்வேன் என்றது
மௌனம் தாங்கிய இயற்கை
எப்போதும் இயற்கையாய் இயற்கை இருக்க
எப்படி முடிகிறது
கேள்விகள் தொடர்கிறது
எல்லாம் அதனதன் இயல்பில்.

●

தொகுப்பு: சுப்ரபாரதிமணியன்

அன்பான உனக்கு
எதைத் தர.
சிறந்தது எதுவுமில்லை.
அன்பான மனசிடம் கேட்டேன்
சிரிப்பாய் கெக்கலித்தது.
எதற்கும் பாரியிடம் கேள் என்றது.
என்னது அவன் தொலைந்தான்
எங்கே வைத்தேன் உன்னை
காது கேட்கிறதா உனக்கு
எப்படியும் சிலவும் பலவும்
நன்மையே எல்லாம்
அன்புடன்...

●

அன்பு மாறாதது
இளமையானது
உயிர்த்துடிப்பானது
சலனத்துள் சலனமாகி நிற்பது.
உயிருக்குள் ஓவியமாகும்.
திரைக்குள் மறையும்
என்னவென்று புரியாதது
உணர்கையில் சிதறும் அன்புச்சலனம்
எதுவெனப் புரிகையில்
உதட்டின் நடனம்
எப்போதும் அன்பின் விளையாட்டு
முடிவுண்டோ அதற்கும்?

●

என்னையும் நீயும் உன்னையும் நானும்
அறியத் தொடங்குகையில்
இடையில் வரும் வாழ்க்கையை
என்ன செய்வதாம்?
விடுபட வழியில்லை
வசப்பட வழியில்லை.
எங்கும் சிக்கலில்
தனித்த என் பிரயாணம்
எப்போது என் இலக்கடையும்?
சரியான புரிதல் எனக்கும்
பிறருக்கு நானும் எப்போது ஏற்படும்
சகஜம் மாறாமல் நான் மாறுவதெப்படி?

●

இறைவனுக்கு நான் நெருக்கமாயிருக்கிறேன்
இறைவனுக்கு நான் பார்வையாயிருக்கிறேன்
இறைவனுக்கு நான் செயலாயிருக்கிறேன்
அவனுக்கு நான் உணவு கொள்கிறேன்.
நீரை புனிதமாக்கினாய்
நிலத்தை புனிதமாக்கினாய்
நெருப்பை உயர்வாக்கினாய்
நெஞ்சுக்குள் போயிருக்கிறாய்
நிஜமாயிருக்கிறாய்.
நேர்மையாயிருக்கிறாய்.
இயல்பானதாயிருக்கிறாய்
இயற்கையாய் இருக்கிறாய்
இன்னும் தேடவைக்கிறாய்
நீயும் தேடுகிறாய்
தொடரட்டும்
நம் தேடல்கள்.
எனக்குள் நீ இருந்தாலும்.

●

கருணையை உன் கண்களில் காண்கிறேன்
அது எல்லா நிறத்தாலும் பாதிக்கப்படாதயிருக்கவே
எல்லாமானதாக இருக்கிறது.
சொற்கள் உங்களைத் தூய்மைப்படுத்தவில்லை.
மனதுக்குள் மட்டுமே பிரவேசிக்க முடிகிறது உங்களால்.
ஏனெனில் சொல் இன்னொருவனின்
சொந்தமாகிவிட்டது.
நிஜங்களை உணர வேண்டி நான் காத்து நிற்கையில்
நீங்கள் மாறுவேடம் புரிவேன் என்பது
சரியா?
எனக்கான சொல் எங்கிருந்து கிடைக்கும்.
தேடுதலின் தொடக்கமும் முடிவின் ஆரம்பமும்
எல்லைகளற்று விரிய
என் மனவெளியில் எல்லாவற்றுக்கும்
இடங்கொடு தீமையைத் தவிர.
என் மனமே நீயாகியிருக்கிறாய்
நான் நீயாவது எப்போது நிகழும்
விலகி, வேளையின் வருகிற சூரியனுக்கு
நன்றி சொல்லி வேண்டி நிற்பேன்
என் சொல்லுக்குள் எங்கோ ஒரு மூலையில்
ஒளிந்திருக்கிற என் இறைவனை என்னிடம் கொடுத்து

●

ஓவியங்களின் உயிரூட்டல்
நிகழும் அற்புதம்
வர்ணனைகளில் கலந்த நேசம்
உயிரோவியமாய் வீதியானது.
மனசைத் தொலைத்த எனக்கு
கண்டுபிடிக்க வழிகாட்டிய
உனக்கு என் அன்புப் பரிசாக
எனதானது எதுவும் இல்லை.
எப்போதும் தீராத வேட்கையை
தூண்டிவிட்டு
என்னைத் தடுமாறவிடுதல் என்ன வேலையோ
சொல்லித் தொலை
இல்லை சிரித்துத் தொலை
இரண்டும் பிடிக்கும் எனக்கு.

●

இப்பொழுதோ அப்புறமோ
நான் சிதைந்து போகக்கூடும்.
நிச்சயமற்றவைகளை நினைத்தபடி
தவிக்கிறேன் எனக்குள்.
தனிமையின் புலம்பல் ஓயாது நீள்கிறது.
மரணத்தின் வாயில் மணியோசை
அடிக்கடி கேட்கிறது.
உன்னதமானது மரணம்
உன்னதமானது தற்கொலை.
அது போல்தான் தனிமையும்,
இருந்தும் செயலற்ற நிலையில்
மரணத்தை எதிர்நோக்கியபடி
நானும் எனது மூளையும்.

●

என்ன அது?
என்னிடம் உள்ளது என்ன?
எல்லாமே நீதான்.
உனக்குள் இருப்பவை என்ன?
எதுவும்தான்.
தூணிலிருந்து துரும்புவரை
அவசியாயிற்று.
இன்னும் கிடைக்கவில்லை நான்.
எப்போதோ தொலைந்த என்னை
இப்போது மீட்டெடுக்கச்
சொன்னது உணர்வு.
பின் வந்த திசையில் வேகமாய் மறைய
தொடர்ந்து ஓடினேன் பற்றிக்கொள்ள
என்ன அது...

●

கடவுளைத் தேடி நான் அலைய
என்னைத் தேடி நீ ஏன்
சிறுமையடைகிறாய்
அன்பான என் வேண்டுகோள் இது
என்னில் என்னை இயங்கவிடு
எப்போதும் உன் அன்பு தேவை
எது தடையற்றதோ அதுதான் நிலையானது.
எனக்குள் நீயும் நீண்ட நாளாய்
நீ நீயானதில்தான் எனக்கு சந்தோஷம்.
உன் அன்புக்கு நான் விலை தர
என் கடவுளிடம் எதைக் கேட்க
இப்போதே சொல்லிவிடு.
சூரியனிடம் நான் விளையாட
எனக்குள் ஆசை
ஆனாலும் அது போதாது.

●

மூலை

மூலை சேர்ந்தாயிற்று
எல்லாம் ஒதுங்கியபின்
தேவையானவற்றைத் தேடி
அலுப்பாயிற்று.
கிடைப்பவையெல்லாம் எதுவோ ஆக
வராதவை, வந்தவை
எல்லாம் பட்டியலில் இடம் பெற
பெயர்ந்தானது மனசை
உனக்குள் வைத்திருப்பவற்றை
கொடுக்க மனசில்லையென்றும்
தவிர்க்க எத்தனையோ இருக்க
விலகியிருக்கிறேன் எனக்குள்.
வருபவையெல்லாம் விலகிப்போக
வராதவையெல்லாம் தூரத்திலிருக்கிறது.
என்றாலும்
எல்லாமே வானத்தின் கீழ்
சகஜமாயிருக்கிறது.

●

தொடர்கிறது

சிரிப்பது இயல்பானது
அழுவதும்தான் என
எனக்குப் புரிகையில்
அழுகை மறந்து
நீ சிரிக்க ஆரம்பித்திருக்கிறாய்
மேலும் நான் தொடரும்போது
நீ இறுகிக் கல்லாகிறாய்
இனி தொடர எதுவுமில்லை
என்றபோது
ஒரு குழந்தையின்
சந்தோஷச் சிரிப்பு.

●

எல்லாமான உனக்கு

சொல்லைத் தேடியலைந்தேன்
நீயே சொல்லாகி நின்றாய்
மரம் தேடியலைந்தேன்
கனியாகி சிரித்தாய்
உணவு தேடியலைந்தேன்
பசியாகி நின்றாய்
உண்டு மடிந்தாய்
காற்றுடன் பேச நினைத்தேன்
மெதுவாய் நீ தூதனுப்பினாய்
மழை தேடியலைந்தேன்
மனதுக்கு சந்தோஷமூட்டினாய்
ஆனாலும்
எல்லாமே பயமாயிருக்கிறது எனக்கு
உன் துணையில்லாமல்.

●

தொகுப்பு: சுப்ரபாரதிமணியன்

மறதி

உன்னிடம் நான் சொன்னவை
என்னிடம் நீ சொன்னது
அவர்களிடம் நான் சொன்னது
அவர்கள் என்னிடம்
நீ சொன்னதைச் சொல்லியது
எல்லாம் மறந்து போனது எனக்கு.
ஒரு விடியலின்போது
பார்த்திருக்கையில் நீ சொன்னதும்
கூடத்தான்.
நீ அழுதபடி என்னிடம் கூறியது
சிரித்தபடி சொன்னது எல்லாமே
எனக்குள் மறந்து போனது
தேவையானதை மறந்து
தேவையற்றதை நினைத்து
அல்லல்படுகிறேன் நான்
ஒவ்வொரு புலம்பலும் மறதிக்கென
இருப்பவை எல்லாமும்
சரிதான்.
என்னை நானும் மறப்பது
எதிர்பார்த்தல் அற்றபடி
இருக்கலாம் நான்.
தொடர்கின்ற பொழுதுகளின்
சாத்யக் கூறுகள் எப்படியாகினும்
நீ இருப்பாய் என்னோடு
நான் தவிப்பேன் என்னோடு.

●

மரணம்

மரணம் நின்று போனது
வாழ்க்கைப் பயணத்தின் சுவாசத்தில்
எண்ணுவதற்கு ஏதுமற்று
கொஞ்சம் கோஷமுற்று
கொஞ்சம் உணர்ச்சிவசப்பட்டு முழங்கி
பின் மௌனமாய் அமர்ந்தாயிற்று
வெற்றுப் பைகளில் காற்றை நிரப்பியபடி
எங்களின் கரங்கள் எண்ணங்களை
எண்ணியபடி,
சுமக்க முடியாது சுமக்கும் சுமை
சுவடற்றுப்
போகிறது குரூரமான சமூகத்தில்
சமூகம் எதுவுமற்று
எல்லாரையும் ஆக்கிவிடுகிறது
எங்களின் உத்வேகங்களை
எதற்காகவேனும் இழந்தாயிற்று.
காத்திருத்தல் இயல்பாகியிருக்குமிங்கு
எனினும்
அதனதன் இயல்பில்
அதது மௌனித்திருக்கும்.

●

7.12.98
(புதிய பார்வை)

எதிர்ப்பு

எதிர்ப்பதே வேலையாகிப் போன
உனக்கு எதிராய்
எனக்கு எதிராய்
அவனுக்கு, அவளுக்கு,
அவர்களுக்கு, இவர்களுக்கு
அவைகளுக்கு, இவைகளுக்கு
எதிராய்
இந்த சமூகம்
யாரது
நாம்தான்
எண்ணலாம்
ஒன்றுமில்லை
எதிர்ப்பது மட்டும்தான்
நமது செயலாகிறது.

●

சிரிக்க மறந்து போனேன்
உன் துயரம் கண்டு
இன்னும் எத்தனை நாட்களும்
நிமிடங்களும்
கரைந்து போகிறது கனவுலகில்
நிஜம் என்னவோ ஒரு
தேடலாகவே அமைகிறது.
எப்போதும் இருளடைந்து கிடக்கிறது
வீட்டின் மேற்கூரையின்
வெளிச்சம் எதிர்பார்த்து
சொல் எது நிஜமென்று
நிஜ உலகில் சகோதரத்துவம்
ஒரு பிரச்சாரமாகிறது
நடைமுறையற்று.
வேதனைகளின் உச்சகட்டத்தில்
கண்ணீரின் அளவுகள்
கரைந்து போகிறது
மௌனமான இருட்டுக்குள்.

●

25.9.99

தொடர்கின்ற பொழுதுகளின்
கூக்குரல்கள்
செவி சாய்த்துக் கேட்கமுடியாமல்
சுவாசம் நிறைந்து போனது
எலும்புக்கூடுக்கு
பிணத்தினுள்ளே அழுக்கை அகற்ற
மேலே தண்ணீர் விட்டுக் கழுவியாயிற்று.
மனித வாழ்வின் அவலத்தை
தினமும் குளித்துத் துடைத்தாயிற்று
நெற்றியின் உச்சியில் குங்குமம்
பிளாஸ்டிக் பொட்டுடன் ஐக்கியமாகி
தமிழ்ப் பண்பாட்டைக் காப்பாற்றியாகி விட்டது.
டி.வி.யில் பெரியோர் முதல் குழந்தைகள் வரை
சினிமாவிலும்தான்
சண்டைகள், காதலை ரசித்தாயிற்று.
நமது முகத்தை நாமே
கிழித்தெறிய
நாமே சவரக்கத்தியை நீட்டியாயிற்று.
இன்னும்
ஈரம் துடைத்துக் கசியும் இரத்தத்தின்
வழியே
நமது எதிர்காலம் இருண்டு நீள்கிறது.
●

அவள் மிக மௌனமாகவே இருக்க நேர்ந்தது. இப்படி இருப்பதில் அவளுக்கு கொஞ்சமும் விருப்பமில்லை. சமீபகாலமாய் படிப்பதும் எழுதுவதும் நின்று போயிருந்தது. எல்லாத் தோழிகளிடமிருந்தும் தான் விலகியிருப்பதாக எண்ணினாள். ஏனோ மனதுக்கு அது மிகவும் வேதனை தருவதாக இருந்தது. தவிரவும் இந்த நிலைமை ஒன்றும் புதிதல்ல என்றும் தோன்றியது. இடைப்பட்ட காலத்தில் தன் பழக்க வழக்கங்கள் எல்லாமே மிகவும் மாறிப்போனதாக உணர்ந்தாள்.

கட்டுப்பாடுகளோடு காலம் கடத்த
எனக்கு முடியாது போயிற்று
பெண்விடுதலையைப் பேசி
அதன் முழு அர்த்தமும்
தெரியாது போயிற்று.
தெரிந்தவரைக்கும்
எனக்கு உபயோகமில்லை.
நீ சொல்லு எனக் கேட்டேன்
அவளிடம்.
எதிர்ப்பது என்றாள்.
எதை? யாரை?
சமூகத்தை, ஆண்களை என்றாள்.

●

அர்த்தம் சொல் புதிது பழையது
எல்லாம் சரி
எங்கே போனது மொழி
எனக்கானவை என
எப்போதும் எனக்குள் வைத்திருந்தேன்.
மரத்தடியில்
நிலா வெளிச்சத்தில்
குழந்தையின் தொட்டிலில்
எல்லாமிருந்தும் மொழியைக் காணோம்.
ஏற்கனவே அவை அல்லது அது
அபகரிக்கப்பட்டு விட்டது
இயந்திரத்தின் நிழல்களால்
தட்டச்சுகளின் உறுமலால்
காற்றுக்கென வெளியில் ஒன்றாய்
இது எப்படி நேர்ந்தது
மிக அசௌகரியமானது
மொழியை இழப்பது.

●

உயர்ந்த ஒன்றாகி
உயர்ந்த மலையொன்றுடன்,
பரபரத்த மனசொன்று,
முட்டி மோதி வீழ்கிறது.
உயர்ந்த மலையொன்று,
மனமாகிறது இங்கே,
உயர்ந்த எண்ணங்களோடு,
போட்டியிடுகின்றன எதிர்கொள்பவை.
சொல்லத்தான் வேண்டும்
நீங்கள் இருப்பதை
விஷயம் என்னவென்றால்
மனதுக்கு சொல்லி முடியாத
அலைச்சல்.
எப்போதும் துணைபுரிய
நானிருக்கிறேன் என்றது ஒளிவட்டம்
எதுவும் இங்கே
அடையாளங்களோடு
சொல்லப்படுகின்றது.
நீ யார் உனக்கு என்ன
நீ எங்கே
எல்லாம் விசாரித்தபின்
வசதியாய் மனதில் நிற்க
ஒரு வேலையுடன் வருகின்றாய் நீ
எதிர்கொள்ளும் விசேஷங்களில்
ஞாபகங்களுடன் விளையாடும்
உறவுகள்.
உயர்ந்த ஒன்றாகி
நிற்கிறாய் நீ.
●

அவள்

கொஞ்சம் சொற்களோடு
வீசினாள் புன்னகை
எனினும் விஷம் கலந்தது
என்பதுதான் துக்கமானது.
போகட்டும்
இன்னுமிருக்கும் சிநேகிதம்.
கைகுலுக்கும் போதெல்லாம்
அர்த்தம் சொல்ல வைத்திருப்பாள்.
நிமிடங்களை
எது எங்கே என
விடைதேடும் பறவையாய்
என் உள்ளத்தில்
துடிக்கும் மீனின்
உயிர்ச் சலனத்தை ஏற்படுத்தும்
அவளின் அர்த்தங்கள்.
மொழி மௌனமானது
என்பதை உணர்ந்து
வெற்று வெளியில் மௌனம்
கொள்வேன் நான்.

தூக்கம்

விழிகள் மறந்து வைத்துவிட்டது
என் தூக்கத்தை
வீடு முழுவதும் தேடுகிறேன்
எங்கும் கிடைக்கவில்லை.
என் மனவெளியில்
அலைந்துத் திரிந்தேன்
எங்கும் பதிலில்லை.
எப்படித் தொலைத்தேன் எனதுறக்கத்தை
மறந்து போனது.
போகட்டும்
விடியும்வரை காத்திருத்தலில்
அர்த்தமற்றவைகளின் ஒலிகள்
எதுவும் பாதிக்காது எனினும்
நான்
இன்னும்
விழித்திருக்கிறேன் எனதுறக்கத்திற்காக.

கடிதம்

விரைந்து எழுதுவேன் கடிதங்களை
இதயம் நிரப்பி
அவை சுமந்து செல்லும்
நதிக்கரையை கொஞ்சம் மணல் துகளோடு
எப்படியும் என்றாவது
அவை வந்தடையும் உன்னை
முகவரியை நான் தொலைத்துவிட்டேன்.
பெயரும் மறந்து போனது.
என்றாலும்
என்னுள் உனதினிய சொற்கள்
என் கடிதத்தில்
மீண்டும் உனக்கு
ஞாபகமூட்டுகிறேன் அவை
வந்தடையும் வரை விழித்திரு.
எதுவும் என்னால் முடியாது
என்று சொல்
இயல்பானது என்பேன்.
●

மலர்கள் மலர
போட்டுவைத்தேன் விதையை
மரமாகுமுன்னே ஊசலாடி நின்றேன்
கனிகள் கொடு என்றிம்சித்தேன்.
தாளாத விதையோ
தண்ணீரின்றிச் சாகிறேன் என்றது.
மனசில்லாமல் நானோ
மருகிவிட்டேன் இங்கு.
மலர்ந்திருக்கும் போதே
இறப்பது அறிந்தோமே எனச் சிரித்தது.
சூடலின் அழகில்
மெய்யெலாம் உணர்வுகளோடு
விளையாடிச் சிரித்து
அமைதி கொள்வேனோ நான்.
சித்தத்தில் உன்னை வைத்தேன்
மொத்தத்தில் என்னை இழந்தேன்.
சிந்துகின்ற சிரிப்பெல்லாம்
சிவனேயாகி களிக்குமோ
என் செய்குவேன்
செயலற்றுக் கிடக்கிறேன்
செய்குவாய் என வருகுவையோ
சோழரின் நாட்டிலே
சேடர்களேன் என
கேட்கிலன் ஞானன்றி யாகுவேன்.

லலிதாவுக்கு

என்னைத் தேற்றினாள் அங்கு
அவளும் வாழ்ந்தனள்.
எழுபரப்பும் ஒன்றாகி கலந்தனள்
ஏனிந்த மயக்கம் தெளிவு பெறுக
என்றேன்
மட்டில்லா மகிழ்ச்சி கொண்டாள்
மேலும்
எங்கிருந்தோ வரும் பறவைபோல்
மீண்டும் மீண்டும் அவளானாள்.
காத்திருந்த பறவையொன்று
பசியோடே வாடிச் சென்றது.
எண்ணமெல்லாம் அவளாகி
ஏதுமறியாததுபோல் திகைத்தது.
சொல்லத் தெரியா வேதனைய
தனியிருட்டில் தேக்கினாள் அவள்
யானும் கண்டேன் அங்கோர்
பதுமையை
ஏனிப்படி என வியந்தேன்.
எண்ணம் எல்லாம் அவளானேன்
என்பதிலில் நில்லாது அவள்
செல்லுகின்ற வழியே எல்லாம்
சீராகி விடுமே அன்னாய்.

●

சிலதுகளில் ஆரம்பித்து பின்
பலவாகப் பெருகினால்
அயர்ந்து விடாதே.
எழுகின்ற வேளையிலும்
எனக்கான ஒன்றுண்டு என
மறந்து விடாதே.
மெல்ல இதயத்தின் வழியே
நாடிச் செல்லும் உயிரை
பிடித்திருக்கும் கைகள்
தோற்றதில்லை என்றுமே.
எங்கிருப்பாய் எதிலிருப்பாய்
விடை கிடைக்காது அலையும் பேதையாய்
மௌனம் கொண்டு விடுவேனா
சொல்வாய் கொஞ்சம்.
விழியொன்று எடை சொல்லி
வீழ்ந்திருக்க மனசில்லையெனக்கு.
மனசொன்று தேடியலைந்தேன்
விடிந்திடுமோ என்று என
புண்ணில் மருந்தொன்றும்
ஊசலாடி வாழ்ந்தேன்.
விண்ணிலே வாழும் சூரியனாய்
எனக்கோர் அவன் கிடைத்தான்.
எதுமற்ற அன்னார் பேசாமல்
கிடக்கக் கண்டேன்
என்றாகுமோ எனதுள்ளம் அதுவென
பதைத்தழுதேன்.

காசுப் பையித்தியம்

இன்னும் உருவாகிறது இன்று வரை.
நேற்று வந்ததெல்லாம் மூலையில் நிற்கிறது.
நாளை வருவதற்கென காலியாகிறது
இருக்கைகள்.
எங்கும் எதிலும் எப்போதும்
ஒரே பேச்சு காசு பணம்.
தூணிலும் துரும்பிலும் காசுதான்.
பெட்டியில் நிறையும்வரை சேர்ப்பதற்காய்
ஓடி ஓடி ஓடிக்கொண்டிருக்கிறதுகள்.
பேச்செல்லாம் முடியும்வரை
காசுப் பைத்தியம் விட்டகலவில்லை.

●

பதில்கள்

கேள்விகளைத் தொலைத்த பதில்கள்
இங்கு கிடைக்கும் ஏராளமாய்
உதடுகளும் தொலைந்து போனது ஏற்கெனவே.
வார்த்தைகள் அர்த்தமிழந்து போனது
ஒளி வடிவ உருவங்களாலே.
பேச்சற்று மௌனமாய் இருப்பது
மொழியின் மொழியெனப் புரிந்தாலும்
செயலற்று நிற்கும் ஒரு பொருளாய்
நான்.
என் கைகள் ஏற்கெனவே
முடமாக்கப்பட்டுவிட்டது.
என் சொற்களையும் பற்களையும்
ரத்தத்துடன் யாரோ பிடுங்கி எறிந்தார்கள்.
எனது எல்லாமும் முடக்கப்பட்டுவிட்டது.
ஒரு சொல்லின் உச்சரிப்பு கணத்தில்.

●

உறவுகள்

ஊரெல்லாம் உறவுகள் தேடியலைந்தேன்.
சிலர் பேச்சுகளைத் தோரணம் கட்டி வைத்தனர்.
சிலர் முகங்களை வெய்யலில் காயப்போட்டனர்.
சிலர் கண்டும் காணாமல் ஒளிந்து கொண்டனர்.
காசில்லையென்றும் செலவுக்கு வேண்டும் என
கேட்கையில் சிலதுகள் ஓடியது
சில முகத்தைத் திருப்பிக் கொண்டது.
ஒரு வேளை நான் அடையாளமற்று
இருப்பதனால்தானோ.
எனது முகத்தை ஏற்கனவே
வட்டிக்கடையில் அடகுவைத்தாயிற்று.
மிச்சமிருக்கும் உடலை
கடவுளுக்கும் கணவனுக்கும் கொடுத்தாயிற்று.
இன்னும் தேவைகள் அதிகரிக்கும்போது
என்ன செய்வதெனத் தெரியாமலே
கடன் கேட்க நேரிடுகிறது.
வாசல் வந்து வழியனுப்புபவர்கள்
கடன் கேட்டால்
தொல்லையென்றார்கள்.
எப்பொழுதாவது பேச வருகிற ஸ்நேகம்
தடைபடுகிறது கடன் கேட்பேனென
சும்மா கடன் கேட்பதும்
சலித்துப் போனபின்
காலாற நடந்து போனால்
காசு மிச்சமாகுமென
தெரிகிறது.

●

மீண்டும் அலைவதில்
உற்சாகம் கொள்கிறேன்.
எண்ணங்கள் ஓடவிட்டு
எனது பணிகளை
உனக்கு அளித்தபடி
தப்பிக்கிறேன்.
நீ என்னிடமே திருப்புகிறாய்
ஓடும் ரயில்வண்டியின்
உற்சாகத்துடன்
நான் உன்னை சந்திக்கிறேன்.
நீயோ அமைதியான குளமாய்
நிற்கிறாய்
எனது கல்லில் படர்ந்த அலைகள்
உன் முகத்தில் தெரிகிறது.
மீண்டும்
நான் அமைதியுறவே
நீ வேண்டுகிறாய்
நானும் உன்னைச் சந்திக்கையில்
எல்லாமும் மறக்கிறது அதையும்.

●

ரொம்ப நாள்கழித்து
நாம் சந்தித்தோம்
விடிய விடிய நீ பேசினாய்
எங்கிருந்து பெற்றாய் இத்தனை தகவல்கள்.
இடையிடையே நான் பேசும்போது
நீ மேற்கோள் காட்டினாய்.
அவர்களின் பட்டியலை
நான் அலமாரியில் வைத்துவிட்டேன்
எந்த அவசியமான சொல்லும்
என்னிடமிருந்து வரவில்லை
மொழியை.

●

எதற்கு

எதற்கு எதை கேட்காதே.
அம்மா பேசிக்கொண்டிரு
எதையாகிலும்
மரத்துப்போன உணர்ச்சிகளின்
நடுவே
செல்லரித்துப்போன புத்தகங்கள்
மத்தியில்
உன் பேச்சு இனியதாய்
நாவிற்குத்தான் சொல்ல வேண்டுமா?
நிச்சயம்
இருக்காது எனது எதிர்காலம்
ஆகையால்
எதையாவது பேசிக்கொண்டிரு.
விரைந்து நான் கேட்க வேண்டும்
எனது நிமிடங்கள்
எண்ணப்பட்டுக் கொண்டிருக்கின்றன.
ஆகையால்
மரண இறுதியில்
எனக்கென்று பேச சில சொற்கள்
மட்டும் வைத்துவிடு.
●

தொகுப்பு: சுப்ரபாரதிமணியன்

ஒரு செய்தி

எல்லோரும் நிம்மதியாய்
குறட்டை விட்டுத் தூங்குகின்றனர்
கைகால் ஓய்ந்து
உடல் பூராவும் வியர்வை வழிய
சாக்கடை ஓரம்
திண்ணையில்
பிள்ளையார் அருகில்
பஞ்சு மெத்தையில்
இன்னும் ஓலைக்குடிசையில்
தமிழ்நாட்டில், இந்தியாவில்
ஜப்பானில் அமெரிக்காவில்
இன்னும்
எல்லா ஊரிலும்
மிக நேர்த்தியாக நடைபெறுகிறது
தூக்கம் மட்டும்
சிலர் மாத்திரையில்
இன்னும் சிலர் சாராயத்தில்
பெண்கள் அடுப்படியின்
வெப்பத்தோடு
எல்லோரும் உறங்க
நடுநிசியில் நான்
தேடிக் கொண்டிருக்கிறேன்
உறக்கத்தை.
●

17.5.95

அவளுடன்
பேச வழியில்லை
மொழியில் மொழி புரியவில்லை
எதற்காக இப்படி அழுகிறாள்?
அவளின் மொழியின் ஸ்நேகம்
எனது அறியாமையால் உணரப்படவில்லை.
எப்பொழுதாவது வரும் அவள் சிரிப்பு
புரியாமையால் கடந்து போனது.
அவளின் துக்கம் மொழியின் புரியாமையால்
என்னைக் கடந்து போனது.
இருந்தும்
எல்லா மொழியின் துக்கத்துக்கும்
பெயரிடப்படாததால் துக்கமாகவே
உணர முடிகிறது.
என் படுக்கையறை
எப்போதும் என் கணவருக்கானதாய்
இருப்பது என் கடமையாகிறது.
அன்னியர்கள் நுழைந்தால்
என் மனசு அபாயச் சங்கொலிக்கிறது
ஒரு பெண்ணோடு பெண்ணாக
துக்கத்தை உணர முடிகிற நான்
ஏன் ஒரு ஆணின் துக்கத்தை
பகிர்ந்து கொள்ளத் தயாரில்லை.
கேள்விகளோடு நின்று
போகும் மனசுக்கு
வரவு வைத்தபடி கழியும்
இன்றைய பொழுது.
•

காற்று 2

காற்றுதான் கிடைக்கிறது
தூது செல்லும் மேகம் ஓய்ந்து விட்டதென.
எதுவுமே கிடைக்காதபட்சத்தில்
நீ எனக்கும் உனக்கு நானும்.
மேலும் என்ன தேவைகளுண்டோ
அத்தனையும் செய்துத் தர
அரசு வாக்களித்திருக்கிறது.
இன்று முதல் இனி கவலையே இல்லை.
தீவுக்குள் இருக்கிறாள் அவள்
அவளுடன் பேச
காற்றுக்கு மட்டும் அனுமதி உண்டு
இத்தனைக்கும் அவள்
எல்லோருக்காகவும் வாழ்கிறாள்.
உயிரின் உச்சமதிப்பை
கணக்கிடுகையில் அவள்
நொந்து போயிருக்கிறாள்
எனது சந்தோஷமும்
அவளின் துக்கமும்
கரைபுரளும் அலையாய்...
●

(கணையாழி)

எதற்கு இந்தத் தனிமை என
என் குழந்தைகள் கேட்கின்றார்கள்.
கடைசிவரை எனக்கு வரம் கிடைக்கவில்லை.
ஒவ்வொரு நாளும் நான்
இப்படியே கேட்பது
நியாயமா?
வாசலில் நின்றபோதெல்லாம்
வயிற்றுக்குப் பசிக்குதென்று அழுவதுண்டு
குழந்தைகளை பொருட்படுத்தாலும்
நாங்கள் வாக்கிப் போவதுண்டு.
கடைசி வரை கடவுளை நான் உங்களில் காண்பதுண்டு.
மீண்டும் மீண்டும் வரும் சொற்களை நான் என்னை
அறியவில்லை, சொல்வதுண்டு.
படிப்பு அன்பைப் பெறுகிறது ஆனால் நான் இல்லை.
பண்பு அழகாக வளர்கிறது ஆனால் நான் அழுவதுண்டு.
பாசம் உயிரில் கலந்ததுண்டு. பின்பும்,
நட்பும் வளர்வதுண்டு அவரவர்களின் குணம்வரை
மனம் என்னை வாட்டி வதைக்கிறது
நான் மனதை வெல்லும்வரை.

●

எத்தனை நாள்தான் பணம் சம்பாதிப்பது.
எவ்வளவு பணம்தான் சம்பாதிப்பது
எதற்காக இந்த வீண்வேலை.
விளக்கம் தெரியாமல் பணத்தில் வாழ்ந்து தொலைக்க
மீண்டும் மீண்டும்
மனதின் போராட்டம்
பணம் வருகிறது? அடிமையாக்க
இன்னும்
எத்தனை நாள்தான் உயிரோடிருப்பது?
பணம் சம்பாதிக்க அலையும் இந்த மனசை
என்ன செய்து வெல்வது?
வாழ்வின் நோட்டங்கள்
நீளும் வரை மனசுதான்.
சொல்லத் தெரியாமல்
வாழத் தெரியாமல்
வாழ்ந்து தொலைக்குதடி மனித மனசு.

●

சாமியார்

சாமியாரின் போதனைகளையும்
சரியான உள்நோக்கங்களையும்
பரவி வரும் செய்திகளையும்
உணர மறுத்து
நான் நடக்கிறேன் என் எண்ணங்களில்
சரியான புரிதல் நிகழவில்லை யாருக்கும்.
வக்கிரங்களே வாழ்க்கையாகிப் போனபின்
மனசின் துயரறிந்து ஆறுதல்கொள்ள
மனிதரில்லை யாருக்கும்.
செய்திகளே வாழ்க்கையாய்த் தாங்கி வரும்
உள்ளங்களின் அறியாமை
ஊடாடி வரும்
சாமியாரின் கிண்டலும்
புரியாமல் திகைக்கையில்
சரியான திசை எது என
நிர்ணயிக்க வாய்ப்பளித்த
மனசுக்கு நன்றி.

●

என்னிலே இருந்த ஒன்றை
யான் அறிந்து கொண்டபின்
மரணமேது எனக்கு என் தெய்வமே!
மரணத்தை நான் வெல்ல
மனதை நான் தொலைக்க
இந்த வாழ்வை என்னை என் செய்வேன்
என் தெய்வமே!
நீயிலாது நானேது.
நானிலாது உலகமேது
நாடு மக்கள் அறியும் குழந்தைகள்
எல்லாம் மறைந்த பின்
நான் என்ன செய்வேன் என் தெய்வமே!
என் மனதைத் தொலைத்து நான்
பேயாய் அலைகிறேன்,
மக்களுள் தெய்வமாய்
என்னுடைய தெய்வமாய்
என்றுமாய் நீங்கள் வாழும்
இந்த அற்புத பூமியில்
என் மனதினை பூங்காவனமாக்கி
என் மனதிலே தெய்வங்கள் வாழ
என் உயிரை நான் பணயம் வைத்து
என் தேவனை நான் காக்க
இவ்வுலகின் நீங்கள் அசைக்க
என்றுமுள்ள என் இனிய தெய்வமே
என் நாவில் நீர் இறக்க
நீங்கள் வாழ
எப்படிக் காப்பேன் நான் உங்களை
என் தெய்வமே
என் இனிய உலகம் உருவாக
என் செய்வேன் என் பரம்பொருளே!
எப்படிக் காப்பேன் என்
இனிய தெய்வமே.

வாழ்க்கையை வாழ்ந்து விளையாடி
சொற்களை நான் தொலைத்தேன்.
சொற்களில் நான் விளையாடி
வாழ்க்கையை வாழ்ந்து தொலைத்தேன்.
எதற்காகத்தான் இந்த போராட்டம்.
மனசின் விளையாட்டில்
சிக்கித்தவிக்கும் சிக்கலான வாழ்க்கை
உன்னை நான் விரட்டித் தொலைத்து
தனிமையை வாங்கித் தவித்தேன்.
என்னை நீ விரட்டி
என்ன பயன் கண்டாய் என் கணவரே.
சொல்ல முடியாமல் சிக்கித்தவிக்குதடி
அன்பான மனசு.
மனதைத் தொலைக்க வேண்டும்.
கூடலே உன் மனசை நான் வெல்ல.
வேண்டாம் இந்த போலித்தனம்.
எத்தனை நாள்தான் நீளும் இந்த
சுவாசக் காற்று
அதன் சுயம் உணராமலே
பாயும்போல் வெள்ளம்.

●

நாலு பக்கம் சுவரிருந்தும்
நானறியாமல் கண்களடி.
சோதனையில் நீ வாழ வேதனையில் நான் தவிக்க
எல்லாம் போராட்டமாச்சுதடி கண்ணம்மா
மனசை விட மனசில்லை யார்க்கும்
மனசுக்குள்ளே மனம் விரட்டி
தவிக்குதடி ஆத்மா.
எந்தச் சொல் நான் எடுக்க
எத்தனை நாள் நான் தவிக்க
எல்லாமே போராட்டம் ஆச்சுதடி கண்ணம்மா
என் பக்கம் என்றாலும் நானறியும் வரை
சோதனையாச்சுதடி மனசை வெல்ல.
வென்று நிற்கும் திருவோ
வேதனையில் வாழ
இமைபோல் என்னைக் காத்தும்
ஏகப்பட்ட காயமடி மனசுக்குள்ளே உனக்கும்
சொற்களை எடுத்து விளையாடி
மவுனமாக்கும் சூழ்நிலைகள்
காற்று போல் கவனமாச்சுதடி கண்ணம்மா.
சொற்களை நான் எழுத
அதன் விளக்கம் அறியும்
நிகழ்கால சூழ்நிலைகள்
வேதனையில் கரையுதடி
வேகுதடி செங்கல் போல.

●

தொகுப்பு: சுப்ரபாரதிமணியன்

அன்பான என் தோழிக்கு
எத்தனை நாள் கண்ணீரோ
ஏகப்பட்ட காயமடி மனசுக்குள்ளே
சொந்தம் என்று சொல்லிக்கொள்ள
நான் அலைஞ்ச வேதனை
சொல்லாமல் புரியுதடி உன் வேதனை
ஊரூராய் குடும்பங்கள் வாழுதடி பெருமையாக
புண்ணான மனசுக்குள்ளே
புதுசாக நெருப்பை விட்டு
வேவு பார்த்ததடி என் மனசு
சொந்தம் எல்லாம் நான் உணர
வேகுதடி என் மனசு.
எத்தனை நாள் கண்ணீரோ
எண்ணிப் பார்க்கையிலே
எல்லாம் வெறும் சோதனையடி
ஆளாளுக்குப் போட்டி
அவசரமாய் குடும்பம் காக்க.
நான் கேட்ட வேதனையில்
என் மனசு தவிக்குதடி உனக்குள்ளே.

●

நெஞ்சுக்குள்ளே சிங்காரமாய்
செஞ்சோதி வாழுதடி
சொல்லி வெச்ச ஆசையெல்லாம்
சிவபாதம் அறியுமடி.
மனசுக்குள்ளே ஆயிரமாய்
ஆகாய ஆசையடி.
பஞ்ச பூதங்களும் ஓர் வடிவாகும்
நெஞ்சுக்குள்ளே வேகுதடி
வேதனையின் விதங்கள்
சொந்தமெல்லாம் வாழுதடி
சிவபாதம் அறியாமலே
சொல்லுக்குள்ளே சிக்காதடி
அன்பின் ஆகாயம்
சிரித்து சிரித்து வேகுதடி
சிவப்பான செஞ்சோதி
மனசுக்குள்ளே பாரமெல்லாம்
மாயமான நேரமடி.
மருதாணி பூசிட
மனசுக்குள்ளே ஆசையடி
சொல்லி வச்சு காசு பணம்
கவலைகளுக்கு ஆசையடி.
சின்னஞ்சிறு கூட்டுக்குள்ளே
சிங்காரமாய் அம்மனடி
ஆளாளுக்கு அவசரம்
ஆகாதடி அளவில்லாத பேராசை.
இயல்பான வாழ்க்கையிலே
இரும்பாச்சுடி மனக் காயம்.
●

மனதின் ஆசைகள்
கடலின் அலைகள் போலாகிறது.
சுதந்திரம் என்பது அபாயம்
ஏனெனில் கிடைக்கும் தனிமையை விட
அதிகம் தேவைகளுடன் நம்மை சோதிக்கிறது.
சுதந்திரம் ஒரு சோதனை மட்டுமல்ல
சுதந்திரம் ஒரு தென்றலாகவும் மாறும்.
என்னை உணருகின்ற சமயங்களில்
நான் இழந்து விடுகிறேன் என் சுதந்திரத்தை
ஏனெனில் எனக்கு அன்பான மனசு மட்டும்.
ஆனால் இதை உணருகின்ற மனதுகள்
மௌனமாய் சூழ்நிலையை உருவாக்கும்
எங்கு சென்றாலும் என் அன்பு மாறாதது.
எனக்கு சுதந்திரம் இசையைப் போல் சில சமயங்களில்
என்னை வளர்க்கும்
ஆனாலும் என் கோபம் என் சுதந்திரத்தைப் பாழாக்கும்
நான் அமைதியாய் இருக்கும் நேரங்கள்
சுதந்திரத்தோடு தனிமை மட்டும்தான்.
ஏன் உனக்கு நீயே பகையாகிறாய் என்று
மரம் என்னிடம் ஒருவேளை கேட்கலாம்.
பனிவாகிற மாலைப்பொழுதுகளில்
அவசரமாய் யோசித்ததுண்டு.
சுதந்திரம் என்பதன் பொருளை உணராமலேயே
நான் தயாராக இருக்கிறேன்
என் மனதுக்கும் ஆணையிடும் மனிதனுக்காக.
சுதந்திரம் என்பது உண்மையில் விடுதலை
யாரிடமிருந்து யாருக்கு?
எங்கே எப்போது?
சுதந்திரம் என்பது சோகமானது
நம்மில் வாழும் பலரின் தவறான எண்ணங்களில்.
•

கண்கள் மிகவும் அன்பானவை.
ஏனெனில் கிடைக்கும் காட்சிகளைப்
பேதமில்லாமல் பார்க்கும்
கைகள் நன்றாகவே உறுதியாகும்
ஏனெனில் எந்த காரணமும் இல்லாமல் உழைக்கும்.
சுதந்திரம் கூட நம்மை நாமறிய
நம்மில் விளையாடும்.
சுதந்திரத்தின் அற்புதம் புரியாமலே
சிந்திக்கின்ற ஆற்றலுக்கும்
எழுதுகின்ற கவிதைக்கும்
எப்போதும் கிடைக்கும்
நடக்காக கிடைக்கும் நமது சொற்கள்.
உணர்வுகளில் அலைமோதும்
கூண்டுக்குள் தவிக்கும் நமது நாம்.
எதற்காகவும் அடிமையாவதற்கு
தவிக்கும் மனது.
ஏனெனில் சார்ந்து நிற்கும் நமதியல்பு.
எப்போதும் நிலைத்திருக்கும் இயற்கை.
நமக்கென வாழும் நம் வாழ்க்கை
கடல் போன்ற கண்ணீருடன்.
சுதந்திரத்தின் பொருள் புரியாமலே
மனதுக்குள் மூடிக்கிடக்கும்
முழுமையான ஆசைகள்
என்றாலும் எனக்கு
கூண்டிற்குள்ளே மட்டும்தான்
எதிரொலிக்கிற இரவுகள்.
பணத்தின் விளையாட்டு
பிரகாசிக்கும் சூரியனைப் பாதிப்பதில்லை.

●

இருப்பு 2

நினைவெல்லாம் நீயிருக்க
நான் எங்கு காண்பது
உன் உரத்தக் குரல் கலந்த சிரிப்பை
சொல்லத்தெரியா மொழியை
உருவாக்கும் தருணம்
உருவாவது எப்போது?
இன்னும் தேடல்களும்
விதம் விதமான காத்திருத்தல்களும்
கலந்த காற்று தன்னை உணர்வித்து
கலந்திருக்கும் இயல்பில்
மெல்லத் தோன்றும்
சிறு குழந்தையின் ஜனனம்
மரணம் குறித்து அறியாத நிமிடங்களில்
வழியும் அதன் மௌனமான தேடல்களும்
அபாயம் நேரும் தருணமறியா பொழுதுகளில்
விடியலில் அது காட்டும் சிரிப்பும்
அழத் தெரியாத குழந்தைக்கு
சீர்க்குணங்கள் சாத்தியமில்லை.
மெதுவான அன்பான கவனிப்பும்,
அலட்சியமும் தெரியாத நிலையிலும்
அது காட்டும் அன்பான சிரிப்பு.
பூமியெங்கும் ஒலிக்கின்ற இடியோசை
அதற்குப் புரியாது.
புரிகிற நிமிடங்களில் அது தவிர்க்கும்
மென்மையை
எது சாத்தியம்? நம் இருப்புக்கு?

●

மனதின் போராட்டத்தில் மதியை இழந்தேன்
பசியின் போராட்டத்தில் அன்பை மறந்தேன்
அடிமைத்தனத்தில் தவறான எண்ணம் கொண்டேன்.

●

என்னிடத்தில் உன்னைக் கண்டேன் அழகே நீ வருவாயா.
ஆசையினில் ஆழ்ந்துவிட்டேன் அன்பே நீ வருவாயா.
சின்னச் சின்ன கலவரத்தில் கண்ணே நீ வருவாயா
காசு பணம் விளையாட்டைக் கண்டேன்
கவிதையே நீ வருவாயா
சொற்களின் விளையாட்டைக் கண்டேன்
விதியே நீ வெல்வாயா
மொழிகளின் வீதியினில் அன்பே நீ வருவாயா.
ஆசாரம் அலங்காரம் அழகெல்லாம் நீ தருவாயா.
மனசுக்குள்ளே குரூரத்தில் உக்கிரத்தில்
உள்ளன்பைத் தேடுகிறேன்
ஒளியே நீ வருவாயா.
சொல்லச் சொல்லத் தீரவில்லை உங்கள் அன்பு.
சொல்லாலே கலங்குகிறது என் மனசு.
வெற்று வெளியின் மொழியினைத் தாண்டி
மௌனித்திருக்கும் மயானம்.
ஆழ்ந்த அன்பைத் தேடும் அலைபாயும் மனசு.
இயற்கையினில் ஆழ்ந்த அன்பு அவசரத்தில் புரிவதில்லை.
அவமானங்களின் உச்சகட்டம் கண்ணீர்தானா.
என் பசிக்கு யாரை நினைக்க.
சொற்களின் அவசரத்தில் அன்பை நான் மறந்தேன்.
சின்னச் சின்ன நெஞ்சுக்குள்ளே
எத்தினைகோடி ஆசைகளுண்டோ
என்னை ஏன் நான் விரும்பவில்லை.
போலித்தனம் இன்னும் எதற்கு?

•

காவி குடித்தும் மதம் மாறலாம்
காசு பெற்றும் கடன் ஆகலாம்.
சோர்வு பெற்ற மதியோ சுறுசுறுப்பாகலாம்.
சேர்ந்த பணமும் கையில் வாங்கலாம்.
சோர்விலாது அடிமையாகலாம்.
பெண் கிடைத்தால் படுத்து தீர்க்கலாம்.
மனசொன்று மதியிலே மருளலாம்.
மானங்கெட்டுப் பாட்டுப் பாடலாம்.
புத்தம் புதிய உடைகள் வாங்கலாம்.
பூமியிலே சொத்து சேர்க்கலாம்.
புழுவாய்த் துடியாய் துடிக்குமுன்னே உயிர் மீளலாம்.
கடைசி வரை போராட்டம்
கடைத்தெருவில் ஆர்ப்பாட்டம்
கண்டெடுத்தால் கொஞ்சலாம்.
கண்ட பின்பு மீளலாம்.
கொடி காய காயலாம் வயிறு.
மனதினையே அடிமையாக்க
மீண்டும் மீண்டும் தூண்டுதல்கள்.
உயிர் மீளுமுன்னே காக்க வழியில்லை இனி மேல்.

●

வீதியெங்கும் வேதனைகளின் உலா
வீட்டினிலே பாசத்துடன் வேர்கள்
தெய்வங்களின் ஆறுதல் அன்பு மழையாக இருக்கிறது.
காணும் இடமும் எல்லாமும் கேள்விகளின் சோதனைகள்
பரவசமாகி தோற்கிறது பூ மனிதன் ஆசைகள்
முயற்சியின்றி தோற்கின்றது அன்பான ஆறுதல் தேடி
மனதின் நிலையறிந்து செல்லும் மௌனமான மொழிகள்
இன்னும் ஏன் என எட்டி உதைக்கிறது ஆசை
தேடலின் முற்றுப் புள்ளி இயற்கை
இயற்கையின் இயல்பு சக்தி
சக்தியின் முடிவு பேரானந்தம்.
பின்பு சலனம், அமைதி, வெற்றிடம்.

●

உலகமே நீயழு
அன்பான மனதைத் தொலைத்ததற்கு.
ஆகாயத்தில் பறக்கும் பட்டம்,
சின்னஞ்சிறு குழந்தையின் ஆசை.
தன்முன் வருபவர்களைப் பார்க்கத் தோன்றாமல்
சந்தோஷமாய்க் குழந்தையை விளையாடவைக்கும் பட்டம்
விளையாட்டும் வினையாகலாம் அல்லது
ஜாக்கிறதை உணர்வாகவும்
தன் நிலை உணர்ந்தபின் மாறலாம்.
அழுது ஓய்ந்துவிடு,
அடுத்தபடியாய் நீ சிரிக்கத் தொடங்குவதற்கு.

●

எண்ணிலடங்கா ஆசைகளை
மனதோடு கலைத்துவிட்டு
இன்றைய பொழுதே
அக தேசமாய் மறந்து
கனவுகளோடு கலந்து
அவ்வப்போது மீண்டும்
மீண்டும் மீண்டும் கனவில் நனைந்து
மீள முடியாத வேதனையில்
உலகின் வரலாறைத் தொலைத்து
மதி இருக்கும் என் வரலாறு என
காலத்துடன் அறையில் தேட
தொலைத்துவிட்டு அமைதியில் இருக்கும்
உயிரற்ற உடல்கள்.

●

தொகுப்பு: சுப்ரபாரதிமணியன்

சுதந்திரம்

சுதந்திரமாய்ப் பறக்க எண்ணி
மனக் கதவை திறந்தேன்
என் சிறகுகளைக் காணவில்லை.
ஆனால்
சிறகுகள் துண்டிக்கப்பட்டு
கதறியபடி நெளிந்து கொண்டிருந்தன.
பல இலட்சம் பூச்சிகள்.
இடம் அசுத்தமென நினைக்கவா
பூச்சிகளின் சிறகுகள் சேமிக்கவா
அல்லது
கதறும் பூச்சிகளுக்கு ஆறுதல் சொல்லவா
எது சரியானது
நீ சொல்லாய் எனக்குத் தெரியும்.

•

எங்கோ மூழ்கியிருக்கும் என் கொடிகள்
வேதனையுடன் வெயிலில் காய்கிறது.

எப்போது தொடங்கும் நமது
இனிய விடுதலையின் அன்புத்தாலாட்டு.
மனமே நீ மன்னித்து விடு

மாசற்ற குழந்தைகளை அள்ளித் தூக்கி எறிந்ததற்கு.
படித்தும் காசில்லை பண்புடனே நாம் வாழ்வதற்கு?
முடிவதில்லை சொர்க்கங்களின் கனவுகளுக்கு.

சொல் காக்கும் வேந்தர்களுக்கோ துயரம் தீருவதில்லை.
தாலாட்டுடனே தீராது துயரங்களின் தொடர் அலைகள்.

•

மனதில் நினைத்து வந்தக் காட்சியினை
காண வந்தாயோ தில்லா
அந்தக் காட்சியினிலே களைத்து வந்த
பேதையைக் காக்க வந்தாயோ இறைவா?
இன்னும் கொஞ்சும் மனசுடன்
சிரிப்பை வாங்கித் தந்தாயோ இறைவா
சின்னஞ்சிறு மனதைத்
தேற்ற வந்தாயோ தில்லா.

●

ராஜா மனசு ராஜ்யம்
ராணி மனசு பூஜ்யம்.
அய்யா மனசு ஆலயம்
அன்பிருந்தால் ஆடலாம்
அமைதியாகும் ஆடுதான்
பண்புடனே வாழலாம்
பாசமதைப் பெற்றிடவே
பொறுமையோடு பாடலாம்
புரிந்தவுடன் வாழலாம்.

●

21.5.97

தேரின்றிப் போகும் தேவன்

என் உணர்வுகளில்
பாதியாகி என்னை வளர்க்க
நீங்களும் சிறுமை அடைந்தீர்
என போகிற எனக்கு
இன்னும் வரவில்லை கண்ணீர்
எதுவும் சொல்ல திராணியில்லை
எனக்கு
புதிதான வரவு குறித்து.
ஏற்புடைத்தாகியோ எனக்குழப்பமாய்
கடைசியில் கேட்டு நிற்பேன்
ஒரு நிமிட புன்னகை.
மரண வாயிலின் அருகே
என்னையறியாமல் தூங்க
ஏன் பிழைத்தாய் என் துர்க்குணத்தை.
எல்லாமும் அடைய சொல்லில்லை எனக்கு.
மௌனங்களின உத்தேசம்.
அடையலாம் ஈரேழ் உலகமும்.
கொடுத்து விடு அமைதியை கொடுத்து விடு அமைதியை
என்போன்ற சக ஜீவிகளுக்கும்
கண்ணீர் வழிகின்றது
பவுடரைக் கலைத்து
பாசமுடன் கரங்கள்
பலமுடன் வரும்போது
நான் இந்த
என்னையும் அறியாமல்,
ஏகதேசமாய் ஒன்று
எல்லோர்க்கும் ஓர் அன்பு
இறந்துகிடக்கிறது வெளியெங்கும்.
●

சிநேகிதம்

புதுசாய்ப் பழகி
சிநேகித்தனர் தோழிகள்
அவ்வப்போது பேசுகையில்
மறக்காமல் இருக்கும்
எங்களிடம் பேச
வராது போனவள் குறித்து
காசு கொடுத்து தண்ணீர் சுமந்து
ஓய்ந்து போன நாங்கள்
புதுசாய் என் வீட்டில்
தண்ணீர் குழாய்ப் போட
முடிவு செய்தோம்.
கணக்கு கேட்காமல் பணம் வாங்காமல்
சிநேகிதமாய் சிரித்த என்னிடம்
பொய்க் கணக்கு வரவு வைத்தனர்
என் தோழிகள்.
தூரத்தில் பறந்த கழுகுக்கு வெறுத்து
தன்முட்டையை தானே தின்றது
கோழி.

●

தொகுப்பு: சுப்ரபாரதிமணியன்

சுயம்

என்னிலிருந்து எல்லாமுனக்குத் தந்தேன்
எனது என்னைத் தவிர
எனது அகவெளி சுத்தமானது
நானோ உன்னைத் தேடியபடி
நீயோ எல்லாம் பெற்றுக்கொண்டபின்
சலனமற்றிருக்கிறாய்.
எனக்குள் நான் சுயத்தை வைத்திருக்கிறேன்.
அதுவும் வேண்டுமென்கிறாய்.
நான் யாருக்கும் கொடுப்பதாயில்லை.
ஆனால்
நானே அதை அழித்துவிடப்போகிறேன்.
ரொம்ப சௌகரியம் என்கிறாய்
எனக்குள் மவுனமாய் ஒரு மவுனம்
அதற்குமேல் என்ன இருக்கிறது
என்னைப் பற்றி நான் சொல்ல
நீதான் உன்னிலிருந்து உன்னைப்பற்றிய
எல்லாமும் பாதுகாக்கிறாய் உனக்குள்.
மிகச் சரிதான்
எனக்குள் நான் ஏதுமற்றுப்போகிறேன்.
எங்கு?
நான்தான் எனக்குச் சொல்ல வேண்டும்.
(R.P.S.க்கு)
●

10.10.93.

அவரும் நானும்

வசைபாடும் உதடுகளுடன் எப்போதுமவள்.
ஏனோ இன்று மிக மவுனமாய்
கலைஞன் கொஞ்சம் ஓய்வெடுத்துக் கொண்டதுபோல
மேகம் சிதைந்த ஓவியமாய்
கண்களில் நிறைந்த கண்ணீருடன் அவள்
மேலும் குழந்தையை அடித்தபடியிருந்தாள்.
இப்படித்தான் எனவும்
இவ்வளவுதான் முடியும் எனப்
பார்வையை வீசிப்போகும் சக மனிதர்கள்.
அவள் கவலைகள் குறைவதாயில்லை.
இன்றைய மாலைப்பொழுதும் கடந்துவிட்டது,
ஒரு பயந்த குழந்தையைப் போல மிகமெதுவாய்
அவள் வீற்றிருக்கிறாள் மரத்தினடியில்.
அவளை ரணப்படுத்தியதற்காய் நானும் சலனங்களுடன்
என்றாலும் அவள் எதிர்ப்பேதும் தெரிவிக்கவில்லை.
வீதி ஓய்ந்துபோயிருந்த நோயாளிபோல் மவுனமாய்.
அவள் அமர்ந்தபடியேயிருந்தாள் மரத்தினடியில்
அதற்குப்பின் ஒவ்வொருநாளும்.

●

கோயிலைத் தேடுபவருக்கு,
இறைவனின் தோழமை
உணர்ந்து செயலில்
பக்தருக்கோ ஆனவற்றில்
என்ன எனில்
மௌனம்தான் நிலை.
ஆடி அசையும் காற்றோடு
மீண்டும் வருகின்ற அலைகளின்
போராட்ட உணர்வோடு
எல்லோர்க்கும் ஆன
இனிய விடியலைத் தேட
எப்போதும் எனக்குத் தெரியும்
என
புன்னகைத்து நிற்கும் இயற்கையது.

●

தொகுப்பு: சுப்ரபாரதிமணியன்

அனைவரையும் சந்தோஷம் கொள்ளும்

அனைவரையும் சந்தோஷம் கொள்ளும்
விடுபவரை தெரியாது சொல்லும்
ஆரம்பம் என்றால் முடிவு வரையில்
தொட்டில்களாய் நீண்டு போகும்.
எதிர்ப்பார்ப்பது எனில் இன்னும்
ஓசையடங்கிச் சலனம் கொள்ளும்
வேதங்களை பார்த்தும் படித்தும்
இணைதல் அறியா ஒன்று
என எப்படி மாறும்
தெரியாது என காலம் நழுவும்.
தொடர்ந்த தன் பிடியை
உல்லாசமாய் ஏற்கும்படியாக
பின்னர்
நாளையில் இருந்து நானும் வாழ்வேன்
மௌனத்தின் ஓசைகளுள்.
என்றாது ஒருநாள் அமைதியாக
அன்பாக இவ்வுலகம் கிடைக்கும் என்று.
●

தோழமை கொள்ள ஓர் உயிர்

உறவு கொள்ளும் தன் கூண்டில்
பறவை
தவித்துப் பறக்கும்
தன் சேதி சொல்ல.
விரும்பியோ விரும்பாமலோ
தன் உயிர் ஊசலாடினாலும்
வந்து சேரும் அதது
தன் கூட்டிற்கு.
நிலைக்காத ஒன்றையும்
சேர்த்து வைக்கும்
நிஜமாகவே பறவை பறக்கும்
எப்போதாவது கிடைக்கும் உயிர்க்கு
கொஞ்சம் தன் அலகில்
கொண்டு வரும் தன் குஞ்சுக்கு
என்பது எதற்கும் தகாதது
தனித்தது. நிலையானது.
சேர்த்து வைத்தலும்
சோர்ந்து போதலும்
நமது வேலையல்ல
நிஜதரிசனம் கடவுளின் சிலையில்
காணும்வரை.
●

தொகுப்பு: சுப்ரபாரதிமணியன்

கண்ணீரும் என்பது போல
துன்பம் நொய்யல்தான் எப்போதும்
உங்களுக்கும் எப்போதாவது என
மனிதனை மனிதன் அழும்
மௌன இடைவெளிக்குப் பின் ஆகலாம்.
சந்தோஷம் கொள்கிற குழந்தையும்
துக்கம் தாளாமல் சோர்ந்து விடும்.
தூக்கத்தின் பாரம்
சொல்லி முடியாது.
என் சுவர்கள் எனக்குத் சோதியானார்
நான் சகஜீவிய தாய் உங்களை சொல்வேன்
என்றும் நிலையாய்
எப்போதும் சந்தோஷமாகும்
இனிய உலகம் வேண்டும் எனக்கு.
சித்திரமும் கவிதையும்
மெல்ல உறியப்படும் தோல்களும்
இனியும் தொடர்ந்திருக்க
வேடிக்கைப் பார்ப்பது வயதின் உன்முகம்
என்றாவது நேரிடலாம்
எங்களின் உங்கள் அதுதான்.
எல்லையில்லா
அன்பு வயலில்
அராஜகம் தவிர்ப்பது
எனக்கான பெரும்பாக்யம்.
என் வழி முழுவதும்
உங்களின் உயிரூட்டல்
நடக்கிறது.
தோழனே நன்றி.

●

17.8.96.

அம்மா

அன்பான சொல்கேட்டேன்,
செயலாகினாள்.
மவுனத்துடன் வேதனையுடன்
மாயமாய்ப் போன ஆசைகளும்
அதற்காக என்றேன்.
இல்லாதிருக்கிறாள்
என் அம்மா.
இன்னும் சிறு குழந்தையாய்
என்னைக் காண வைத்தாள்
என்னுடன்.
மகிழ்வுதலால்
மனமாகி நின்றாள்
மாசறு மனமே
உன் பேர் என்ன.
எனக்கும் கொஞ்சம்
உனதுத் துக்கங்களை
பகிர்ந்து கொள்ளவே.
நடைமுறை வாழ்க்கையில்
ஏனம்மா இந்த மவுனம்
எனக்குமான போது
கவனித்தேன் கொஞ்சம்
உன் நிலையை.

●

அன்பை விலை பேசும் சமூகம்
தனதன்பையும் மறந்து போனது.
அன்பு அன்புதான்
ஆசையும் அன்புதான்
சொந்தமில்லை என் ஆயுதம்
செயலில் இல்லை என் ஆயுதம் (நிலை)
எது எனத் தெரியாமல்
நடக்கும் போராட்டம்
வெற்றியடைய தெய்வமே
உங்கள் நிலை வேண்டும்.

•

ஊரெங்கும் திருவிழா
உள்ளத்தில் தனிவிழா
தாலாட்டுப் பாடியே
தனித்திருக்குது கலைவிழா.
சந்தோஷப் பாட்டுக்குள்
சுகமாய் உலா வரும் மனசு.
சோகமதில் மீண்டெழவே,
சோதியதனைக் கண்டிடவே
சேதி சொன்ன திருவிழா,
ஊரெல்லாம் பக்தியில்
உள்ளம் மட்டும் தனிமையில்
சோதித்து அறிந்தபின்னும்
சோகமாய்த் தொடர்ந்து விடும் உலகமொன்று
நாள்தோறும் நடை பழகும் துணையோடு.
நாளொன்று தேவை
நன்கு தமிழ் நான் சொல்ல.

•

வெற்றுக் குடமாய் மனசு
உனக்குள், சலங்கையொலிக்கிறது.
இட்டு நிரப்ப முயலும்
எண்ணங்களோ
வந்து பார்த்துப் போனது.
வழிய வழிய தேன்விட்டாயிற்று
கொஞ்சமும் ஒட்டவில்லை
இன்னும்.
புதிய விடியலில் இன்னும்
என்னென்ன அதிசயங்கள்
காத்திருக்குமோ
என் எண்ணங்களுக்கு
பயந்தபடி நான்
தொடர்கிறேன்
என் வாழ்க்கையை...
என் சலனங்களோடு,
......
நான்.

•

21.7.96

இயற்கையாய் நடக்கும் குழந்தையை
நடைவண்டி கொடுத்துக் கெடுக்கும் அன்பாய்
மரங்களைப் பார்த்துச் சிரித்த எனக்கு
மனித மனங்களைத் தவிர முகங்கள் தென்பட்டது.
சந்தோஷப் பேரிரைச்சலாய்
அசைந்தாடும் மரக்கிளையின் தளிர்களாய்
சூரியன் பட்டு நிறம்மாறும்
மரமும், மலைகளும்.

•

தொகுப்பு: சுப்ரபாரதிமணியன்

ஆசீர்வாதங்களில் திளைத்து
அற்புதமாய் சந்தோஷம் வழிய
அழுக்குகளை உங்கள் மேல் எறிந்து
வானத்தில் கால்பதித்து நடக்கிறேன் நான்.
எங்கும் நிறைந்திருக்கும் உன்னை உணராமல்
எதற்கும் அஞ்சாமல் உங்களின் வாழ்வு
எனக்குள் தொடர
அல்லது
எனது இயக்கங்களின்
உங்கள் வழிகாட்டல்கள்
ஒன்றிச் செயல்பட
எப்போதும் எனக்கு விருப்பம்.
எங்கும் எனது அன்பைத்
தெளிக்கிறேன் உன்னைக் காண்பித்தும்
என்று எச்சரிக்கிறீர்கள்
என்று
சிரிப்பால் உணருகிறேன்
வாழ்க இவ்வையகம்.

●

அலைகளின் ஓசைகள்

கொஞ்சமும் மீதமில்லை ஆசைகள் அடங்கிய உலகம்.
என்னவென்று தெரியாமல் தவிக்கும் உயிர்கள்.
காட்சியானது கந்தல் துணியில்
காசும் பணமுடன் காவுடன் சோறும்
நசையறு மனமும்
நித்தம் நலம் எனச் சுடர்தரும் உயிரும்
மீண்டும் சந்தோஷ ஊஞ்சல் ஆட
தவித்திருக்கும் தன் கூண்டில்
திசையறியாமலே பறக்கும் பறவை
புதிதான சொல்தேடி அலைகிறது.

●

அன்பான உங்களுக்கு

இயேசு பிறந்தார் அன்பாக இருக்கிறார்.
அப்படியா ஆமாம்.
இயேசு என்ன சொல்லியிருக்கார்!
எல்லார்கிட்டயும் அன்பாக இருக்க சொன்னார்.
அல்லா ஒளிமயமானவர்
அப்படியா
ஆமாம்.
அது சரி ஒளிக்கடவுள் என்ன சொன்னார்?
நமது மனசில் இறைவன் என்று சொன்னார்.
புத்த மதம் போதி மரத்தில் உருவாகியது.
அப்படியா
புத்தர் என்ன சொன்னார்.
மனதில் உயர்நிலையை அடையச் சொன்னார்.
பெண்களுக்கு வீட்டிலேயும் வெளியேயும் அவமானம்.
எப்படி சொல்றீங்க.
எல்லாரும் அகதியாயிட்டாங்க.
உடம்பை நல்லா வைக்கிறதுக்கு என்ன பண்ணனும்?
எல்லா உடற்பயிற்சியும் வீட்டுலே செய்யணும்.
நல்லா பேச வேணும்னால் என்ன செய்யணும்.
முதல்ல கேட்டுப் பழகணும்.
முதலாளியா வர்றதுக்கு என்ன செய்யணும்.
முதல்ல அடிமையா இருக்கணும்.
சமைக்கிறதுக்கு என்ன பண்ணணும்.
பசியை உணர்ந்திருக்கணும்.

•

மனதின் ஓரம் நதி

மக்களின் மனதில் கடல் உறங்க
மஞ்ச வேட்டி மல்லுக்கட்ட
மனசிருக்குது நான் விளையாட
சொல்லுக்குள்ளே சொல்லு வச்ச
சோகத்தை நான் விட்டு வாழ
பாருக்குள்ளே உன்னை உணர
பாவம் இந்த பாருக்குள்ளே
பாவம் என்ன புண்ணியம் என்ன
பஞ்சாய் பறக்குது பாவங்கள்.
பாராதே தீயது என என்னை விரட்ட
பாசம் அதை உணருமுன்னே
பங்கு போட பாவா வந்தார்.
பச்சிளம் குழந்தையாய் நான் இருக்க
பார்வையினில் நான் பயக்க
பார்க்காதே என என்னை நான் விரட்ட
சொற்களின் விளக்கம் புரியாமலே
நான் விளையாடுவதென்ன
அம்மா என்னை மன்னித்துவிடு.

•

நான் பார்த்து வந்த காட்சியெல்லாம்
அன்பென்று நான் உணர
ஆகாயம் வரைக்கும் மனசு பறக்கும் என்று
ஆதி நாளில் சொன்ன தெய்வம்
அச்சத்தில் நான் துடிக்க
அன்பில் நான் வளர
மலரின் மென்மையை உணரவில்லை நான் இன்னும்,
செல்லக் கண்ணா சொல்லிக்கொடு
அன்பால் என்னையும் இந்த உலகத்தையும்
வளர்க்கும் அன்புத் தெய்வமே
அன்பென்று நாங்கள் உணர
கிளிப்பிள்ளையிடம் நாங்கள் விடுதலை பெற.

•

உலகம் என்னவென்று புரியாத குழந்தை

நீலவானம் குழந்தைக்குத் தெரியுமா
மேகம் வெண்மை அறியுமா?
கடல் எல்லையற்றதை அறியுமோ?
வாழ வீடு தேவை.
அதில் நல்லெண்ணங்கள் கிடைக்குமா?
நான் நல்லதே நினைப்பேன் என சொல்லுமா?
பணம் கொடுத்து வாங்கவா மனதை!
பாரினிலே நீயா நானா பணமா, கல்வியா?
எது எனத் தெரியுமா குழந்தைக்கு.
ஆனாலும் நான் இன்னும் குழந்தையாம்
பக்குவம் அறியவில்லை நான்? சொல்!
சின்னஞ் சிறு மனசுக்குள்ளே
கண்ணீருடன் கண்கள்.
●

கனவு கொஞ்சுது, கொஞ்சம் துடிக்குது.
பகல் விரட்டுது. இரவு அருவருக்கிறது
கண்களைத் தொலைத்தும் வாங்கலாமா ஓவியம்
காசு கொடுத்தும் வாங்கலாமா தெய்வத்தை.
காடு வரை போகுது உயிரும் மனசும்
மனசில்லையென்றும் மழலையைக் கொஞ்ச
மணம் இருக்கும் கொஞ்சம் ஜெயிக்க.
கொஞ்சம் மெத்தை கொஞ்சம் தூக்கம்
விடியும் வேளையில் நாளேடு
நாளும் பொய்க்கிறது நிஜங்கள்.
வெல்ல வேண்டும் மனதை.
எதற்கிலேனும் வெல்ல வேண்டும் என்னை நான்.
இருப்பின் உணர்வுகள் கொஞ்சம் பயமுறுத்துது.
கற்பனைக் குதிரையில் லாட மடித்து தூங்குகிறது உணர்வு.
காது இருக்குது கொஞ்சம் திட்டு வாங்க.
மவுனம் இருக்குது மனதில் தாலாட்ட
பார்க்கிறது உள்ளங்கள் உலகெங்கும் நான் வாலாட்ட.
●

ஆசை

என் மனசின் குரூரம்
எப்போதும் நீங்க
என்னைப் பண்பாக மாற்ற எனக்கு
வரம் வேண்டும் தேவனே.
பணங்காசைக் கண்டுவிட்டால் பறக்குது இந்த மனசு.
பாம்பைக் கண்டால் மிரளுது இந்த மனசு.
படித்தவனே உலகாளப் பார்வையில் மிதக்குது இந்த மனசு.
பஞ்சும் நெருப்புமாய் பத்திக்குது இந்த மனசு.
பாசத்தில் உடலில் ஊசலாடுது இந்த மனசு.
பாவம் நான், நீயும், எல்லோரும்
பச்சைக் குழந்தை பாவம்.
பரிதாபம் இன்னும் வேண்டும்.
பரிவுடனே நடத்த
பஞ்சு பஞ்சாய் மேகம் மிதக்குது.
பாரினிலே உலகாளப் பார்வை வேணும் பகவானே
பச்சையாய் இயற்கை எப்போதும் குறிப்பிடாமல்
பார்த்த உலகம் எல்லாம் பணமில்லையென்று
உதறுகிறது எனின்
பாக்குப் போட்டுத் தலை சுண்ணாம்பு போடலாமா
பார்த்தப் பார்வையில் பாசம் வேண்டும் பகவானே.

●

சின்னச் சின்ன ஆசை
சிரிக்க வைக்கும் ஆசை
வாழ்ந்து பார்க்க ஆசை

●

என் குரலே இதமாகும் வேளையில்
உன் சொற்கள் நாதமாய் எனக்குள் அதிர
சிங்கார மனசுக்குள்ளே
சிரிக்க வைக்கும் பூந்தென்றல்
சொல்லால் உனைத் தாலாட்ட
துடிக்குது இந்த மனசு.
சொற்களைத் தாண்டிய வேளையில்
சுவரேறிக் குதிக்கும் ராகங்கள்
செல்லமாய் சூரியன் எழுப்ப
எனக்குள் அதிர்ந்தேன் நான்.
சின்னச் சின்ன ஆசை வைத்து
சிரிக்கும் இந்தப் பிஞ்சுள்ளம்.
மனத்தினிலே கற்பனைகளுடன் நடனமாடும் நான்.
நாக்குழறி போவதென்ன பணங்காசைக் கண்டால்
கருணையினில் எல்லோரும் வாழ
காற்று வந்து வேவு பார்க்கும்
காசு மட்டும் இல்லையடி
காவியமும் இருக்குதடி.
கலையினிலே தெய்வம் வாழ
காசு பணம் என்னத்துக்கு.
கற்பனையில் நான் வாழ
மீள்வதெப்போ நான் பிரிகிற.

என் சொல்லைத் தேடினேன்
காணாமல் போய்விட்டது.
என்னைத் தேடினேன்
என்னையும் காணவில்லை
உன்னைத் தேடினேன்
நீயும் மறைந்து விட்டாய்.
எல்லோரையும் தேடினேன்
அவர்கள் எல்லோரும் உறங்கிவிட்டனர்.
இனி என்ன பேச.
தேடலைத் தொடருமுன் கொஞ்சம்
தமிழ்ப் பழக்கி விடு.
என் கோபம் தீரவில்லை.
என்னைத் தயவாய் அன்பாக்கி விடு தெய்வமே.
என் ஆசைகளைத் திரித்து விடு.
மனதுக்குள் கோயில் கட்டுவேன்.

●

நிகழ்வுகளின் கணங்கள்

என் அன்புக் கவியே ஏன் இன்னும் மவுனம்
கலங்காதே நான் உன்னைக் கொல்ல
முடியாது என விலக
தெரியாது எனத் தவிர்க்க
சொல்லாதே என்று பேச
எப்போது நான் உன்னை அறிய
ஏதுமற்று நான் மௌனமாக
என்னை அறியாத நான் அடி
எப்போதும் நிகழ்கிறது காதலின்
மென்மையான அற்புத நிகழ்வு
முகம் பார்த்து விரும்பும் என்னையும்
உடல் பார்த்து மயங்கும் என்னையும்
விலக்கத் தெரியாமல் விலகிய எனின்
சொல்லம்புகளால் என்னை அடக்கிவிட்டாய்
கவியே என்றென்றும் நீ வாழ்க.

●

என் தோழியே ஏன் நீ கலங்குகிறாய் அதற்குள்.
இன்னும் தீரவில்லை என் கோபம் உன் மேல்
தீராத குரூரம் தீருமுன்னே என்னை அடக்காதே.
தெளியும் வரை போராட்டம் தான் எனக்கு.
அன்பான உனக்கு என் கோபம் எது எனத் தெரியாது.
எப்போதோ தொலைந்துவிட்ட என்னை கண்டெடுத்த நீ
ஏன் என்னை சினம் கொள்ள வைக்கிறாய்?
உன் அன்பு எனக்குப் புரியும்.
என் அன்பும் உனக்குத் தெரியும்.
இருந்தும் நீ ஏன் கலங்குகிறாய்?
விட்டு விடு என்னை நான் திட்டித் தீர்க்க,
உளமடங்கும் காலம்வரை.
எப்போதாவது உனக்கான அன்புமலர் மலரும்வரை
நேசித்துக் கொண்டேயிரு என்னை.

•

சின்னஞ்சிறு மனசுக்குள்ளே
செல்லக்கண்ணு நீ வளர
சொல்லிக் கொடு அம்மாக்கண்ணு
சிந்தித்த என்னை விட்டு
செல்லக் கண்ணூ முத்தம் கொடு.
சின்னப் பூவில் முத்தம் கொடு
செல்லக் கண்ணே பார்த்து விட
துடிக்கும் இந்த ஆசை என்ன?
முத்தம் உரிய பார்வை என்ன?
கோவிலுக்குள் நீ வளர
செல்லக்கண்ணு முத்தம் கொடு
ஓய்ந்து விட்ட மனசுக்குள்ளே
ஆசை வந்து குத்துதடி
அடிபட்ட நெஞ்சுக்குள்ளே
ஆசைதான் சொல்லிக் கொடு.
கண்ணு முத்தம் கொடு.

•

நாட்கள் நகர்கின்றது.
காலம் கழிகின்றது,
செய்திகள் பரவுகின்றது,
காற்றும் தன் அற்புதத்தில் எப்போதும் இயல்பாய்.
மழையும் அதன் மென்மையுடன்
மண்ணும் தன் இயல்பான வெட்கத்தில்
சொற்களும் அதன் கவனத்தில்
சொல்லத் தெரியாத நிமிடங்களை வென்று சிரிக்கும்,
குழந்தையின் இயல்பாய்
என்னை என அடையாளம் தெரியாமல்
தவிக்கும் சிறு விரல்கள்
பார்க்கத் தெரியாமல் நான் கழிக்கின்றேன்
அன்பான என் மவுன வெளியில்
ரசிக்கின்றேன் சூடான சூரியனை.
●

நானே நானா?

எண்ணமே நான் என்ற நிலையான இயற்கையுண்டு!
எண்ணமே நான் என்கிற அகந்தையுடன்
பலகோடி அவஸ்தை தரும் மனதோடு வாழ்க்கையுண்டு!
சொந்தபந்தம் எல்லாமே பிணியுடனே பணமில்லையென
சோகத்தில் ஆழ்ந்ததுண்டு!
ஊர்சுற்றல் எல்லாமே என் மனத்தினிலே நிகழ்ந்ததுண்டு!
வீட்டின் மேலே பறந்ததுண்டு!
மலையுச்சியின் கீழே விழுந்ததுண்டு!
உறக்கம் இல்லா இரவுகளுண்டு!
பலவிதமான குரலோசை என்னை
சிரிக்கவும், அழவும் வைத்ததுண்டு!
ஆனால் என்னிடம் என்ன குறை?
இறைவா நீயும் அறிவாயோ?
என்னில் குற்றம் காண்பாயோ?
எனக்குத் தண்டனை அளித்தாயோ?
●

சமயங்களின் உணர்வுகளில்
சாபக்கேடுகளை விளைவிக்கும்
சொற்களைத் தேடியபடி அவர்கள்.
சொற்களின் உன்னதமான ஓசையில்
இசையைக் கலக்கி
தேன் அருந்தும் புண்ணியவான்களுக்கு
சொற்கள் வீதியில் விரசமாக
எறியப்படும் அவலம் தெரியவில்லை.

●

ஒவ்வொன்றும்
எதிர்வினைகளும் மிகச் சுலபமாய் தரப்படுகிறவை
வினைகளைப் பொறுத்தது.
நம்பிக்கையைத் தகர்த்தபடியாய் வாழ்க்கை.
எனினும்
கலப்பட உணவில் சக்தியைத் தேடியபடி
கவலையுற்றிருக்கும் நோயாளிபோல்
வாழ்க்கையில் தன்னைத் தேடியபடி.

●

தொகுப்பு: சுப்ரபாரதிமணியன்

தமிழ்

தமிழில் என் மனதைத் தொலைத்தேன்.
தமிழ் தன் நாட்டில் தொலைந்து விட்டது.
சொல்லின் அழகில் உன்னை செதுக்க
எனக்கு
இயலாமல் போய்விட்டது.
ஆனாலும்
மனது தவிக்கிறது.
தனி குரூரங்களை மறந்து
உன்னுடன் சிரித்துப் பழக பேச
மறந்துவிட்டேன் என் மனித நேயத்தை
பசியுடன் குழந்தை என் காலைப்பிடிக்கிறது.
நானோ மண்ணெண்ணையில் குளித்துக்
கொண்டிருக்கிறேன்.
சுவர்களிடையே ஓயாது தொடர்கின்ற
தனிமையின் குரல்கள்.
சந்தோஷம் தேடித் தேடி அலையும்
இந்த மனக்குரங்கு.
சொல்லி முடியாது இந்தச் சித்து விளையாட்டு
தனிமையில் ஏகாந்தமாய் ஒரு
மவுன சொல்லுடன் குரலும்
மனதின் வெளியெங்கும் ஊடுருவும்
குரல்களை செதுக்கும் இந்த மாயம்
எதிர்காலத்தைச் சொல்ல மறந்து
தூங்கும் தன் நிகழ்காலத்தின் அவஸ்தையுடன்
மனக்குரங்கு
ஏனோ இன்று சப்தங்களுடன்
மவுனமாக
ஏதேதோ உணர்வலைகளுடன் விளையாடும்
அன்புக் குரல்கள்.

●

சந்ததி

மரமாகி காய்க்கும் என்று தென்னங்கன்றும்,
குலைகுலையாய் வாழையும்
அவ்வப்போது சுமைக்கவென்று
மா, பலாவும்,
எப்போதும் காற்றுவீச
வேப்ப மரமும்,
அழகான வண்ணங்களில் பூக்குமெனச்
செடிகளையும்
தன் வீட்டுத் தோட்டத்தில் பராமரித்தான்
கூடவே
ஓடியாடி வேலை செய்ய, பெண் குழந்தைக்கென
ஒரு மனைவியும்
சந்ததிக்கென ஒரு ஆண்குழந்தை வேண்டும் என
ஒரு மனைவியும்
தோட்டத்துக்குக் காவலாய் வைத்திருந்தான்.
இயற்கை பசுமையானது
மனதைத் தொலைத்தபின்...

●

தொகுப்பு: சுப்ரபாரதிமணியன்

எனக்குள் எப்போதும் அமைதி
அவ்வப்போது தோன்றும்
மனச்சலனங்கள் அலைக்கழித்த பிறகு
எனினும் நான் மௌனமாய்
செயலற்று இருக்கையில்
சொற்கள் வலுவிழந்து போகும்
வீசி எறியப்படுகிற வார்த்தைகளுக்கு
அர்த்தம் புரியாமல் நானும் எனது மௌனமும்
இயற்கையின் சலனங்கள்
புத்தம் புதிதாய் தோன்றுகையில்
அர்த்தமிழந்து போகும் அவை
நிஜ வாழ்க்கையில்.

●

எதிரெதிர் முகங்களை உற்றுநோக்க
திராணியற்றபடி
யந்திர வாழ்க்கை.
இறுகிப்போன மனதுடன்
அர்த்தமற்றுப்போன நம்பிக்கைகளை
வாழ்வின் இரைச்சலுடன்
கரைத்தபடி
கனத்த பொழுதுகளுடன்
மௌனமாய் கழிக்கும்
மனிதர்கள்.

●

மௌனங்களுக்கு இடையே
எப்போதாவது
இதழ் விரிகிறபோது
மெதுவாய் நிஜத்தின் இரைச்சல் உறுத்த
மீண்டும் சலனமற்றபடி.
மனதின் சலனங்கள் உறுத்தும்போது
மிகைப்படாத ஆசைகளாய்
வாழ்வு,
என்னும்
எப்போதும் மௌனமாய்
சிரிப்பை உள்ளடக்கியபடி
இயற்கை இருக்கும்.

●

காதல்

மனங்களைப் புண்படுத்தி
உடல்களை அசிங்கமாக்கியபடி
விஷங்களைப் பரப்புகின்றது
மனித மனங்கள்.
சொற்கள் அர்த்தமிழந்தவையாய்
எண்ணங்கள் அசிங்கப்பட்டுப் போனவையாய்
கறை படிந்து போன கொள்கைகள்
எல்லாவற்றையும் விழுங்கியபடி
மனம்.
சாக்கடை அரசியலும்,
பெண்ணை உடலோடு தோலுரிக்கவே
பிறந்த சினிமாவும் அதன் அற்பத்தனங்களும்
தனிமனித வழிபாட்டை முன்வைக்கும்
சிந்தனைகளும் சமூகக் கோட்பாடுகளானபின்
மனிதர்களுக்குள் சக மனித நேயம்
மறந்தபடி
குரூரமாய் சிதிலமாகிப்போன வாழ்க்கை.

●

தொகுப்பு: சுப்ரபாரதிமணியன்

நட்பு

சிரிப்புடன் வந்து நெடுநேரம் பேசினாள்.
ஒவ்வொரு நாளும்,
என்னைப் பற்றி நான் சொல்லாத வரையிலும்
விடிகின்ற காலைப்பொழுதுகளின்
அதிசயம் பற்றிக்கூறுவேன்.
அதைக் காணமுடியாமல் இழுத்துப்
பிடிக்கற வீட்டு வேலைகளை பற்றியும்
நிறைய நேரம் எனக்காக அவள் ஒதுக்கினாள்.
அவளின் அன்பை நான் கற்றுக்கொண்டேன்.
அவள் புன்சிரிப்புடனே பேசுவாள்.
அவளைப் பற்றிய சுக துக்கங்கள் குறித்து
அவற்றிற்கான காரணங்களைத் தேடுமாறு
நான் சொன்னேன்.
மேலும் என் சிந்தனைகளையும் சொன்னேன்.
அடுத்தநாள் சூரியன் விடிகிறபொழுதில்
என் முகம் பாராமலே தவிர்த்திருந்தாள்.
இயல்பான நிகழ்வுகள்தான் என்றாலும்
எதுவோ என்னைப் பாதித்தபடி
அவளின் சிரிப்பும் பேச்சும் என்னைப் பாதித்தபடியே
என்றாலும்
அவளின் அலட்சியம்
அதிகமாய் என்னுள் உழன்றபடியாக.

●

மாறும் ஒரு பூங்காவனம்

நேரம் தவறாமல் உணவு
வீட்டிற்குள், வெளியே என
விதவிதமாய் உடைகள்
டப்பாக்களில் நிறைந்து வழியும்
மளிகைச் சாமான்
வீடு நிறைய புத்தகம்
மேஜை நிறைய பேப்பர்கள்
சுவர் முழுக்க சித்திரங்கள்
மாலையானால் டி.வி
காலையும் மதியமும் சமையல்
ஆனாலும் என்ன
இது போதுமா வாழ்க்கைக்கு
மனசைக் காணோமே
என் மனதை நான் தொலைத்தபின்
பிறர் மனசை அறிய மறந்தபின்
நான் உணரும் தவிப்பில்
ஏகப்பட்ட கோடிகள் நஷ்டமானது.

●

தொகுப்பு: சுப்ரபாரதிமணியன்

பெண் மனநிலை

மனம்
எண்ணங்களால் நிறைந்துவழியும்
பார்வை
காட்சிகளால் ஈர்க்கப்பட்டுக் கிடக்கும்
நானோ
அழுது கொண்டிருப்பேன்
வானம்
வண்ணப்பறவைகளால் சலசலக்கும்
கடல்
கொந்தளிப்புகளைத் தாங்கிய மவுனமாய்
மனிதர்கள்
அலட்சியத்தில் அக்கறையாய்
என் கவிதை எனக்காக
காத்திருக்கும்.
மனம்
வண்ணப்பூக்களை இழந்து
பார்வை
சந்தோஷ முகங்களை தவிர்த்து
எண்ணங்கள்
என்னைத் தேடியபடி
நானோ சலனங்களுடன்
மவுனமாய்.

●

இறுக்கம்

மரங்கள் சூழ்ந்த காலைப்பொழுதும்
சூரியன் தோன்றும் வானமும்
பனிகளடர்ந்த மலைகளும்
பசுமையான நிலப்பரப்பும்
பார்வைக்கு காணக் கிடைத்தாலும்
அலறுகின்ற குழந்தையைத்தான்
கவனிக்கிறேன் தினமும்.
எனக்கென்று இருக்கும்
மௌன இடைவெளிகள்
நிரப்புவதுபோல் கிடைத்தக் காட்சிகள்
நிரம்பாமலே நிற்கின்றது.
தினமும் காலையில் பறவைகள் பறக்கையில்
துப்பாக்கிச் சத்தம்.
சலனமற்றுப் பார்த்துக் கொண்டிருக்கிறேன் தினமும்.
மௌனங்கள் வாழ்க்கையின் லட்சியம் போல்
மனிதர்களின் இறுகிப்போன முகங்கள்,
எதுவும் பேச இல்லையென எதிரே நகர்ந்தபடி.

●

தொகுப்பு: சுப்ரபாரதிமணியன்

நானும்
ஊசி போட்டால் குறையும் நோய்
ராசியான டாக்டரின் கையால்
என்னதான் படித்தாலும்
டாக்டரின் ஊசிக்கு பயப்படாதவர்
யாருமில்லை.
இறந்துபோன மகனை நினைத்து
காய்ச்சல் வரும்போதெல்லாம்
புலம்பும் தாய்.
அவளுடைய குணாதிசயங்களுடன்
கலந்துபோன உணர்வுகளை
பட்டியலிட்டுக் காட்டும்
திரை முகங்கள்.
என்றுமே சினிமா பார்க்காமல்
உணவருந்துவதில்லை நான்.
என் எல்லா செயலுக்கும்
'நானு'க்கும் எனக்கும்
மிகப் போட்டியுண்டு
பாலில் கலக்கும் தண்ணீராய்
சில சமயங்களில் நேர்வதுண்டு
செயல்கள்
இன்னும்
மிச்சமிருக்கிற வாழ்க்கையை
சுயமாய் கழிக்க
என் செய்வேன் நான்?
●

காத்திருப்பு

வாழ்க்கை குறித்து நீங்கள் சொல்கிறீர்கள்
அன்பாய் நாங்கள் வாழவென
இயல்பை மறந்து வெகுநாளாச்சு.
மூளையெங்கும் தேடலின் தாகம் பற்றி எரிய
மவுனமாய் அல்லது கொஞ்சம் புன்னகையோடு
அன்பே பிரதானம் என உணர வைத்த உணர்வு
உங்களின் மனதைப் புரிய
எனக்கும் அவகாசம் போதவில்லை.
நீண்ட பொழுதுகள் கழிகின்றன
அதன் நிஜம் தேடி.
என்னைப் புரிந்து கொள்ள இன்னும்
என்னுள் மொழியில்லை
தாகம் தேவையா அல்லது
இயல்பா என
கேள்விகளைத் தேடியது என்...
எல்லாத் தேடலும்
முடிவில் நிற்கும்
அன்பான சதுர வாழ்வில்.

●

வலிய வரும் தோழியை
இனம் காண முடியாமல்
அவலமானேன்.
என் பார்வைகளை வெற்றுவெனப் போகாமல்
இருக்கும்படிச் செய்தாள்.
மேலும் எனக்குள் நான்,
தோண்டியெடுத்தேன்,
வந்தது அன்பான உலகம்
கலவரத்தில் சிதைந்தபடி நான்.
விழித்திருக்க, விழித்திருக்க
நிஜங்களின் தரிசனம் கிடைக்கும் ஆசையில்
தேடலில் கவலையற்றுத் தேடியபடி நான்.
எனக்கு எதிரே புதிய உடைகளுடன்
பழைய உடல்கள்.
என்னையும் உன்னையும் அறிய
மௌனங்களோடு நாம்.

●

தொகுப்பு: சுப்ரபாரதிமணியன்

ஆங்கிலம் பேசி கர்வங்களில் திளைக்கிறது மனம்
மனதின் அன்பில் செல்லும் வரை
சாகாத ஓயாத அலைகளாய் உணர்வுகள்
காலம் முழுவதும் காகிதத்தோடு திருமணம்
படுக்கையறையில் தனிமையாய் அகதிகள்
மனதின் உணர்வுகளை செல்லுபடியாக்குகிறது
நவீன உலகம்.
ஆசைகள், கோபங்கள், மற்றும்
ஒவ்வொரு நொடியும் கரைகிறது
மற்றவர்களின் மிரட்டலில்
ஓங்காரமாய் வானிலும் மலைகளின் மீதும் பாறைகளிலும்
எதிரொலித்துக் கொண்டேயிருக்கிறது
நான் எனும் அகந்தை.
நான் தயாராக இருக்கிறேன்,
உங்களின் வசவுகளை வாங்கிக் கொள்ள
மீதமிருக்கும் வரையிலும் நீங்களும் தாங்கிக்கொள்ள
பனி படர்ந்த காலைப்பொழுதும், உயர்ந்த மலைகளிலும்
கவலையற்றுக் கிடக்கிறது காதலின் பிம்பங்களை
என் கைகளிலே தீபாவளிப் பட்டாசு.
எதிரே காயங்களோடு சின்னஞ் சிறுசுகள்
என் வீட்டுப் பாத்திரத்தில் அக்கா சமைத்த உணவு.
எதிரே பேரிரைச்சலாக கூவியழைக்கிறது என் பசிகள்
எதுவும் மீதமில்லை இன்னும்.
உயரப் பறக்கும் விமானம் இல்லை நம் வசம்.
எதுவும் தெரியாமலேயே ஆனந்தமாய் சிரிக்கும் குழந்தை.
மேலும் அது துடிக்கிறது
உலகத்தின் உயர்ந்த கோபங்களைத் தனிக்க
மனதை என்ன செய்வது
இறந்த காலங்களை என்ன செய்வது
எதிர்காலம் வரைக்கும் மாறாத உழைப்புடன் நாம்.
கண் எதிரே மனிதர் கருகினாலும்
கவலையற்றுத் தன் உணர்வோடும்
வெற்றுப் பார்வையோடும்
எதுவும் எழுத முடியவில்லை
பாட்டியின் பிணம் பார்த்துப்
பயத்தினிலும், நிமிட நேரத்தில் ஜீரணிக்கும் மனதுடன்.

●

நான் அடிக்கடி சொல்லிக் கொள்வேன்
சாக வேண்டும் என்று.
என்னை யாரும் ஆதரிக்கவில்லை.
மனதில் அழுக என்று தளரா அமைதி
தன் வீடும் தோற்றத்தில் நானும்
மிகத் தைரியம் ஆக கற்றுக்கொண்டேன்
எனக்கு அமைந்த எல்லாமும்
அவளுக்கு கிடைக்கவில்லை அழுதாள்
இன்னும் நான் சாதித்த உயிர்களும்
சொல்கின்றன சொல்கின்றார்கள்
என்றுன்
என்னை வாழக் கற்றுக் கொடுப்பேன்
எனது எல்லோருக்குமான
அன்பை நீக்கி ஆணியறைந்து
சுவற்றில் மாட்ட
அப்போதும் சொல்லும் சொல்லும்
கிடைக்காதா என மீனுக்குக்
காத்திருக்கும் கொக்காய் அவர்.
உண்மையில் இந்த
சாத்யப்படும்
அறையின் மூலையில்
அன்போடு அமர்ந்தேன்
எனக்கான உலகம் கிடைக்க

●

12.8.96

கலவரங்களில் அன்பைத் தொலைத்தாயிற்று
பசியை அடக்க முடியாமல்
ஆத்திரங்களோடு மனதின் ஓயாத அழுகை
சிரித்துப் பேச சொல்லிக் கொடுக்கும் நகரம் கிராமம்
சிரித்துப் பேச மறந்துபோன உயிர்களும்
வாழ்க்கை எதுவரை சாத்தியம்
கண்களைக் காதலில் வைத்து

●

இயல்பு

என் வழியும் நீயானாய்
நான் சொல்லும் மொழியானாய்
இன்றுவரை தேற்றவில்லை உன்னை நான்.
இயல்பினை மறந்த பறவைகளாய்
நீங்களும் நானும்.
வயதும், மரணமும், ஆசைகளும் சூழ்ந்தபடி
வெகுவாய் மனதைப் பாதிக்க
மனிதர்கள் நிறைந்த வீதிகள்
வெற்று வெளியில் அலையும் குரங்கு
சொப்பனங்கள் சூழ்ந்த இரவும்
சகல விதத்திலும் பயங்கள் நிறைந்த
எல்லோர்க்குமான பகல் பொழுதும்
கானல் நீராய் அன்பும்,
பரிதவித்த உயிரைப் பாதுகாப்பில்லாமல்
கிடத்தியாயிற்று.
அடுத்தது என்ன,
நீயும், நானும் தான்.
●

28.8.97

இன்னொன்று

இனம் தேடித் தவிக்கும் பறவை
தன் குஞ்சுகளுக்கு இரைதேட மறந்தது.
கூடவே
பறக்கக் கற்றுக் கொடுப்பதற்கும்
சுயமாய்
தானே மறந்து போனது.
தனது சிறகுகள்
தனது இனம் கண்டு
சொல்லத் தொடங்கியது
பறக்கும் வித்தையை
தான் முயற்சிக்க மறந்து போனது.
ஒரு தன் அடையாளம்
உணர்த்தப்படுகையில்
சந்தோஷ அடையாளம் அது.
ஆனாலும்
அது தன்னை நினைத்திருக்கும்.
அது தன்னில் வைத்திருக்கும்
இன்னொன்றை.
●

புரிதலுக்கான நிமிடங்கள் கரைந்து கொண்டிருக்க
உணர்வுகளைத் தேடியபடி எண்ணங்கள் செலவாக
மௌனம் குறித்து ஆச்சர்யங்கள் நிகழ
அற்புதம் ஒன்றிற்காய் தவித்தபடி மரம்.
சராசரி உலகத்தின் கனவுகள் தந்த
வாழ்க்கை எல்லைகள்
மனதின் விளையாட்டுக்குப் பலியாகிப் போனது.
குழந்தையின் சிரிப்பில் சிநேகம் தொடர
எனக்குள் ஆச்சர்யம் நிகழ்கிறது.
இறுகிப் போன முகங்களுக்குள்
இயல்பாய் எல்லைகள் இல்லை
சுவாசம் தொடர நிகழ்கிறது வாழ்க்கை.
எனக்கான வானில் பறக்கும் பறவையாய் நான்
என் தரையில் சிறகை மறந்து வைத்திருந்து
யோசனைகளின்றி அலுப்பின்றி
இன்னும்
நானற்று செயல்படுகிறேன்
எனக்குள்.

●

27.10.95

?
?
?
?
?
?
பாராட்டாதே.
இன்னும் என்ன
எதுவும் இல்லை.
கொஞ்சம் பொறு
எதற்கும் வைத்திரு,
பாதுகாப்பாய் உனது வாழ்க்கையை.
எல்லாம் சரி எனப் புத்தகங்களும்
?
ஒவ்வொன்றாய் சுட்டும்
நான்
இரண்டுமற்று
எனது வெளியிடும்.
●

சிறுகதைகள்

வீடு

எப்படி இது நேர்ந்தது? எல்லோருடனும் அன்புடன் பழகிய பின் ஏன் இந்த விரிசல்? நினைக்க நினைக்க எனக்குள் வேதனை பொங்கியது. நேற்றுவரை பேசிவந்த மணியக்கா கூட இன்று மௌனமாய் முகத்தைத் திருப்பியபடி போகிறாள். எனக்குள் குழப்பமாக இருந்தது. நான் எதுவும் தவறு செய்யவில்லையே எல்லோரைப் போலவும்தான் நான் இருக்கிறேன். நினைத்து நினைத்து முடிவே கிடைக்கவில்லை.

ராணி வந்தாள். அவசரமாக வந்து "இன்னிக்கு உங்க வீட்ல கொஞ்ச நேரம் என் பிரண்டோட பேசணும். அனுமதி தர முடியுமா?" என்று கேட்டாள். நானும் சரி என்றேன். அவரும் ஊரில் இல்லை. அதனால் எதுவும் குழப்பங்கள் நேர்ந்துவிடக் கூடாது என்பதில் அக்கறையாய் இருந்தேன் நான்.

ராணியும், கலாவும் அவர்களது தோழர்களுடன் பேச எனது வீடு வசதியாய் இருந்தது. "என்ன நீங்க பாட்டுக்கு யார் யாரையோ வீட்டுக்குள்ள விடறீங்க. இதெல்லாம் நல்லா இல்ல. நீங்க வீட்டைக் காலி பண்ணுங்க" என்று சேச்சி சொல்லி விட்டாள். எனக்குள் வருத்தமாக இருந்தது. பேசுவதற்குக் கூடவா உதவக்கூடாது என்று யோசனையாய் இருந்தது. "சரி சேச்சி, இனிமேல் யாரும் வரமாட்டாங்க. நீங்க இப்போ காலி பண்ணச் சொன்னா, நான் எங்கே போவேன்" என்றேன்.

பொங்கலன்று ஊருக்கு போய்ச் சேர்ந்தேன். பாட்டியின் வீடு சுத்தமாய் அழகாய் இருந்தது. இந்த அழகுணர்ச்சி எனக்குள் இல்லாமல் போய்விட்டதே என்று எனக்குள் வருத்தம்.

எப்போதும் கூடையில் சேலைகள் விற்கும் மணிக்கு எப்படித்தான் எங்கிருந்துதான் சேலைகள் கிடைக்கிறதோ. அவனும் நேற்று வந்து பத்திரிக்கை வைத்துவிட்டுப் போனான். அவன் கட்டிய வீடு எனக்குள் பிரமிப்பாய் இருக்கிறது. ஊருக்கு போகும்போதெல்லாம் வீடு பற்றிய கனவுகளோடு நான் செல்கிறேன்.

தொகுப்பு: சுப்ரபாரதிமணியன்

என்றாவது ஒருநாள் நாமும் வீடு கட்டத்தான் போகிறோம் என்று என்னை நானே திருப்திப்படுத்திக் கொள்வேன். அனாதையாய் என்னை நான் உணரும் நேரங்களில் வீடு பற்றிய கனவு எனக்கு மிக சந்தோஷமாயிருக்கும். போதாக்குறைக்கு அத்தை வேறு வீடு எப்பக் கட்டப் போறே எனக் கேட்டுச் சென்றாள். என் வாழ்க்கை கழிந்து போக எனக்கான சமையலறை ஒன்றும் அவருக்கான புத்தக அறையும் குழந்தைகளுக்கான சிறுவிளையாட்டு மைதானமும் என வீடு எனக்குள் உருவாகி வளர்கின்றது. ஆனால் செயல்படுத்த இன்னும் காலமாகலாம். ஒவ்வொருமுறையும் வாடகை வீட்டில் அவமானப்பட நேர்ந்தபோதும் எனக்குள் நான் கதறியிருக்கிறேன்.

புத்தகங்கள் எனக்கு ஆறுதலான தோழமையுள்ள நண்பர்கள். என்னிடம் அவை எதையும் எதிர்பார்ப்பதில்லை. அவை எனக்குள் நான் உருவாக காரணமாய் இன்னும் எனது சுகதுக்கங்களில் பங்கேற்கின்றன. இன்றளவும் நான் விரும்பியபடி எல்லாம் என் மனசை ஒன்றுபடுத்திய புத்தகங்களுக்கு என் வீட்டில் கண்டிப்பாய் இடம் தர வேண்டும். ஒவ்வொரு மணிநேரமும் நான் அவமானப்படுத்தப்படுகிறேன். பண்பாடு எனக்குள் மறைந்து போனது. மிச்சம் இருப்பவற்றைக் காலம் தள்ள உபயோகிக்கையில் எனக்கான இடம் எங்குமில்லாது போயிற்று. புத்தகங்கள் என்னோடு ஆதரவாய் இருக்கின்றதை உணர்கையில் நிம்மதியாய் உணர்கிறேன் நான்.

இன்னும் புதிதாய் சொல்ல இருக்கிறது. பாட்டிக்குப் பிறகு நான்கு தலைமுறைகள் ஒரே வீட்டில் வளர்ந்தோம். நான்கு தலைமுறைகளுக்கும் ஒரே சமையலறையில் சமைத்து ஓய்ந்து போன பாட்டியின் உடல் சுருக்கங்கள் என்னை அதிர வைக்கும். இருந்தாலும் பாட்டியை சமைக்கச் சொல்லி சாப்பிடுவேன் நான். இந்த முரண்பாடு எனக்கு எல்லா விஷயங்களிலும் குழப்பமாய். தனிமையில் இருக்கையில் எனது தென்னங்கன்றுகள் எத்தனை உயிரோடு இருக்கின்றது என யோசித்திருக்கும் போதெல்லாம் எனக்கானவை என்னை விட்டு நீங்கிப் போனதை உணர முடியாமல் நானிருக்கிறேன்.

"வருஷத்துல ஒரு தடவை பொங்கல் வருது. அன்னக்கி பூசி வழிச்சு வீட்டை சுத்தம் பண்ணாமே மயிரே போச்சுன்னு பூட்டிட்டு கௌம்பி ஊருக்குப் போயிட்டீங்க. இப்படி போட்டு வெக்கறதுக்குதா நானு வீடு கட்டி வெச்சிருக்கேன்," என்று ஏகவசனத்தில் திட்டினார் வீட்டின் சொந்தக்காரர் சேச்சி. எனக்கு மனசு சுத்தம். அதனால் கவலைப்படாதீங்க என்று கத்த வேண்டும் போல் தோன்றியது எனக்கு.

எப்போதும் எழுதும் கடிதங்களுக்கு எனது என ஏதாவது முகவரி தேவைப்படுகிறது. இனி முகவரியில் மாற்றம் இருக்காது என அனைவருக்கும் கடிதம் எழுத ஆசை.

எனது வீடு குறித்த கனவுகளோடு நீண்ட நேரத்துக்குப்பின் உறங்கிப் போனேன்.

கனவில் முகவரி இல்லாத வீடொன்று வந்தது.

(01-02-1995)

மனசு ஒரு கதையாய்

மாமியார் மருமகளை மாவெடுக்கிற சட்டுவத்தை எங்கவச்சே மாமயிலே எனக் கேட்க, மருமகள் அல்லையிலே வைச்சிட்டனா, அலுங்கி நடந்துட்டனா, கொண்டையிலே வெச்சிட்டனா, குலுங்கி நடந்துட்டனா, தூரத்து பெண்களுக்கு தூக்கி குடுத்தனா, இல்லாப் பொறப்புக்கு எடுத்து குடுத்துட்டனா, கட்டடா பல்லாக்க, காலமே போய் சேர்வோம் பூட்டடா பல்லாக்க புறந்த இடம் போய்ச் சேர்வேன் என்று சொல்லி புறப்பட கணவன் வருகிறான். அவனிடம் துப்பிட்டுச் சொங்கழகா, துவண்டோ நடையழகா, உன்னப்பெத்த தாயாரு, ஊரறிய பேசறாங்க என்று சொல்கிறாள் மனைவி. மகன் தாயிடம், 'கடுகு சிறுத்தவரே, காராமே மேனிவரே, இடசிறுத்த புஸ்தகத்த என்ன சொன்ன எந்தாயே' என்கிறான். தாய் மகனிடம், நூறுசட்ட ஆறுவண்டி யாருக்கடா கொண்டுவந்தே என்கிறாள். மகன், ஏந்தி எடுத்த எம் பொறப்புக்கும் கொண்டு வல்லே. தாலி எடுத்த தம் பொறப்புக்கும் கொண்டு வல்லே. ஊரறிய கை கொடுத்த உத்தமிக்கு கொண்டு வந்தேன் என்றான். இக்கதையில் வருகிற மருமகளைப் போல நானும் என் மாமியாரிடம் அடிக்கடி கோபப்பட்டேன். இப்போது நினைத்தாலும் வருத்தமாக இருக்கிறது. புலி பதுங்கும் குகை போல மனசுக்குள் கோபம் புதைந்து கிடக்கிறது. அது எப்போது எப்படி யாரிடம் வெளிப்படும் என்று சொல்லமுடியாது. இப்படி எல்லா உணர்வுகளையும் உச்சகட்டத்தில் உணர்ந்து கதாநாயகனே கடைசியில் ஜெயிப்பதை ரசித்து வெளிவரும் மனசுபோல அமைதியடையும் தருணங்கள் ஏராளம் என்றாலும். எதிலும் பிடிபடாத நிலை அல்லது உணர்வுகளற்ற ஒரு சிலைபோல அவ்வப்போது இப்போது நிகழ்கிறது. எப்படித்தான் மனசு எதிலும் லயிக்காமல் இருக்கிறது என்று அடிக்கடி தோன்றினாலும் வெறுமனே தனியாக இருப்பது தூங்காமல் படுத்தபடி கிடப்பது நிறைய நேர்கிறது. ஏன் நிறைய நேரத்தை வீணாக்குகிறாய் என்று அவர் கேட்பதுண்டு. என்ன செய்வது என்று நிறைய குழப்பம் மேலிட எப்போதும் அறைக்கதவை தாளிட்டு அமர்ந்தபடி

அல்லது படுத்தபடி குறைந்தது பத்து மணிநேரமாவது கழிக்கிறேன். அடிக்கடி குழந்தைகளும் அவரும் பசியுடன் தூங்குவதும் இரவில் பசியால் பாதித் தூக்கத்தில் எழுந்து எழுதுவதும் அவருக்கு வழக்கமாகி விட்டது. ஒருவேளை தினமும் ருசியாக நேரத்தோடு சமைக்கிற மனைவி அவருக்குக் கிடைத்திருக்கலாம். அப்போது அவர் சந்தோஷமாக நிறைய செயல்படுவார் என்றும் அடிக்கடி தோன்றும் என்றாலும் செயலில் எதுவும் அவருக்கு உதவி புரிய முடிந்ததில்லை. எதுவும் வெறுப்புகூட கிடையாது. வேறு காரணங்களும் இல்லை. நிறைய யோசித்தில் சமையல் செய்யலே. எனக்கு வெறுப்பாக இருப்பதை நான் உணர முடிந்தது. வீட்டிற்கு வருபவர்களும்கூட மௌனமாக சாப்பிட்டுச் செல்வதை சங்கடத்துடன் கவனிக்கையில் என்ன செய்யலாம் என்று தோன்றும். மிச்சமிருக்கிற பொழுதுகளையும் உருப்படியாக்க் கழிப்பதில்லை. நல்லவேளை எனக்கு பசியும் தூக்கமும் இல்லாமல் போய்விட்டது. இல்லையென்றால் நான் மிகவும் கஷ்டப்பட வேண்டியிருக்கும். இப்போதெல்லாம் நாம் அதிகம் குதறிக்கொள்வதில்லை(வார்த்தைகளால்) என்று பாராட்டிக் கொள்கையில் எங்களுக்குள் சலிப்பும் அதிகம் இருக்கும்.

அந்த சிநேகமான நாட்கள், அன்பான வார்த்தைகள், உடல்களின் உணர்வுகள், குழந்தைகளின் கலகலப்பு எல்லாம் கலவையாய் உச்சகட்ட சந்தோஷமாய் இருந்தாலும் வேறு வழியில்லாமல் தான் எதிர்பார்த்ததை விட இப்படித்தான் நேர்கிறது என அவர் என்னை ஏற்றுக்கொண்ட விதம் எனக்கு மனதுக்குள் சம்மட்டி அடியாய் பதிந்து அவ்வப்போது செயலற்று போகச் செய்கிறது. கிராமத்தில் திருமணம் என்பதுதான் உச்சகட்ட சுதந்திரம் என்பதுபோல் அடிக்கடி பாட்டியின் பயமுறுத்தலில் கொஞ்சம் கனவுகளோடு இவருடன் வாழத் தொடங்குகையில் இவரின் கணங்கள் என்னை அடிக்கடி அதிரவைக்கும். இத்தனை நாள் நான் சினிமாத்தனமான கனவில் வாழ்ந்திருக்கிறேன் என்றாலும் நிஜமான வாழ்க்கை அப்படியொன்றும் மோசமில்லை. இருந்தாலும் ஏதோ ஒரு மௌனம் அதிர்கிறது எங்களுக்குள். வேறுவேறு திசைகளில் வளர்ந்து தனித்தனியாய் கனவு கண்டு கனவு கலைந்து மிரளும் குழந்தையாய்த் தொடங்கிய வாழ்க்கை தொடர்ந்த சிக்கலோடு இன்னும் தொடர்வது எங்கள் இருவருக்கும் ஆச்சர்யமான விஷயமாகவே படுகின்றது. நிச்சயம் இருவரும் இருவரின் மீதும் அன்பாக இல்லை. எந்த எதிர்பார்ப்பும் இல்லை. கடமைக்காகவும் இல்லை. பின் ஏன் சேர்ந்து வாழ்தல் தொடர்கிறது. தனியான வாழ்க்கை குறித்து இருவருக்கும் யோசனை உண்டு என்றாலும், அது பற்றி அக்கறை இல்லாமலேயே முரண்பாடுகளோடும் அவரவர்

தனிமையில் வாழ்க்கை தொடருகிறது. ஏன் நீ காதலிக்கவில்லை வேறு ஏதேனும் வாழ்க்கை அமைந்திருந்தால் நன்றாயிருந்திருப்பாய் என பரஸ்பரம் கேட்டபடியும் உணவருந்த நேர்கிறது. என்றாலும், தன் மேலேயே தனக்குக் காதல் இல்லாதபோது உடல் என்ற ஒரு உணர்வே இல்லாமல் மௌனமாகும் போது சமூகத்தின் புத்திமதிகள் குறித்து வேதனையே மிஞ்சுகிறது இருவருக்கும். கல்யாணப் பத்திரிக்கையில் அவரின் எம்.எஸ்.ஸி குறித்து என்னை ஆச்சர்யமாய் கேள்வி கேட்ட டீச்சரை அடிக்கடி நினைக்கிறேன். எப்படி அன்பேயில்லாமல் உன் தோழிகளிடம்கூட பேசிப் பழக முடியாத நீ இவரைக் கல்யாணம் செய்து கொள்வாய் என்று. ஆனாலும் அது சாத்யமாகியிருக்கிறது. வெறுப்பும், கோபமும், காமமும் எல்லாம் அடங்கியபின் அமைதியாய் நேரத்தை தனியாய் கழிக்க தோன்ற வைத்திருக்கிறது. இது இப்படியே நீள்வதில் உனக்கெதும் தடையுள்ளதோ என்று அடிக்கடி அவரைக் கேட்க நீதிபதியாய் சிரிக்கிறார். நீதிபதிகள் சிரிக்கக் கூடாதா என்ன. எங்கோ நிலைத்த பார்வை, எதிலும் லியிக்காத மனம் என்று இருந்தாலும் என்னவோ எல்லோருக்கும் ஏதாவது பதில் சொல்ல நேர்வது என்னவோ போல் இருக்கிறது. குழந்தைகளுக்கு முன்மாதிரியாக இருப்பது, மனசைத் தொலைத்து காசைப் பத்திரப்படுத்துவது, காசு சம்மந்தப்பட்ட விஷயங்களில் குரூரமாக இருப்பது, எல்லாவித தேவைகளையும் இயந்திரத்தனமாய் காப்பி அடிப்பது எல்லாமே ஏன் நிகழ்கிறது? என்று தோன்றும். நாம் நமக்குத் தோன்றினால் போலத்தான் இருக்க முடியும். பொம்மைக்கு நாம் உடுத்தினாலும் அது உடுத்தாது. அதுபோல்தான் மனசும். எல்லாவற்றையும் மீறி எனக்கான அறையும் எங்களுக்கான வீடு என்ற ஒன்றும் இனிமேல் ஏதோ ஒன்றைக் காட்டி அதோ பாரு பூச்சாண்டி நீ சாப்புடுலே அது கிட்ட விட்டிருவேன் என்று அடி வைக்கும் பெண்ணாய் பயமுறுத்துவதாய் தோன்றுகிறது. இன்னும் எத்தனை விஷயங்கள் இந்த வீடு முரண்பட வைக்கும் அல்லது ஒற்றுமையாய் வளர வைக்கும் என்று யோசனையில் தொடர்கிறது காலையும், மாலையும். மீண்டும் மீண்டும் தொடரும் மாணவ, மாணவிகள் பள்ளிகள் சினிமா, அரசியல், பத்திரிக்கைகள், சமையல், பணம் எதிலும் சம்பந்தம் இல்லாமல் இருப்பதால் எனக்கு சமீபத்தில் ஒரு அலார்ட் நெற்றியில் ஒட்டிக் கொண்டது. கவலை கொள்ளாமல் மீண்டும் தனிமைப்படுத்தப்படுகிற நிம்மதியில் இயல்பாய் இருக்க முடிகிறது. கவிதை எழுதுகிறாளாம் ஏண்டி எவ்வளவு சம்பாரிச்சே உறவினரின் கிண்டல்கள். பூங்காற்று திரும்புமா எனக்காக கேட்கத் தோன்றுகிறது. இது என்ன அசட்டுத்தனம். எதையும் எதிர்பார்ப்பது முட்டாள்தனம் என்றது மனசு. விநோதமாகவும், கிண்டலாகவும்

மறைமுகமாக சிரித்தபடியும் எல்லோரும் கேட்டார்கள். என்ன நீ இரவுகளில் உறங்குவதில்லையாமே என்று கேள்விகளின் குரூரங்கள் புரிந்துகொண்டு நிதானமாக சொல்கிறேன் ஆமாம் என்று. இயல்பாய் வருகிற தூக்கம் இல்லாமலே ஆகிவிட்டபிறகு இதை வெளியில் கொச்சைப் படுத்துகிறார்கள் என்று மனசுக்குள் அழ நேர்ந்திருக்கிறது. தூக்கம் என்ற சொல்லின் அர்த்தத்தை கொச்சைப்படுத்தி என்னையும் கேவலப்படுத்தி நானும் மௌனமாய் இறுக்கி உறவினர் வீடுகளில் தங்குவதை பெரும்பாலும் தவிர்க்கிறேன். கவிதை எழுதி அவமானப்பட்ட சூழ்நிலைகளும் நிறைய. அதில் ஒன்று 'எனக்கு எதிரே நீ போனாலும்' கவிதை எழுதி மாமாவிடம் காட்ட அவர் கொச்சைப்படுத்தியதும் எனக்குள் நான் குன்றிப்போனதும் கவிதையின் தவறான புரிதல் குறித்து எனக்கு எச்சரிக்கையூட்டியது. அப்படியானால் அது என்ன எழுதித் தொலைக்க என்று மனசைக் கேட்க உனக்கு தெரிந்ததை நீ எழுதியபடியிரு என்று சொன்னது. இன்னொரு விஷயம் எனது தினசரி வேலைகளின் ஒழுங்கின்மை. எப்போது எதைச் செய்வது என்றில்லாமல் இருப்பது அடிக்கடி நான் கேலிக்குரியவளாக உறவினர் மற்றும் தெரிந்தவர் மத்தியில் பரவிய விஷயம். என்னை ஏன் என் இயல்பில் இருக்க விடமாட்டேன் என்கிறார்கள். எனக்கு எரிச்சல் தோன்றி சிரிப்போடு அவமானம் தாங்க கற்றுக்கொள்ள ஆரம்பிக்கிறேன். இதில் ஆச்சர்யம் என்னவென்றால் பெண்களைப் பற்றி எழுதும் பெண் எழுத்தாளிகளின் என்னைப்பற்றிய வதந்திதான் எனக்கு ஆச்சர்யமாய் இருக்கிறது. வீடு என்ற விஷயம் பத்து வருடங்களுடைய கனவை விழுங்கி என்னை பத்திரப்படுத்துகிறது. இதுவும் ஒரு எதிர்பார்ப்பின் தொனியில் தானோ?

●

போட்டோ

பரபரப்பாய் இருந்தது, ராமுத்தாயிக்கு. போட்டோவை மார்போடு சேர்த்து அணைத்துக் கொண்டாள். கண்ணாடி உடம்போடு சேர குளிர்ச்சியாக இருந்தது.

எத்தனை நாளாய் இப்படி ஒரு போட்டோப் பிடிக்க வேண்டுமென்று அவளுக்குக் கனவுகள். இன்று எல்லாம் நிறைவேறிவிட்டது போலிருந்தது. போட்டோவைப் பார்த்தாள். ராமுத்தாயின் முகம் சுருக்கமாய் இருந்தது. எத்தனை கவலை ரேகைகள் முகத்தில். எத்தனை கஷ்டங்கள் வாழ்க்கையில், கஷ்டங்களும் அழுகைகளும் முகத்தில் ரேகைகள்போல ஆகிவிட்டது. வயதாகி விட்டதல்லவா! இதற்குமேல் இதையெல்லாம் எதற்கு நினைக்கவேண்டும் என்று நினைத்தாள்.

ஒரு கையில் போட்டோவைப் பிடித்தபடி மறு கையினை உயர்த்தி முகத்தைத் தொட்டுப் பார்த்தாள். தாடைகள் ஒடுங்கி முகம் கீறல் கீறலாய் இருப்பது தெரிந்தது. விரல்களை மேலே உயர்த்தினபோது வெறும் நெற்றி. குங்குமம் இல்லாத நெற்றியைத் தேய்த்துக் கொண்டாள்.

போட்டோவை மறுபடியும் பார்த்தாள். நடந்து கொண்டிருந்தவள் நின்று கூர்ந்து பார்த்துச் சிரித்தாள். "என்ன ராமுத்தாயி... ரோட்லே நின்னுட்டாப்லே."

ராமுத்தாயி நிமிர்ந்து பார்த்தாள். சின்னப்பன் அண்ணாச்சியின் மளிகைக்கடையில் வேலை பார்ப்பவன்.

"ஆமாடா சின்னப்பா"

"எதுக்கு நின்னே..."

"போட்டோ..."

கையை விலக்கிக் காட்டினாள்.

"அடி ஆத்தி நீயா"

"ஆமா" பெருமை முகத்தில் மிளிர்ந்தது.

"நல்லாத்தா இருக்கே..."

"உம்..."

"ஆனா வயசாயிடுச்சில்லியா..."

முகம் கறுத்தது அவளுக்கு. இந்த வயசான நாப்பத்தஞ்சு வயதில்தானா போய் போட்டோ எடுக்க வேண்டும் என்ற கேள்வி வந்தது மனதில்.

"நீ போட்டோ எடுக்கலியா. சின்னப்பா..."

"எடுக்கணும் தாயி... ஊரே எடுக்குது. நம்ம மூஞ்சியெ நாமே பாத்துக்கறதுக்கு. இப்ப ஊர்லே போட்டோ எடுக்காத ஆளே இல்ல. நானும் எடுக்கணும். ஆமா எவ்வளவு..."

"எட்டு ரூபாதா... கண்ணாடிக்கு 2 ரூபா..."

"பத்து ரூபா சேர்க்கணும். எப்ப ஸ்டுடியோ இருக்குமாமா. இப்பவே வந்து மாசமாச்சே..."

"இருக்கும்னாங்க..."

அவள் சொல்லியபடியே நடக்கத் தொடங்கினாள்.

கிருஷ்ணப்பாவின் காலி இடத்தில்தான் அந்த ஸ்டுடியோ முதலில் வந்து டேரா போட்டது. போட்டோ பிடிப்பது என்றால் பணக்காரர்கள் சமாச்சாரம் என்று இருந்தது. ஆனால் அந்த டெண்ட் போட்ட ஸ்டுடியோ வந்தபின் ஐந்து ரூபாய்க்கு போட்டோ என்றார்கள். ஒரு மாதம்தான் இருக்கும் என்றார்கள். எம்.ஜி.ஆருடன், சிவாஜியுடன், ரஜினிகாந்துடன் சேர்ந்து நின்று போட்டோ எடுத்துக் கொள்ளலாம். அச்சாக அவர்களோடு கூட நின்று கொண்டே எடுப்பது போல் பட்டது. அப்புறம் காருக்கு முன்னால் மோட்டார் பைக் ஓட்டியபடி, கவர்ச்சி நடிகைகளின் இடுப்பை அணைத்தபடி, தாமரைக் குளத்து நடுவில் படுத்தபடி இஷ்டப்பட்டபடி எடுக்கலாம் என்றார்கள்.

இளைஞர்கள் கூட்டம் பெருகியது. அந்த சின்ன பஞ்சாயத்து போர்டு ஊரில் எல்லா வீடுகளிலும் போட்டோக்கள் முளைத்தன. எல்லோரும் தங்களைத் தாங்களே போட்டோக்களில் பார்த்துக் கொண்டார்கள்.

ராமுத்தாயிக்கு முதலில் போட்டோ எடுக்கிற ஆசை வரவில்லை. அப்புறம் ரைஸ்மில்லிற்கு போனால் வேலை செய்கிறபோது ஸ்டுடியோ பேச்சு. கடைக்குப் போனால் போட்டோ எடுத்தியா

எனக் கேள்வி. எல்லோரும் என்னைப் பார் என்னைப் பார் என்று போட்டோக்களைக் காட்டிக்கொண்டே இருந்தார்கள். அப்போது தான் ராமுத்தாயிக்கும் போட்டோ எடுக்கிற ஆசை வந்தது.

பத்து ரூபாய்தானே எடுத்துவிடலாம் என நினைத்தாள். "சே... இந்த வயசுக்கப்புறம் என்ன வேண்டிக்கிடக்கு. புருஷனும் செத்துப் போயாச்சு, மருமகன்கூட வந்துவிட்டான். மருமகன் கேலி பண்ணுவாரா..."

அப்புறம் யோசனையைத் தள்ளி வைத்து விட்டாள், எதற்கு வேண்டாம் என்று.

இன்னும் 10 தினம் மட்டுமே ஸ்டுடியோ டேரா போட்டிருக்கும் என்று மைக்கில் விளம்பரம் செய்தார்கள். சரி நாமும் பேருக்கு எடுத்து வைக்கலாமே என்று ராமுத்தாயும் எடுத்திருந்தாள்.

பலர் பணம் குறைவாக என்பதால் மோசமாக இருக்கும் என்று சொன்னார்கள். சீக்கிரம் மங்கிவிடும் என்றார்கள். ஆனாலும் அவள் போட்டோ எடுத்திருந்தாள். போட்டோவை அடிக்கடி பார்த்தபடியே வீட்டிற்குள் நுழைந்தாள்.

விளக்கைப் போட்டாள்.

போட்டோவை சுவரில் சாய்த்து வைத்து மெல்ல பின்னால் போனாள். தலைசாய்த்துப் பார்த்தாள். எந்த இடத்தில் மாட்டலாம் என்று யோசித்தாள். எந்த முடிவுக்கும் வரமுடியவில்லை.

முன் அறைக்கு வந்தாள். முருகன் படம் மாட்டப்பட்டிருந்தது. அதற்குப் பக்கம் கண்ணாடி. அப்புறம் ஒரு விநாயகர் படம்.

கண்ணாடியை ராமுத்தாய் இப்பொழுதெல்லாம் அதிகம் பார்ப்பதில்லை. எதற்குப் பார்க்க? குங்குமம் கூட வைப்பதில்லை. புருஷன் அம்போ என்று பத்து வருஷம் முன்பே விட்டுப் போய்விட்டான். அவன் விட்டுச் சென்றதில் பாதி வீட்டை விற்று பெண்ணுக்கு கல்யாணம் பண்ணிவிட்டாள். மீதியில் அவள் இருந்து வந்தாள். ரைஸ் மில் உத்யோகம் சோறு போட்டது. கை கால்கள் முடியாமல் போனால் மகளிடம்தான் போக வேண்டும் என்ற நினைப்பு வந்தபோது வருத்தமாயிருந்தது.

சுவற்றோடு போட்டோவை கையில் நிறுத்திப் பார்த்தாள். நன்றாகத்தான் இருக்கிற மாதிரிப்பட்டது. எங்கே மாட்டுவது என்று விளங்கவில்லை.

ஆணி வேண்டும். யாரிடமாவது போய் கேட்க வேண்டும். எதற்கு என்று கேட்டால், போட்டோ மாட்ட என்று சொன்னால் சிரிப்பார்களா? இந்த வயசில் எதற்கு போட்டோ மாட்டி வேடிக்கை என்று சொல்வார்களா? கேள்வி பயத்தைக் கிளப்பியது. கிண்டலாய் உறவுமுறை சொல்ல, யாராவது சிரிக்கக் கூடும் என்ற யோசனையும் வந்தது.

அவளின் புருஷன் போட்டோகூட இல்லை என்ற ஞாபகம் வந்தது. அவர் செத்துப்போன பின்பு, ஒரு போட்டோவை எடுத்து வைத்திருக்கலாம் என்ற எண்ணம் வந்தது. ஆனால் இல்லாமல் போனது குறித்து வருத்தம்தான் அவளுக்கு மிஞ்சியது.

கண்ணாடிப் பக்கம் மாட்டலாமா? கண்ணாடி ரசம் போய் பொலிவு இழந்து நின்றது. இப்போதெல்லாம் எண்ணைத் தடவி தலை சீவுவதுகூட கண்ணாடியைப் பார்க்காமலேதான் என்பது ஞாபகம் வந்தது.

முருகன் படத்துக்கு பக்கம் வைக்கலாமா? விநாயகர் படத்துக்குப் பக்கம் வைக்கலாமா? நாம் என்ன தெய்வங்களுக்குச் சமமா என்ற நினைப்பு வந்ததும் வேண்டாம் என்று மெல்ல முணுமுணுத்துக் கொண்டாள்.

யாரோ வருகிற சப்தம் கேட்டது. பக்கத்து வீட்டு சாந்தி நின்றிருந்தாள்.

"என்ன அவ்வா..."

"ஒண்ணுமில்லே..."

"என்ன கையிலே..."

"போட்டோ..."

"நீயும் புடுச்சிட்டியா அவ்வா..."

"ம்..."

"நாமெல்லா பொழைக்கிற பொழப்புக்கு அதுதா கொறச்சல் போ..."

சொன்னபடி நகர்ந்து விட்டாள். அவள் சொன்னது சரிதான் என்று பட்டது. புருஷன்கூட இல்லை. புருஷன் முகம் பார்த்து நினைவுபடுத்திக் கொள்ள போட்டோகூட இல்லை. தன் போட்டோ மட்டும் எதற்கு என்ற கேள்வி வந்தது. கடைசியாய் மாட்ட வேண்டாம் என்ற நினைப்பு உறுதியானதுபோல்

தொகுப்பு: சுப்ரபாரதிமணியன்

அவளுக்கே பட்டது. நகர்ந்து போய் மரப்பெட்டியைத் திறந்தாள். போட்டோவை நன்றாகத் துடைத்து பழைய பத்திரங்கள், சேலைகளை எடுத்துவிட்டு பெட்டியின் அடியில் வைத்தாள். மரப்பெட்டியை மூடினாள். கொல்லைப் புறம் போய் கால்களுக்கு தண்ணீர் ஊற்றினாள். போட்டோ வாங்க ராம் தியேட்டர் வரை போய் வந்த அலுப்பில் கால்கள் வலித்தது. இப்போது நீர் ஊற்ற ஊற்ற சுகமாக இருந்தது.

கொஞ்ச நேரத்தில் போட்டோவைப் பற்றி மறந்து விட்டாள்.

டைரிக் குறிப்புகள்

சுகந்தியின் நோய் காரணமாக Reality-க்கும், hallucination-க்கும் இடையில் அவர் தள்ளாடுவதைப் பேச்சில் கண்டு, அவற்றைப் பதிவு செய்தேன். பத்து நாட்களுக்குப் பிறகு ஒரேமாதிரி விசயங்களை அவர் பேசியதால் அதைக் கைவிட்டேன். அதில் ஒரு பகுதி இது. சில அவர் எழுதியவை.

-சுப்ரபாரதிமணியன்

ஆத்மாநாம் கவிதைகளை எனக்கு ரொம்பவும் பிடிக்கும். காரணம் என்னை மாதிரியே அவரும் ஒரு மெண்டல் பேஷண்ட்னா... அவர் கிணத்தைத் தேடி போயிருக்கிறார். எனக்கு கெணறு கிடைக்கலே. மெண்டலாகித்தா கவிதை எழுதணும்ன்னா அந்தக் கவிதையே வேண்டாமே! சித்திரவதை வரிகளாகறது பெரிய தண்டனை. கவிதை அதுதானா?

~

ஔவையாரா நான் சீக்கிரம் மாறிடுவன். அடுத்த வருஷம் கெழவியானா அப்புறம் ஔவையார்தா.

~

இவர் ஜெமினி கணேசன் இல்லே... பாபா... புட்டபர்த்தி பாபா... அவரைக் கும்புட்டா நல்லது. டி.வி பெட்டிக்குள்ள இருக்கறவர், பேசறவர் என்னைப் பார்த்தா டி.வி பெட்டிக்குள்ளாற இருந்து வெளிய வந்து என்றகிட்ட பேசிட்டு ஆசிர்வாதம் பண்ணிட்டு உள்ள போயிடுவார். எனக்கு ரொம்பவும் புடிக்கும்.

~

நான் இந்து சன்யாசி, சமயவாதின்னு ஸ்ரீ கிட்ட நெறையத்தரம் சொல்லியிருக்கேன். சொன்னப்பறமும் அவ ஆம்லெட் போட்டு தார்றா.

~

செகந்திராபாத் ஹீஸ் ஹைறல் நிகழ்ச்சியில் சுபஸ்ரீ, ஸ்ரீப்ரியா ரெண்டு கெழத்தையும் பார்த்தேன். ஒவ்வொருத்தரும் 200 கதைக எழுதி இருக்காங்களாம். அவங்ககிட்ட பேசறப்போ ஜெயந்தன், வண்ணநிலவன், வண்ணதாசன், கி.ரான்னு நாலபேர் சொல்லிட்டன் பாரு. அவ்வளவு கோபம் வந்திருச்சு. ஏன்னு தெரியலே. நாங்கெல்லா எழுத்தாளர்னு உங்களுக்கு தெரியலேன்னு தெரியலைன்னு கோபப்பட்டாங்க. எனக்கும் வருத்தமாத்தா இருந்துச்சு.

~

எட்டு மனசத்தாண்டுனா ஒரு டி.வி வரும். பூமிக்குள்ள மண்ணை தோண்டுனா வந்துட்டே இருக்கறமாதிரி மனசுக்குள்ள

ஓம்சக்தி சொல்லிட்டே போகணும். எட்டு மனுசு வந்துரும். அதில் பிரம்மகுமாரி, ஓஷோன்னு நிறைய இருக்கும். டி.வியில படம் பார்க்கறமாதிரி மனசில ஒவ்வொரு திரையில ஒவ்வொரு படம் பாக்கலாம். என் உள்ளங்கையில் உலகம் வந்தது உன்னைக் கண்டதாலான்னு ஒரு பாட்டு இருக்கறது இதப்பத்தி. காலிபிளவர், உருளை முட்டைகோசு வாங்கிட்டு வாங்க. அரிஞ்சு அவியல் பண்ணலாம். அவியல்தான் எட்டு மனுசு உதாரணம்.

~

மாத்திரை வேற மாதிரி இருக்கும். பெங்களூர் டாக்டர் ரகுராம் ஊசி போடுவாரே. சவம் மாதிரி தூக்கம் வரும். அவங்கம்மா சரஸ்வதி ராம்நாத் இன்னம் இருக்காங்களா. அவங்க உயிரோட இருக்காங்களா. நான் யாரையாச்சும் கேட்டா அவங்க செத்துட்டான்னு சொல்றீங்க. எனக்கு புடிச்சவங்களெல்லா செத்துட்டாங்கன்னு தெரியுது உண்மையா? எங்க பாட்டிகூட செத்துட்டாங்கறீங்க.

~

‘காலையும் நீயே, மாலையும் நீயே’ன்னு ஒரு பாட்டு. அப்பிடின்னா ராத்திரிக்கு யாரு? ரொம்பவும் தமாசா இருக்கில்ல. டி.வியில நியூஸ் வாசிக்கற ஒவ்வொருத்தரும் இதையேத்தா சொல்றாங்க. எல்லோரும் பாவப்பட்ட ஜென்மங்க. சாகாம செத்து தமிழ் பேசிட்டுத் திரியறாங்க....

~

ஹாலோபெரிடால் எனக்குப் புடுச்ச மருந்து. குடுத்த உடனே தூக்கம் வந்திரும். நாள் ஆக ஆக கைகால் விரச்சு ஒரு மாதிரி ஆயிருச்சு. ரோபா மாதிரி ஆயிட்டன். ஒரு மாதிரி நடை. ரோபா மாதிரியே நடந்தேன். சுஜாதாவோட ஜீனோ மாதிரி ரோபா. அது குலைக்கும். லொள்... லொள்ன்னு. நானும் அது மாதிரி உங்களை கவ்வி கவ்வி குதறியிருக்கன்ல.

~

பாவா பாவா பால்கோவா
பால்கோவா இல்லாட்டி மால்கோவா
பாவா பாவா மால்கோவா
மால்கோவா இல்லாட்டி மாங்காயாம்

இது மாதிரி பாட்டெல்லாம் எனக்கு எப்பிடி வருதுன்னு பாக்கறீங்க. உங்களுக்கும் வரும். ஓம் சக்தி ஓம் சக்தின்னு

சொல்லிட்டே இருக்கணும். நீங்க சொன்னாலும் இப்பிடி பாட்டு வரும்.

~

பேய் ஒம்பது மணிக்கு வரும். தூங்காதேன்னு சொன்னேன். சுபா தூங்கலே, நாந்தா தூங்கிட்டேன். அப்புறம் பேய் வந்துதான்னு தெரியலை. சுபா வுட்டா பேயை புடுச்சு பிச்சு தின்னுருவா. இப்பகூட பேயை பிரியாணி பண்ணத்தா ரெடியாயிட்டிருக்கா. செத்துப்போன உயிரை மீட்டு கொண்டு வருவா, அவகிட்ட பேயோட வேலையெல்லாம் ஒண்ணும் நடக்காது.

~

லீனாதா சுபாவை குளிப்பாட்டி விடுவாங்க. பாத்துப்பாங்க. ராபர்ட்ஸ் போட்டேகிராபர். உங்கள நெறய படம் புடுச்சார். நீங்க பணம் தர்லன்னு வருத்தம். லீனாவுக்கு கொழந்தையே இல்லை பாருங்க. சுபாதா அவங்க உலகம். அவங்கம்மா செத்தப்புறம் ஒரு தரம் வந்து ஒரு நாள் முழூக்க வீட்ல இருந்தாங்க. சகஜமாயிட்டாங்கன்னு நெனச்சேன். நீங்க ஆபீசில இருந்து வந்தப்புறம் அவங்கம்மா சாவைப் பத்திக் கேட்டீங்க. ஓன்னு அழுதாங்க பாருங்க. நான் உங்கள புடுச்சு திட்டித் தீர்த்தன். அப்பிடி வெடியா வெடிச்சு அழுதாங்க.

~

தீபம் திருமலை ஒவ்வொரு தரமும் நாம மெட்ராஸ் வரும்போது வந்து பாக்கறார். இவ்வளவு எளிமையாவா ஒரு பத்திரிக்கைக்காரர் இருப்பார்? மெட்ராஸ் ரயில்வே ஸ்டேஷன்ல ஒரு தரம் பலூன் விக்கறவன் இருந்தான். வாங்கிக்குடுங்கன்னார். நீங்க இப்பதா ஒடைச்சா குழந்தை. மறுபடியுமான்னீங்க. அவர் இருக்கட்டுமேன்னு அவரே காசு குடுத்து வாங்கிக் குடுத்தார். எப்பவும் அழுக்கு வேட்டியலதா அவர் இருக்கார்.

~

அசோகமித்ரன் வீட்டுக்கு வந்தப்போ வாங்க தாத்தான்னு கூப்புட்டேன். என்ன நெனச்சாரோ, வருத்தமோ என்னவோ. பிலிம் பெஸ்டிவலுக்கு வந்திருந்தார். கேசரி பண்ணினன். சாப்பிடவேயில்லை. பொட்டலமா குடுத்துரு வாங்கிட்டு போறேன்னார். அவர் வீட்டுக்கு போனப்போ ஸ்ரீமுகி சின்ன பொண்ணு. அழுதுட்டே இருந்தா. என்னமோ சிரமம் குழந்தைக்கு. அதுதா அழுகுதுன்னார். ஒண்ணும் புரியலை. தி.நகர் பஸ்

ஸ்டேண்ட் போயி பஸ் ஏர்றப்போ பாத்தா ஜட்டி ஈரமாயிருக்கு. அதுதா அழுதிருக்கா. அவருக்கு கோபமே வராது போல இருந்துச்சு.

~

அம்பையை அம்மான்னுதான் கூப்புடுவன். ஆறுதலா லெட்டர் போடுவாங்க. அதுக்கு புருஷனெ நம்பிட்டு. நீ படிக்கணும்னா உங்கிட்ட இருக்கற நகையை வித்து கூட படிக்கலாம்னு எழுதுனாங்க. நானும் உங்ககிட்ட எதுவும் கேக்காமெ தபால்ல படிக்கறதுக்கு மெட்ராஸ்ல ஒரு இன்ஸ்ட்டிட்யூட்டுக்கு என் ஒரிஜினல் எஸ்.எஸ்.எல்.சி சர்டிபிகேட்டையெல்லாம் அனுப்பிட்டேன். திருப்பி வாங்க முடியல. உங்ககிட்ட கேட்டு அனுப்பியிருக்கலாம். ஒரிஜினல் அவ்வளவும் போச்சு. பாங்க்ல வேலை பாக்கற உங்க பிரண்ட் சந்திரசேகர் கிட்டயும் அந்த அட்ரஸ் குடுத்து பார்க்கச் சொன்னேன். பார்க்கறன்னார். ஒண்ணும் கானும். சந்தனு சித்ரக்கூடத்திலெ டிராயிங் வரையறதுக்கு போஸ்டல்ல கொஞ்ச நாள் படிச்சேன். குழந்தைகளுக்கு டிராயிங் கத்துக் கொடுக்கற வயசிலெ நீ கத்துக்றேன்னு நீங்ககூட சொன்னீங்க. அப்புறம் டைப்பிங் கத்துக்கறன்னு தினமும் தக்காளி சாதம்தா. அதிலயும் மனசு பதியலே. இந்தி எக்ஸாம் மட்டும் பாஸ் பண்ணுனன். என் இந்தி பாத்துட்டு ஆல் இந்தியா ரேடியோ கீரன் கூட நல்லா இருக்குன்னார். என் கவிதைகளை சரோஜா பாலகிருஷ்ணன் கிட்ட குடுத்து இந்தியில பண்ணி ஒலிபரப்பினார். கீரன் சொந்தம்ன்னு சொல்லிக்கோம்பார். சபல ஆசாமி போல. லலிதா அய்யர் கூட இங்கிலீஷ்ல பண்ணிருக்காங்க. அவங்க மத்யானம் கூட ரெண்டு சப்பாத்திதா சாப்புடுவாங்க. டயட் கன்ட்ரோல் அவங்க வூட்ல உன் பேரு கவிதை பிரண்ட். அவங்களும் பிராமின். பாப்பாத்தின்னா உங்களுக்கு புடிக்காதான்னு அம்பைகூட ஒரு தரம் கேட்டாங்க.

~

எழுத்தாளர்களை யாரையும் வீட்டுக்கு கூட்டிட்டு வராதீங்க. யார் வந்தாலும் என்ன எழுதறே... என்ன படிக்கறேன்னு திரும்பத்திரும்பக் கேக்கறாங்க. என்னாலே படிக்க முடியலே. மூளை வேலை செய்ய மாட்டேங்குது. எதுவும் மனசில பதியறதில்ல. பழைய விஷயம்தா ஞாபகத்தில் இருக்கு. யார் வந்தாலும் என்ன படிச்சே என்ன படிச்சேன்னு என்ன கேள்வி இது. நான் டிஸ்டர்புடா இருக்கும்போது ஏதோ எழுதறன். அவ்வளவுதான். இதுக்கு மேல எனக்கும் கவிதைக்கும் சம்பந்தமில்லெ. யாரையும் நான் பார்க்க விரும்பலே. சொந்தக்காரங்களைக்கூட பாக்க வெறுப்பா இருக்கு.

~

கிருத்திகாவை பாக்கப் போலாமுன்னு ஹைதராபாத்ல நீங்க சொல்வீங்க. எவ்வளவு வயசான எழுத்தாளர். எவ்வளவு பணக்காரரார். எவ்வளவு பெரிய பங்களா. ஜிப்லி ஹில்ஸ்தானே அவங்க வீடு. பஸ் போகாத பிரமாதமான எடம். நடந்து போனம். கொழந்தைகளை கூட்டிட்டு போனது சிரமமா போச்சு. பெரிய வீடு. பெரிய கார்டன். வீட்டுக்காரர் படுத்த படுக்கைன்னு சொன்னார். செவிட்டு மிஷின் வெச்சிருந்தாங்க. செவிடுன்னு கொஞ்சம் கத்திப் பேசுனா ஏன் கத்தறேன்னாங்க. பெரிய எழுத்தாளர். அவர் புத்தகத்தை போடணும்னு அன்னிக்கு ஒருத்தர் வந்திருந்தாரே. எவ்வளவு குடுப்பேன்னு கேட்டாங்க கிருத்திகா. நா குடுக்கற ராயல்டி பணம் அவங்க பங்களா ஒரு ஜன்னலுக்கு கூட பெயிண்ட் அடிக்க ஆகாதுன்னு அவர் சொன்னாரே. எவ்வளவு அழகான வீடு. ஒரு வெள்ளி சிமிழ் குடுத்தாங்க. உள்ளே குங்குமம். வெள்ளி சிமிழ் ஆச்சரியமா இருந்துச்சு. அது எவ்வளவு ரூபாய் ஆகும். அவங்களுதெ படிச்சதில்லை ஆனா பெரிய எழுத்தாளர்ன்னு தெரியுது.

~

மூக்குத்தி போட்டவங்க எழுத்தாளரா ஆக முடியாது. இருக்க முடியாது. திலகவதி போட்டோவில மூக்குத்தி இருக்குது. அவங்க எப்பிடி எழுத்தாளர் ஆனாங்க. நவீனத்துவம்ன்னா என்னன்னா மிக்சி, குக்கர், பிரிட்ஜ்தா. அதிலிருந்துதா பெமினிஸம் வரும். மூணு சார்ட் எழுதி பெமினிசத்தை சரி பண்ணணும். ஒவ்வொரு சார்ட்டிலியும் எத்தனை மணிக்கு எந்திரிக்கிறது, எத்தனை தரம் புருஷனை கும்பிடறது இதையெல்லாம் சார்ட்ல போடணும். அப்புறம் பெமினிஸம் சரியாயிரும். மனசுக்குள் ஓடுகிறது மாயக்குதிரை. தடுத்து திகைப்பூட்டுகிறது மாயக்குரங்கு. நாகம் செயலற்று சொல்கிறது. சித்தாந்தமும் வேதாந்தமும் தெரியாத ஒரு குழந்தை உள்ளத்தில் இருக்கும் ஒரு தாய். நான் சாயிபாபாவை பாத்தப்போ நீ என்ன குழந்தை மாதிரி இருக்கே. நீதா எனக்கு தெய்வம்ன்னு என் கால்லே விழுந்தார். 80,000 கோடி வருஷம் ஆயுள் அவருக்கு. அவரும் ஒரு குழந்தைதா. பாரதி படம் கோபமா பார்த்தார். நான் அழுதுட்டேன்.

~

நான் எழுதுன கவிதை புத்தகத்தை பலர்கிட்ட காமிச்சா உங்க வீட்டுக்காரரா எழுதினார்னு சிலர் கேக்கறாங்க. இதுக்கு அடிப்படையென்ன....? பொறாமையா? தெரியலே, அதனால நீங்க திருத்திக் குடுக்கறது மாத்த சொல்றது கூட புடிக்காமெ போகுது. எஸ். லட்சுமிபாட்டி, ஆர். லட்சுமிபாட்டி பத்தின

கவிதை எனக்கும் புடுச்சது. ரெண்டு பாட்டிகளும் இப்போ இல்லே. இண்டியாடுடேயில கவிதைக்கு ரூ. 1000 வந்ததும் எங்க எஸ்.லெட்சுமிபாட்டிக்கு நெகமம் புடவை ஒண்ணு எடுத்துக் குடுத்தேன். அவங்க கவிதை எழுதி காசு வந்ததுங்கறதை நம்பவேயில்லை.

~

ஊட்டியில டாக்டர் ஜீவா ஒரு நிகழ்ச்சி கூப்புட்டார். நம்மளது ரெண்டும் நோஞ்சான் பிள்ளைக. சுபமுகி கால் முள்ளு பட்டு சீழ் பிடிச்சிருக்கு. டாக்டர் ஜீவா பாத்து ரொம்ப அனுதாபப்பட்டார். ராத்திரியில செம குளிர். ரஜாய்க்குள்ள பூந்து படுத்துட்டோம். நீங்க சீக்கிரம் தூங்கிட்டீங்க. நான் என் சொந்தக்கதையை, நான் மெண்டல் ஆனதை ராத்திரி பூரா சொல்லிட்டே இருந்தேன். சா.கந்தசாமி சாருதா முழுசா கேட்டார்னு நெனைக்கிறன்.

~

பா.செயப்பிரகாசம் பொண்ணு கல்யாண பத்திரிக்கையா இது. பெரிய படிப்புதா படிச்சிருக்காங்க. மாப்பிளையும் பெரிய படிப்புதா. செகண்ட் பஜார்ல இருந்தப்ப வந்திருக்கார். அப்போ ரெண்டு பேரும் சின்னதுக. இப்போ கல்யாணம். நம்ப கொழந்தைகள நாம செரியா படிக்க வைக்க முடியலே. என்ன பாக்கறதே பெரிசா இருக்கு உங்களுக்கு. இதில எங்க படிப்பு?

~

சுபா அளவுக்கு நான் பிரிலியண்ட் ஆகற வரைக்கும் நான் ஹவுஸ் அரஸ்ட். எங்கயும் போக மாட்டேன். போக முடியாது. இன்னம் 80 வருஷம்.

கரண்ட் ஆப் ஆயிருச்சு. கரண்ட் வர்ற வரைக்கும் ஐ.நா. சபைக்குப் போயிட்டு வந்தர்லாமா.

800 வருஷம் தியானம் பண்ணணும். பூண்டியில் போயி தியானம் பண்ணலாம். பாம்பெல்லா கழுத்தை சுத்தும். சுத்தட்டுமே.

~

எங்கம்மாவை 15, 20 வருஷத்துக்கு பிந்திதா நான் பாத்தது. அவ்வளவு கேப். அவங்களுக்கு நான் இப்பிடி இருக்கறதுக்கு காரணம் நான் கவிதையெழுதறதுதான்னு சொல்றாங்க. இதையெல்லா வுட்டுட்டா நீ நல்லா ஆயிடுவின்னு சொந்தக்காராங்க சொல்லிட்டு இருக்காங்க. நீங்க என்னன்னா மனசில என்ன இருக்குதோ இதையெல்லா எழுதிரு. பாரம் இறங்கிடும்கிறீங்க. அது கவிதையா

இருக்க வேண்டியதில்லை எதுவாவோ இருக்கட்டும்ன்னு சொல்றீங்க. உளறல்தானே கவிதை. மனசை விட்டு உளர்றது கவிதை. எங்கம்மாவும் அவங்க பாட்டியும் சொல்றது வேற தத்துவம். இது பெரிய முரண். முரண்னு தேவமகள் ஒரு கவிதைத் தொகுதி எழுதியிருக்காங்கில்ல. அவங்க செத்துப் போயிட்டாங்கில்ல. ரோகிணி என்னானாங்க. கவிதை எழுதறவன் எவன் சாகாம இருக்கான். நிம்மதியான சாவு வரணும்.

~

எதுக்கு என்னை இப்பிடி ஒவ்வொரு எடமா கூட்டிட்டு போயிட்டிருக்கீங்க. ஒவ்வொரு எடத்திலயும் தூங்கு தூங்குன்னு தூங்கச் சொல்றாங்க. எனக்கு முழிச்சிகிட்டே இருக்கணும். எதுக்குத் தூங்கணும்ன்னு தெரியலே. ஒவ்வொரு எடத்திலும் என் கதையெ சொல்லவேண்டியிருக்குது. சொந்தக்கதை சோகக்கதை. அதை சொல்றதுக்கு தூக்க மாத்திரை பரவாயில்லைன்னு தோணுது.

~

திங்க வேண்டியது பேல வேண்டியது. திங்க வேண்டியது பேல வேண்டியது. இதுதா டெய்லி பண்ணிட்டு இருக்க வேண்டியிருக்குது. கொஞ்ச தப்புனா பீயைத் திங்கணும். அதைச் சொன்னா மட்டும் மூஞ்சியை சுளிக்கறாங்க. எப்ப பாத்தாலும் எங்கிட்ட கேக்கற கேள்வி சாப்பாடு சாப்புட்டாச்சா, சாப்பாடு சாப்புட்டாச்சான்னு. இல்லே பீதா தின்னன்னு சொன்னா மூஞ்சி சுளிக்கிறாங்க. இல்லீன்னா மாத்திரை சாப்புட்டாச்சான்னு அடுத்த கேள்வி. மாத்திரை மாத்திரை. இதுவரைக்கும் 80,000 மாத்திரைக சாப்பிட்டிருப்பேன். போதும்.

~

ரமேஷ் கல்யாண ரிசப்சனுக்கு இஷ்டமில்லாமத்தா வந்தன். சாப்டக்கூட முடியல. எல்லாரும் சந்தோஷமா இருக்காங்க. எனக்கு என்ன ஆச்சுன்னு தெரியலே. இதுமாதிரி எல்லா எடத்திலியும்தான். ஒதுங்கி நிக்கறேன். ஒதுங்கியே பேயிடணும் போல இருக்கு. எவ்வளவு ஆடம்பரம். எவ்வளவு போலித்தனம். எவ்வளவு பொய்க. இதுதா தனியா போயி நிக்கச் சொல்லுது. சொந்தக்காரங்களைப் பாத்தா பொறாமையா இருக்குது. என்னை யாரும் கண்டுக்கறதில்லன்னுகூட சண்டைப் போட்டேன். ஆனாலும் போய் ஒட்ட முடியலே. எவ்வளவு போலிகள்னு தூரமா நிக்கறன்.

~

உங்க வீட்டுக்காரர்தா கோயிலுக்குப் போறதில்ல. நீயாச்சும் போலாமேன்னு நிறையபேர் கேக்கறாங்க. யோசிச்சுப்பாத்தா எனக்கு சோம்பேறித்தனம்னு தெரியுது. தியானம் உதவி பண்ணும்ன்னு சொன்னாங்க. பிரம்மகுமாரிகள் தியானத்துக்கு உங்ககிட்ட சொல்லாமே திருப்பத்தூர்ல போயிட்டிருந்தேன். நீங்க சைக்கிள்ள ஆபீசுக்கு கௌம்பினப்புறம் நான் டவுன் பஸ்சுக்கு போயிடுவன். ஒரு நாள் அப்படித்தா கௌம்பினன். ஆனா நீங்க பவர் சர்வீஸ் பக்கம் என்னைப் பாத்துட்டு என்னன்னு கேட்டதும் தியான வகுப்புன்னு சொல்லிட்டன். அப்புறம் சிவப்பு முட்டை லைட்டுக்கும் பணம் வாங்கிட்டேன். அதை திருப்பூர் கொண்டுட்டு வந்து மாட்டியிருந்தன். பக்கத்து வீட்டு பையன் ஒருத்தனுக்கு அதை வச்சு தியானம் சொல்லித் தந்தன். ஒரு நாள் அவன் தியானம் பண்றப்போ மயக்கம் போட்டுட்டான். அவங்க வீட்ல இருந்து வந்து ஒரே திட்டு எனக்கு. தூக்கிட்டு ஓடினாங்க. கேவலமாப் போச்சு. உங்கள போயி பாக்கச் சொன்னா ஏனோ வேண்டானுட்டீங்க. சாகணும் போல இருந்திருச்சு. நாம ஒகேனேக்கல் போன ஒரு தரம் உச்சியிலிருந்து கீழே உழுகட்டுமான்னு கேட்டேன். கையை புடிச்சு இழுத்து தரதரன்னு இழுத்திட்டு வந்தீங்க. அதுமாதிரி இருந்துச்சு. அதுக்கப்புறம் அந்தப்பையன் வீட்டுப் பக்கம் வரவேயில்லை.

~

சி.ஆர். ரவீந்திரனைப் பாத்து நீங்க ஜெயந்தன் தானேன்னு கேட்டேன். பெங்களூர் மகாலிங்கத்தைப் பாத்து தேவதேவனான்னு கேட்ட ஞாபகம். நீங்க அடிக்கடி சொல்ற ஒரு கதை "என்னப்பா சென்னிமலை எப்பிடியிருக்கே"

"எம்பேரு சென்னிமலையில்ல தோழர்"

"செரி சிவன்மலை எப்படியிருக்கீங்க"

"என்பேர் சிவன்மலை இல்லே"

"செரி அழகுமலைதானே, சொல்லுங்க தோழர்"

"இல்லீங்க"

"இருக்கட்டும் தோழர் சொல்லுங்க"

~

உலக நகைச்சுவை மாநாடு ஹைதராபாத்ல ஒரு வாரம் நடந்துச்சு. ஒருநாள் பப்ளிக் கார்டன் நிகழ்ச்சிக்கு என்னை போகச் சொன்னிங்க. ஜோல்னா பை போட்டுட்டு போயிட்டன்.

இரண்டு பேர் "ஆர் யூ ஜர்னலிஸ்ட்"ன்னு கேட்டாங்க. தயங்காமெ ஆமான்னு சொல்லிட்டேன். செம மரியாதை. எதிர்த்த வீட்டு கண்மணி அம்மாவுக்கு ஆச்சர்யம். நான் தனியா போயிட்டன்னு. எல்லார்த்துகிட்டயும் சொல்லிட்டே இருந்தாங்க. ஒரு குடும்ப பொம்பளை தனியா பஸ்ல போறது அதிசயம்ன்னு அப்பதா தெரிஞ்சுது. அப்பதா ஹீஸ்ஹைஸ் கூல் புரகிராம்ல மதன், ஜெயராஜ்ஜெல்லா கார்டூன் போட்டு காமிச்சாங்க. எல்லாரும் என்னையெ படமா போட்ட மாதிரி இருந்துச்சு.

~

நளினியும் எங்க சித்தி சித்தப்பாவும் வந்தாங்க. என்னமோ கல்யாணமாம். பத்திரிக்கை குடுக்க வந்தாங்க. போறப்போ கேட் பக்கத்தில போயி நளினிகிட்ட ஒரு கோடி ரூபா குடுக்கறம், சுகந்தியை கொன்னுபோடுன்னு சொன்னாங்க. அவங்களும் முயற்சி பண்றன்னு சொல்றாங்க. அவங்கள கூப்புட்டு ஒண்ணு சொல்லணும்னு தோணுச்சு. 10 கிலோ சாக்லெட், கேக்கெல்லா வாங்கி குடுங்க. தின்னுட்டு சாகறன்னு சொல்லணும்னு இருந்தன். போயிட்டாங்க. நீங்க லண்டன் போயிட்டு வர்றப்ப நிறைய சாக்லெட் வாங்கிட்டு வந்தீங்க. அதெல்லா லோக்கல் சரக்கு. இங்கயே கெடைக்குது. அதை போயி பிளைட்ல கொண்டாந்துட்டு எல்லாருக்கும் குடுக்கறீங்க.

~

தொட்டியிலெ தண்ணி சுத்தமா இல்லாமெப் போச்சு. என்ன பண்றதுன்னு தெரியலே. காசு வேற இல்லன்னு அழுதிட்டிருந்தேன். கடைசியில பாத்தா மழை கொட்டு கொட்டுன்னு கொட்டி தொட்டியில தண்ணி. மழைத்தண்ணி நிரம்பிடுச்சு. எரநூறு ரூபாயும் மிச்சம். என் அழுகைக்கு கடவுள் தண்ணி குடுத்திட்டார்.

~

நேத்து எலும்புக்கூடு வந்துச்சு. ஏதாச்சும் உதவி வேணுமான்னு கேட்டுது. வேண்டாம்ன்னு சொன்னேன். நீ தனியா இருப்பியல்ல அப்போ வந்து சொல்றன். அருவாமனையை சாணை புடிக்கணும் காய்கறி நறுக்கத்தா. நான் பூமி தேவி. பூமித்தாய். எல்லா பாரத்தையும் ஏத்துக்குவன். எல்லாத்தையும் ஏத்துக்குவன். நேத்து சுபா பட்டினி. நீங்க வருவீங்கன்னு சாப்புடாமையே இருந்தா. அவ பெரிய ஞானிதா.

~

எனக்கு ஹைஸ்கூல் படிக்கிற வரைக்கும் கடிகாரம் பாக்கத் தெரியாது. எங்கத் தாத்தா கிட்ட போயி நேரம் என்னன்னு கெஞ்சிட்டு இருப்பேன். ஒரு தரம் எங்க சித்தப்பா வந்தவர் கையைக் காட்டி வாட்சை கழட்டுன்னார். கழட்டுறேன். மணி எப்பிடி பாக்கறதுன்னு சொல்லித் தந்தார். அஞ்சு நிமிஷத்தில சொல்லித் தந்துட்டார். எவ்வளவு பெரிய விஷயம் டைம் பாக்கத் தெரியறது.

~

நீங்க பாரதியார் வேசம் போட்டுட்டு மேடைக்கு கீழே நின்னுட்டிருந்தீங்க. நான் மேடையில ஏறி பேச ஆரம்பிச்சேன். “எல்லாரும் நம்ம கவலைகளை பகிர்ந்துட்டாதா நமக்குள்ள பாரம் குறையும். நிம்மதிங்கறதே வெளியில தேட வேண்டியதில்லை...” சட்டுன்னு சோசியல் ஒர்க்கர் வந்து கையப்புடுச்சு மேடைக்கு கீழே வரச்சொல்லி எறக்கிட்டாங்க. வந்து ரெண்டு நாள்தா ஆச்சு. பிரேயர் பண்ண நிக்கச் சொன்னாங்க. எல்லாரையும் கண்ணெ மூடிக்க சொன்னாங்க. எதிர்ல ஏசுநாதர் படம் இருந்துச்சு. நான் மெல்லக் கண்ணைத் தொறந்துட்டு பாத்தேன். எல்லாரும் கப்சிப்புன்னு... அப்புறம் சோசியல்ல் ஒர்க்கர் கேட்டாங்க, என்ன பிரேயர்ல கண்ண தொறக்கறையேன்னு. ஏசுநாதரைப் பாக்கணும்னு ஆசையா இருந்துச்சு அதுதான்னு சொல்றேன். சிரிச்சுட்டாங்க.

~

அங்க போனப்போ இம்தியாஸ் ரொம்ப மிரட்ட ஆரம்பிச்சான். காலையில மத்தியானம் பட்டினி. இல்லீன்னா மத்தியானம் ராத்திரி பட்டினி இருக்கணும்ன்னான். எவ்வளவு சாப்புட்டாலும் குடுப்போம் ஆனா பட்டினி இருக்கச்சொன்னா இருக்கணும்ன்னு சொன்னான். 150 பேருக்கு இட்லி சுடுவாங்க பாருங்க. பட்டினியே போயிரும். இம்தியாசுக்கும் எனக்கும் ஒருநாள் சண்டை. அடுச்சு வெளாசிப்போட்டுட்டேன்.

~

எனக்கு மூணு சார்ட் வேணும். ஒண்ணு ஒவ்வொரு வேளையும் என்ன சமையல் பண்றதுங்கறது. அதப்பாத்து நான் தூங்கிப் போயிருவன். ரண்டாவது சார்ட் வெளியாட்களுக்கு. அவங்க என்னென்ன பண்ணணும்னு. அதப் பாத்துட்டு அவங்க கெளம்பிருன்னும். மூணாவது சார்ட் என் மாத்திரைகளுக்கு எந்த வேளைக்கு எத்தனைன்னு. இது இருந்தா என் வாழ்க்கை

நார்மலாயிரும். சமையல்ல பிர்லியண்ட் ஆயிட்டப்பறந்தேன் எழுதணும். அதுவரைக்கும் எழுத்து வேண்டாம்.

~

நான் சரஸ்வதியோட டிஸ்கஸ் பண்ணிட்டிருந்தேன். அவங்க சொன்னாங்க : நான் வரம் குடுத்தது எழுதறதுக்குதா சமையலுக்கில்ல. அதனால நீ நல்லா சமைக்க முடியாதுன்னாங்க. அதனாலதா எனக்கு சமையல் செரியா வராது. எனக்கு லிட்டில் ஜான் படம் எடுத்துட்டு வந்து குடுங்க. பாக்கணும்.

~

எனக்கு 3 குக்கர் தேவைங்கறமாதிரி 3 ரிப்பேர் பண்ணணும்.

1. சைக்கிள் — சுபாவுக்கு ஓட்டக் குடுக்கலாம்.

2. கிரைண்டர் — இட்லி மாவு வெளியே வாங்கி வெறுத்திருச்சு.

3. டைலரிங் மெஷின் — வருஷத்துக்கொரு போர்வை தைக்கற வேலை மட்டும் செய்யுது.

~

நான் ஸ்கூல்ல எந்தப் பரிசும் வாங்குனதில்ல. ஆண்டு விழாவுக்கு பாட்டியை கூட்டிட்டு போனன். எல்லாரும் பரிசு வாங்கறாங்க. எனக்க ஒண்ணுமில்லை. பாட்டி கேட்டாங்க, “மத்தவங்க வாங்கறதெ பாக்கறதுக்கா என்னை கூட்டிட்டு வந்தே... மடச்சி..”

பாட்டு போட்டிக்குப் போனா மாஸ்டர் இடிஇடியா வாயிலிருந்து வருதே. வெளியே போயி நில்லுன்னார். கிளாசுக்கு வெளியே நின்னா அழுகை அழுகை. ஹெட்மாஸ்டர் வந்தவரு என்னன்னார். செரி உள்ள போன்னார். போயி மறுபடியும் வாயைத் தொறந்தேன் ஆன்னு... மாஸ்டர் போதும்ம்டார். ஒரு பரிசும் கெடைக்கலே. அதில பரிசு வாங்குன பெண்ணெ மெட்ராஸ்ல பாத்தன். பைபிளை படிச்சு படிச்சு கண்ணை மூடிட்டே இருப்பார். கண்ணுக்கு கீழே கருவளையம். நல்ல பாடகி. பைபிளை நல்லா பாடுவா.

~

உங்கப்பா உங்கம்மாவை ரொம்ப நாள் கழிச்சி பாத்தப்பபோ “தேவரு”ன்னு கை எடுத்துக் கும்பிட்டாங்க. ரெண்டு பேரும் நல்ல பாசமா இருப்பாங்க. உங்கம்மா சும்மா கெடக்கற டைலரிங் மிஷின பாத்துட்டு “என்ன இரும்புல காசு போட்டிருக்கான் பாரு”ம்பாங்க.

~

சரஸ்வதிதேவி எங்கிட்ட சொன்னாங்க : "மயினி மயினி... தலைக்கு தண்ணியை ஊத்திட்டு வீட்டுக்குள்ள உக்காரு வெளிய எங்கயும் போயிராதீங்க. ஆவீக நெறைய சுத்துதுன்னு எல்லாரும் சொல்றாங்க.." நானும் அதனால எங்கயும் போகலே. அசைவ சமையல் புத்தகத்தில சக்கரைப் பொங்கல் பண்றதைப் பத்தி இருபது தடவை படுச்சுட்டேன். மனசில நிக்கவே மாட்டீங்குது. இதில எங்க பொங்கல் பண்றது. ஆமா ஆபீசிலிருந்து வர்றப்போ எனக்கு ரெண்டு பிளவுஸ்பிட் வாங்கிட்டு வாங்க.

~

நீங்க வெளிநாடு போயிட்டீங்க. மகாலட்சுமி சுவாமின்னு ஒரு சாமியாரை பாத்ததா சொன்னீங்க. நீங்க வெளிநாடு போனப்புறம் டெய்லி அங்க போயி உக்காந்துக்குவேன். அவர் நாக தீபத்தை விளக்கி சுத்தம் செய்ய சொல்வார். ஒவ்வொரு தரமும் சுத்தம் செய்யறப்போ நாகம் அதிலிருந்து கௌம்பி வரும். புஸ்புஸ்ன்னு ஆடும். எனக்கு பயமா இருக்கும். ஆனா சாமியார் பாத்து சிரிச்சுகிட்டே இருப்பார். வர்றவங்க நல்ல டிபன் கொண்டாருவாங்க. அவரும் ஓட்டல்ல இருந்து டிபன் வாங்கிட்டு வரச் சொல்வார். ருசியா இருக்கும். எனக்குதா சரியா சமைக்க வராதே. ருசிக்கு சாப்புடுவன். டெய்லி பூஜைன்னு பொழுது போகும். அவர் கவிதை, பிரபாகரன், சாவுன்னு நெறைய பேசுவார். அவர் இப்போ இல்லே செத்திட்டார்ன்னு பொய் சொல்றீங்க. அவருக்கு சாவு வருமா?

~

டாக்டர் ராமகிருஷ்ணன் நெறைய மாத்திரை கொடுப்பார். அங்க திருச்சியிலிருந்து கூப்புட்டு வர்றப்போ மலைக்கோயிலுக்கு கூட்டிட்டு போனீங்க. அங்கிருந்து குதிக்கலாமுன்னு இருந்துச்சு. நீங்கதா நீ ஓரளவு நல்லாயிட்டே. இனி டாக்டர் சொன்னபடி மாத்திரைகளெ ஒழுங்கா சாப்புட்டா போதும் செரியாயிரும்னு சொன்னீங்க. இன்னம் மூணு வருஷம் சாப்புடணும். வருஷா வருஷம் இப்பிடித்தா சொல்றீங்க. இன்னம் மூணு வருஷம் மூணு வருஷம்ணு அவர் குடுக்கற மாத்திரைகளெ சாப்புட்டா தூக்கம் தூக்கமா வரும். அவர் ஆஸ்பிட்டல்லே எப்ப பாத்தாலும் கூட்டம்தா. எங்களுக்கு தூங்க நேரம் கெடைக்கலே. நீங்களாவது எங்களுக்கும் சேத்து தூங்குங்கன்னு சொல்வார். அவர் மாத்திரைக மாடுனாகாம் பிளஸ், டார்மின்னு வித்தியாசமா என்னென்னமோ இருக்கும். கோயமுத்தூர் டாக்டர் ராதாகிருஷ்ணன்.

~

சுபா நம்ம மேரேஜ் நாள் அன்னிக்கு ஒரு பரிசு குடுத்தா. இல்லே குடுத்தாங்க. என்னோட பர்த்டேக்கு எப்பவாச்சும் கிப்ட் குடுத்திருக்கியான்னு கேட்டாங்க. உங்கப்பாதானே காசு தரணும்னேன். இல்லே நீயும் தரலாம்னாங்க. ஆமா நானே மந்திரம் போட்டு காசைக் கொண்டாந்திருவேன். ஆனா மந்திரத்தில வர்ற காசுக்கு யாரும் எதுவும் தர மாட்டாங்களே...

~

எங்கப்பாவைப் பாக்கணும். அவர் எங்கிருப்பார் சொர்க்கத்திலியா நரகத்திலியா. எடையில எங்காச்சும் கூட இருப்பார். அவரப் பாக்கணும். அவர் பேரு சண்முகம். என்னோட ஏழெட்டு வயசில செத்துப்போயிட்டார்.

~

ஸ்கார்ப்பியோன்னா தேள். தேள் மாதிரி நழுவுது விளம்பரத்திலே ஸ்கார்ப்பியோ கார். ஸ்கார்ப்பியோவுக்கு காபியோன்னு வெச்சிருக்கலாம். காபியும் தொண்டையில நழுவும். காபியோ, டீயோ... எல்லாமே நழுவும். ஸ்கார்ப்பியோவிலே ஒருநாள் போகணும்.

~

அந்தப் பெரியப்பா காலையில சூரியன்ல இருந்தார். நான் சூரிய நமஸ்காரம் பண்றப்போ சூரியன்ல இருந்து என்னைப் பாத்துச் சிரிச்சார். இப்பப் பாத்தா இங்க இருக்கார். சூரியன்ல இருந்து வந்துட்டார் போல. நானும் நட்சத்திரமா இருந்தேன். உரிந்துவுழுந்து இங்க வந்தன். அப்புறம் கொஞ்சநாள் நிலாவாக் கூட இருந்திருக்கறன்.

~

கல்யாண போட்டோவில தாலி கட்டறது மட்டும் போட்டே எடுக்கலே. எங்க சின்னம்மா பெரியம்மா எல்லாரும் கேட்டாங்க. என்ன தாலி கட்டற போட்டோ மட்டும் காணும்ன்னு... இப்போ எல்லா போட்டோவும் தொலைஞ்சு போச்சு. போட்டோவ்ல எம்மூஞ்சி அசிங்கமாயிருக்கும். அதுதா எல்லாப் போட்டோவும் காணாமல் போச்சு. எம்மொகம் அழகா மார்றப்போ அந்தப் போட்டோவெல்லா மறுபடியும் வந்துரும்.

~

இந்த டீவியில நியூஸ் படிக்கறது நாந்தா. கேமராவில எம்மூஞ்சி எவ்வளவு அழகா இருக்குது. மூக்கு எம் மூக்கு. நேத்து மெட்டி

ஒலி சீரியல்லே எங்கம்மா வந்தாங்க. எங்கம்மா எஜிகேஷன் டிபார்ட்மெண்ட் டைரக்டர். உங்களுக்கு என்ன போஸ்ட் வேணும் சொல்லுங்க. ஜி.எம்.ஆ? சுபாவுக்கு எஸ்.பி.பாலசுப்ரமணியன் பையனை கேக்கலாமா? பக்கத்து வூட்டு சோமசுந்தரம் வூட்டு அண்ணனை கேட்டுட்டு அவங்க பையன் ரமேஷை கட்டி வெச்சர்லாமா? டைரக்டர் ராமநாராயணன் பையனைக்கூட கேக்கலாம். சீக்கிரம் கேட்டுரணும். நியூஸ் வாசிக்கறப்ப மட்டும் என் மூஞ்சி எவ்வளவு அழகா ஆயிருது.

~

எங்கம்மா வந்திருந்தாங்க. ஒரு சீப் வாழப்பழம். ஜிலேபி கொண்டுட்டு வந்தாங்க. எல்லாத்தையும் சாப்புட்டேன். சுபாவுக்கு கூட ஒண்ணும் குடுக்கலே. இங்க வந்து இருக்கச் சொன்னேன். வந்து இருக்க மாட்டாங்க. எம்மூஞ்சி அவங்களுக்குப் புடிக்காது. என் தங்கச்சி மூஞ்சிதா அவங்களுக்குப் புடிக்கும். எம்மூஞ்சி யாருக்கும் புடிக்காது. அதை எப்பிடித்தா நீங்க சகிக்கிறீங்கன்னு தெரியலே... யாருக்கும் புடிக்காத மூஞ்சி...

~

என்னை எங்கையும் அனுப்பிச்சிராதீங்க. இன்னம் 800 வருஷம் இங்க இருக்கணும். 600 கோடி மாத்திரைகளை சாப்புட்டாச்சு. இன்னும் 800 கோடி மாத்திரைகளைச் சாப்புடணும். 250 mg 500 mg chloropromazineன்னு குடுத்துட்டு கேட்டைப் பூட்டிட்டு போயிடுங்க. நான் தூங்கிக்கறன். சாயங்காலம் ஆபீஸ்ல இருந்து வந்து கேட்டைத் தொறங்க போதும். இன்னும் 80 வருஷமாச்சும் இங்க இருக்கணும். வேற எங்கயும் அனுப்பிச்சிராதீங்க.

~

விடுதியில இருந்த பாட்டிக தொல்லை பெரிசு. ஒண்ணு என்னைப் பாத்தா உம்புருஷன் வந்தா டாக்டர்கிட்ட கூட்டிட்டுப் போயி வயித்தைக் கிளீன் பண்ணணும்னு சொல்லிட்டு இருப்பாங்க. செங்கல்லா திங்கறியேம்பாங்க. இன்னொரு பாட்டி இந்தப் பக்கம் வராதே சாயிபாபா கோவிச்சுக்குவார்ம்பாங்க. சாயிபாபா இன்னிக்கு வியாழன் ஆச்சே. இந்தப் பக்கம் வந்துட்டு போவாங்கன்னு சொல்லிட்டே இருப்பாங்க. இந்த குடியரசு சுதந்திர தினத்துக்கு, தீபாவளி பொங்கலுக்கு பிரியாணி, ரசகுல்லா, ஆப்பிள், லட்டுன்னு குடுத்துட்டே இப்பாங்க. அதெ சொல்றதுக்கு சாயிபாபா வந்துட்டுப் போவாங்கன்னு சொல்லுவாங்க.

~

நீங்க பூசாரி
நான் சாமி
குழந்தைகள் காவல் தெய்வங்கள்
எல்லாரும் கும்புடுங்க.
நெடுஞ்சான்கிடையாக கெடந்துக் கும்புடுங்க
இப்ப நீங்க சாமி
நான் பூசாரி
குழந்தைகள் காவல் தெய்வங்கள்
இப்பவும் கும்புடுங்க.
நெடுஞ்சான்கிடையாக கெடந்து கும்புடுங்க
மாறிமாறி
இந்த விளையாட்டை
வெளையாடிட்டே இருக்கலாம்.

~

விடுதியில இருந்தப்ப ஒரு தாத்தா இருந்தார். ரொம்ப வருஷத்துக்கு முந்தி ரெண்டு கண்ணும் பார்வையில்லாமப் போயிருச்சு. தலையணையை சிலபேர் எடுத்து ஒளிச்சு வச்சிருவாங்க. அவர் தலையணையைக் காணும்னு அழுவார். சில சமயம் போர்வையை எடுத்துருவாங்க. போர்வையைக் காணும்னு அழுவார். அவர் அழறதெப் பாத்துட்டு எல்லாரும் சிரிச்சுட்டு இருப்பாங்க. அவர் சைவம். ஆனா அவர் பிளேட்ல அடிக்கடி மீன் கொளம்பை ஊத்திருவாங்க. ஐயோ இதென்ன இதென்னன்னு அலறுவார். அப்புறம் சாகணும்னு தீர்மானம் பண்ணிட்டு சாப்புடாமெ இருந்தே செத்தார். பட்டினி கெடந்து எலும்புக் கூடாகி...

~

எதிர்த்த வீட்டு மலையாளப் பொண்ணுதா சுகுதகுமாரியாமா. ரொம்ப நேரம் பேசினப்புறம் சொல்றாங்க. சுகுதகுமாரி கவிதைன்னா எனக்குப் புடிக்கும். அவங்க கமலாதாஸ்க்கு சொந்தக்காரங்களாமா. கமலாதாஸ் துலுக்கர் ஆயிட்டாங்களாமா இப்போ.

~

இன்னிக்கு 'மெட்டி ஒலி' சீரியல்லே என்னைப் பாத்தேன். நிறைய அழுறேன். நிறைய சிரிக்கறேன். பதபதன்னு இருக்கு. எனக்கே தெரியாமெ என்னோட கதையை படம் பண்ணி எனக்குத் தெரியாமெ என்னைப்படம் புடிச்சு சீரியல்லே காட்டிட்டு இருக்காங்க. அவமானமா இருந்துச்சு.

~

தொகுப்பு: சுப்ரபாரதிமணியன்

ஆன்மீகம்னா என்னன்னு ரொம்ப நாளாக் கொழப்பம். ஸ்பிரிச்சுவல். தேடி அலஞ்சது வீண். கடைசியில என்னன்னு பார்த்தா என் ஆன்மீகம் பாத்திரம் கழுவறது, வீட்டை கூட்டறது, என்னோட துணிகளைத் தொவக்கறது (மத்தவங்களது முடியாது). இதெ செரியா பண்ணுனா அதுதா ஆன்மீகம்ன்னு தெரிஞ்சு போச்சு. அது உண்மையான ஆன்மீகம்.

~

சின்ன வெங்காயம் அரிந்து கொண்டிருந்தாள். வெளியிலிருந்து வாங்கி வந்த மாவு மிச்சமிருந்தது. சின்ன வெங்காயம் போட்டு தோசை சுட்டு விடுவதாய் சொல்லியிருந்தாள். வெளித்திண்ணையில் நின்றிருந்தவனைக் கூப்பிட்டாள். "ஒரு நிமிசம் ஒண்ணு சொல்லணும்" "என்ன" அருகில் போய் நின்றேன். "ஒரு விசயம் தெரியுமா? திலகவதி துப்பாக்கி எடுத்துட்டாங்க. அவங்களுக்கும் அவங்க புருஷனுக்கும் சண்டை. புருஷன் கெஞ்சிக் கேட்டார். சுட்டுராதே... ஒரு தோசை சுட்டுக்குடு.. தின்னப்புறம் சுடுன்னாங்க.. அந்தம்மா பயந்து போயிட்டாங்க பாவம்"

~

"அம்மா உம்பேரு தினமணி பத்திரிக்கையில வந்துருக்கு பாரேன். புதுநானூறு மலையாளக் கவிதைத் தொகுப்பு அறிமுகம். பாரதியார், பிச்சமூர்த்தி, க.நா.சுப்ரமணியன் உட்பட 59 கவிஞர்களின் நானூறு கவிதைகள் ஆற்றூர் ரவிவர்மாவால் மொழிபெயர்க்கப்பட்டு மலையாளத்தில் வெளியாகி உள்ளன. இதில் திருப்பூரைச் சார்ந்த மகுடேசுவரன், எஸ். சுகந்தி சுப்ரமணியன் ஆகியோரின் பத்துக் கவிதைகளும் இடம் பெற்றிருக்கின்றன"

இதுவா செரிதா. எனக்கு கவிஞர்ங்கற பட்டமெல்லாம் வேண்டாம். சமைக்கத் தெரிஞ்சா போதும். சமைக்கறது மறந்து போயி இருபது வருஷமாச்சு. சமையல் கத்துக்கணும். நல்லா சமச்சு போட்டா போதும். சப்பாத்தி உருட்டச் சொன்னே. பாதியில தூங்கிட்டன் பாரு. பத்தரை மணியாச்சு. இன்னும் உங்களுக்கு டிபன் தர முடியலே. இதில கவிஞர்ங்கற பட்டம் எதுக்கு. போதும் போ.

~

நீங்க மார்க்சிஸ்ட் தானே? உங்களுக்கு... இல்லையில்லை மார்க்சிஸ்ட் இல்லே. மார்க்சியம் பேசுவீங்க. உங்களுக்கு எப்பிடி எம்.ஜி.ஆர் பாட்டு புடிக்கும்னு ஆச்சர்யமா இருக்கு. எம்.ஜி.ஆர் நிறைய அட்வைஸ் பண்றார். தத்துவம் சொல்வார். நல்லா இருக்கும். அவரு என்ன ரஜினியைவிடப் பெரிய ஆளா. ஆனா

கண்டிப்பா ஆளுதா. நேத்து வெல்லத்தை எடுத்து தின்னுட்டே டி.வியைப் போட்டேன். "திருடாதே தம்பி திருடாதே"ன்னு என்னைப்பாத்து பாடறார். ஷாக் ஆயிட்டன். எங்கம்மாவும் நேத்து டி.வியில வந்தாங்க. பத்து நாள் கழிச்சு வர்றதா சொன்னார்ன்னு சொன்னனில்லையா. அவங்க பிசியாமா. டி.வியில வந்தாங்க. டி.வியில வந்துட்டு நியூஸ் படிக்கறப்போ எனக்கும் சேத்து நியூஸ் சொல்லிட்டு போயிட்டாங்க.

~

இல்லம் தாத்தா சொன்னார். அவரை உக்கார வெச்சு கண்ணெ மூடச் சொன்னாங்களாமா. கண்ணைத் தொறந்து பாத்தா சாயிபாபா நிக்கறார். அவருக்குப் பின்னாலே நாலைஞ்சு பேர் ஆணிகளோட நிக்கறாங்களாமா. தலையில எழுதுன்னு ஒரு குரல் வந்த உடனே சாயிபாபாவை மொட்டை அடிச்சிட்டு ஆணியில எழுத ஆரம்பிச்சுட்டாங்களாமா. தலையிலிருந்து ரத்தம் அப்பிடி வடியுது. மொகமெல்லா ரத்தமாயிருச்சு. அப்புறம் ஒரு வெள்ளைத் துண்டைக் கொண்டாரச் சொல்லி அவர் முகத்தைத் துடைக்கச் சொன்னாங்களாமா. தொடச்சுட்டு துண்டைப் பாத்தா ஜீசஸ் முகம் அதில இருக்கு. சாயிபாபா தெகச்சுப் போயி நிக்கறார்.

~

அம்மா நீங்க எங்க காலேஜ் இலக்கிய மன்றக் கூட்டத்துக்கு வரணும். முதல் பாடம் தமிழில் கவிதைப் பகுதியில உங்கக் கவிதைகள் பாடப்புத்தகத்தில் இருக்கு. மாம் வரச் சொல்றாங்க.

நான் வரலே. எதுக்கு வரணும். என் கவிதைகளை எடுத்து பாடப்புத்தகத்தில போட்டிருக்காங்க. அனுமதி வாங்கல. புத்தகமும் அனுப்பல. நீ கலேஜ்ல சேந்ததுனாலத் தெரிஞ்சுது. அதுவும் என்னைப் பத்தின குறிப்பு எதுவும் இல்லே. மொட்டையா இருக்கு. ரெண்டு கவிதைகளையும் ஒண்ணாச் சேத்து ஒரு கவிதையா பிரிண்ட் பண்ணியிருக்காங்க. படிக்கறவங்களுக்குப் புரியாது. ஸ்டூடன்சுக்கு என்ன புரியும். இதைப் படிச்சுட்டு நீங்கெல்லா என்ன பண்ணப் போறீங்க. சாய்ஸ்ல என் கவிதையை வுட்டுருங்க.

~

எப்ப வீட்டுக்கு வருவீங்க. டெலிபோன் மணி அடிச்சாக்கூட பயமாயிருக்கு. வெளியே என்னென்னமோ சத்தம். குரல்கள். எல்லாரும் எதுக்கு இவ்வளவு கூச்சல் போடறாங்க. கேட் பூட்டிக் கெடக்குது. ஆனா பூட்டு சத்தம் போட்டுட்டே இருக்குது. பூட்டோட சேந்து ஒரு சங்கிலியைப் போடணும். அது ஜலஜலன்னு சத்தம்

போட்டிருக்கும். அது கொலுசைப் போல இருக்கும். மொதல்ல சங்கிலியப் போடுங்க.

சங்கிலி
குங்கிலி
மங்கிலி
கங்கிலி — கிரிக்கெட்?
அங்கிலி — அல்குல்?
இங்கிலி
உங்கிலி
எங்கிலி
டங்கிலி (நல்ல சவுண்ட்)
பங்கிலி
தங்கிலி — சங்கிலி மாதிரி தங்கிலி — தங்கள்
அவ்வளவு பெரிய சங்கிலி இது
ஒண்ணை ஒண்ணு கோர்த்துட்டு...

~

இந்த புத்தக அட்டையில இருக்கற மாதிரி நான் அழகாகணும். அதுக்கு என்ன பண்ணணும். மொகத்தை எப்பிடி சீர் பண்றது. எங்கம்மா படந்தா இது. இப்பிடி கொஞ்சம் அழகா போட்டிருக்காங்க. எங்கம்மாவுக்கு என்னை புடிக்காது. எந்தங்கச்சியதா புடிக்கும். அவ அழகாத்தா இருப்பா. நாந்தா அழகில்லாமெ இருக்கன். என்னை எப்பிடி சகிச்சிக்கிட்டிருக்கீங்க. நானும் அழகாயிருக்கிறதா நீங்க சொல்றது பொய். என்னை ஏமாத்தணும்னு சொல்றீங்க. ஆமா... கல்யாணினு ஒருத்தர் மக்கள் கல்வி இயக்கம்னு திண்டிவனத்திலிருந்து கடிதாசி போடுவரே, அவர் ஆம்பளைதானே. அவர்கூட தாய்த்தமிழ் பள்ளி ஒண்ணு வெச்சிருக்காரே. கல்யாணின்னு ஆம்பளைக பேர் வெச்சுக்கறது எதுக்கு? சுஜாதான்னு எழுத்தாளர் மாதிரி.

~

நேத்து தூங்க முடியலே. பயமா இருந்துச்சு. பட்ன்னு சத்தம். யாரோ கதவைத் தட்டுற மாதிரி. அப்புறம் படபடான்னு. கதவைத் தட்டற மாதிரி. அப்புறம் பாத்தா பட்டாசு வெடிச்சத்தம். திடீர்திடீர்னு தூக்கத்திலிருந்து எழுப்பிருச்சு. செல்வி வீட்டுக்கு போனப்போ ஓலைப்பட்டாசுன்னு நெறைய வெடிச்சாங்க பசங்க. ஏனோ பயமா இருந்துச்சு. அதுதா ஓடிவந்தர்லாமுன்னு வந்தன். பயத்தைக் கட்டுப்படுத்தவே முடியல. எட்டு அதிரசம் எட்டு எள் உருண்டை நாலு குலோப்ஜான்னு காலை டிபன். அது பல்லுல போயி மாட்டிட்டு வலி இப்போ. நாம எங்காச்சும் போனா

நல்லா சாப்புட்டுட்டு வர்றம். வேறவங்க நம்ம வீட்டுக்கு வந்தா என்னால சமையல் பண்ணிப் போட முடியல. சமைக்க எனக்குத் தெரியலே. இருபது வருஷ கேப். தோசை கூட சுடத்தெரியலே. இட்லி சுடத் தெரியலே. இருபது லிட்டர் ஹாக்கின்ஸ் குக்கர் வாங்கிக் குடுத்தீங்கன்னா எல்லாத்தையும் சமைக்கப் பழகிக்குவேன்.

~

அன்னிக்கு யானை வந்துச்சு. எல்லாரும் பயந்து ஓடுனாங்க. நானும் பயந்து நின்னன். பாத்தா யானை. சந்தோசமா இருந்துச்சு. எல்லாரும் அய்யப்பா... அய்யப்பான்னு சத்தம் போட்டாங்க. அய்யப்பான்னு மலையாளிகதானே சொல்லணும். நான் பிள்ளையாரப்பா, பிள்ளையாரப்பான்னு கூப்புட்டேன். பக்கத்தில வந்து அமைதியா இருந்துச்சு. நான் அதுகூட பேசிகிட்டு இருந்தேன். பிள்ளையாரப்பன் எனக்கு ஆசீர்வாதம் பண்ணிச்சு. ரொம்பநேரம் பிள்ளையாரப்பன்கூட பேசிட்டு இருந்தேன்.

~

நவஜீவன்லே இருந்தப்போ சினிமா சூட்டிங் நடக்குதேன்னு சொன்னாங்க. நானும் வேடிக்கை பார்க்கப் போனேன். நெறைய கூட்டம். "என்ன கட்டிப்புடிக்கறதை பாக்க வந்திட்டியா"ன்னு டைரக்டர் கேட்டார் அழுகையா வந்திருச்சு. உக்காந்து அழுதுட்டேன். யாரோ என்னை அடையாளம் பாத்துட்டு என்ன சுகந்தியான்னு கேட்டாங்க. அழுதுட்டே இருந்தேன். கட்டிப்புடிக்கறதெ நெறையப்பேர் பாத்துட்டு இருந்தாங்க.

~

சின்னஞ்சிறு ஓடையாய் அதில் விளையாடுகிற மீனாய். அலைகள் ஓயாத கடலாய் கற்பனையற்ற நிஜமாய். இடி இடிக்கும் முழுக்கமாய் விண்ணைத் தாண்டுகிற சூரியனாய். பார்த்து பார்த்து என்று பயந்து இடியும் மழையும் மின்னலும் விட்டு, நிழலில் ஒதுங்குகிற, மழையில் நனைய பயந்து விடுகிற மனிதர்கள் டாக்டரிடம், குளிர் காய்ச்சுகிற நடுக்கத்தில்.

~

லதா ராமகிருஷ்ணன் வீட்ல ஒரே ரூம். அதுல அவங்க தாத்தா வேறெ. என்னைக் கூட்டிட்டு வெளிய போனப்போ கால் சூடு தாங்க முடியலே. ஆட்டோல போலாமா இல்ல செருப்பு வாங்கலாமான்னு கேட்டாங்க. நான் செருப்பு கேட்டிருக்கலாம். ஆட்டோல போலாம்னு சொல்லிட்டேன். 50 ரூபாய் ஆயிருச்சு. அதுக்கு செருப்பே வாங்கியிருக்கலாம். அவங்கதான் கந்தர் சஷ்டி

கவசம் வாங்கித் தந்தது. அவங்களுக்கு 80 வயசு. கல்யாணமே பண்ணிக்கலை.

~

எனக்கு இதெல்லாம் வேணும். ஒரு பேப்பரை எடுத்து எழுதுங்க.
ஹாக்கின்ஸ் குக்கர்—12 லிட்டர்— ஒன்று (அ...வா, ஹா...வா)
அது வேண்டாம்
'Hawkhins'
'அ' வருமா?
சரி... Hawkhins — 12 லிட்டர் — 1
12 இல்லே 12 1/2
செரி
Hawkhins குக்கர் 12 1.2 லிட்டர் — 1
6 1/2 லிட்டர் — 1
3 லிட்டர் — 1
10 ஜார் மிக்ஸி — 1

இதெல்லா எனக்கு தீபாவளிக்கு வேணும். எனக்குப் புடவை வேண்டாம். இதுதா வேணும். வாங்கிக் குடுத்தீங்கன்னா தீபாவளிக்கு பயங்கர சமையல் இருக்கும். சரஸ்வதி பூஜை அன்னிக்கு நீங்க பழைய ரசம் சாப்பிட்டது இன்னமும் அழுகையா இருக்கு.

~

இந்த சாமி நாந்தா. சுகந்தி சாமி. எனக்கு இத்தனை தலையிருக்கு அனுமார்லயிருந்து விநாயகர். சிவன், கிருஷ்ணன்னு எல்லார் தலையும் எனக்கிருக்கு. பத்து கைக. ஒவ்வொரு கையிலயும் ஒவ்வொரு பொருள். எனக்கு தாமரைப்பூ இருக்கற கைதான் புடிச்சிருக்கு. நாகத்தை புடிச்சிட்டிருக்கறது இன்னொரு கை எனக்குப் புடிச்சிருக்கு. இருபது தலைகளும் இருபது கைகளும் இருக்கறது இந்த அபூர்வ சாமி. இதுதா எனக்குப் புடிச்சிருக்கு. நாந்தா இந்த சாமி. சுகந்தி சாமி.

~

முட்டை ஏப்பமா வருது. முட்டை சாப்புட்டதனால முட்டை ஏப்பம். புளி ஏப்பம் மாதிரி. கோழிக்குஞ்சு வயத்தில கன்னாபின்னான்னு கத்துது. மட்டன் சாப்புடவே புடிக்கலே. டாக்டரும் மட்டன் சாப்புடாதீங்கன்னு சொன்னார். மிருக வெறி வந்துருமாமா. ஆட்டுவெறி, மாட்டுவெறி மாதிரி முட்டை வெறி, முட்டை ஏப்பம் எல்லாம் வருது. புத்தகமெல்லா என்னை வேடிக்கை பாக்குது. ஏப்பத்தைக் கண்டா புத்தகங்களுக்கு அலர்ஜி. புத்தகங்களுக்கும் என்னை மாதிரி போர். எனக்கும் போர்.

போர்னா போர். சண்டை. சார்லி சாப்ளின் சண்டை மாதிரி. சார்லி சாப்ளின் புத்தகத்தைக் காணோம். அதைப் படிக்கணும். அதில சாப்ளின் பொண்டாட்டியோட இருக்கற படம் எனக்கு ரொம்பவும் புடிக்கும். எல்லாமே புராப்ளம். தண்ணி புராப்ளம், சாப்பாடு புராபளம், வெளி ஆட்களோட புராபுளம், நெறைய புராபளம். முட்டை சாப்படறதும் புராபளம் தான்.

~

டாக்டர் கிட்ட கூட்டிட்டு போனீங்கன்னா அவர் சரி சரின்னு எங்காச்சும் தள்ளிடுவார். ராமகிருஷ்ணன் அப்பிடித்தா. ஆனா சாந்தி கருணாகரன் அப்பிடியில்லை. அவங்க நல்ல டாக்டர். எங்கம்மா அவங்கதா. "ஜெயலட்சுமி தானே உங்கம்மா"

"அவங்களும் எங்கம்மாதா, சாந்தி கருணாகரனும் எங்கம்மாதா"

"ரெண்டு பேருமா"

"பாதி நாள் ஜெயலட்சுமி வயித்தில. இன்னம் பாதி நாள் சாந்தி கருணாகரன் வயித்தில நானு..."

~

எனக்கு தோசை சுட தெரியலே, மறந்து போச்சு. நேத்து தோசை சுடத் தெரியிலேன்னு ஒன்னு அழுதேன். சத்தம் போட்டு அழுதேன். பெரிசா அழுகை.

~

"அம்மா நான் எப்போ உங்க மாதிரி ஆவேன்னு" அம்பை கிட்ட கேட்டேன். அவங்க "இன்னும் பத்து வருஷத்திலே நீ அம்பையா ஆயிருவீங்கன்னாங்க" என்னவோ கோவத்தில சொன்ன மாதிரி இருந்துச்சு. எனக்கு இட்லி வாங்கிட்டு வந்து வூட்டி உட்டாங்க.

~

என்ன படம் இது. கருப்பும் வெள்ளையும் மழைச்சாரலும்... "ஏக் தீன்"னு ஒரு படம். ரோட்ல நடக்கறாங்க. துணி துவைக்கிறாங்க. ரிக்ஷா ஓட்டறாங்க. ஆபீஸ் போறாங்க. வர்றாங்க. ஒரு பொண்ணு ஆபீஸ் போறவ காணாமல் போயிர்றா. ராத்தரி பூரா தேடறாங்க. ரோட்ல, ஆஸ்பிட்டல்ல, எங்கெல்லாமோ. அந்தப் பொண்ணு சம்பாரிச்சுதா குடும்பம் ஓடுது. செத்துட்டளா, என்ன ஆனான்னு பரபரப்பு. ராத்திரி முடிஞ்சு காலையில நேரத்தில அந்தப் பொண்ணு வீட்டுக்கு வந்துர்றா. வீட்ல இருக்கறவங்க என்னாச்சுன்னு கேக்கறதில்லே. காலையில மறுபடியும் ஆபீஸ் போறா. பழையபடி எல்லாரும் ரோட்ல நடக்கறாங்க. துணி

துவைக்கறாங்க. ரிக்ஷாஓட்டறாங்க. ஆபீஸ் போறாங்க வர்றாங்க. இப்பிடி ஒரு வங்காளப்படம். ரொம்பநாளைக்கு முன்னே பாத்தது. இது அத ஞாபகப்படுத்திருச்சு.

~

இன்னிக்கு டைரியில இப்படி எழுதுங்க : சமைக்கத் தெரியாத பொண்டாட்டி ருசியா சமையல் சாப்பிடாத பொண்ணுக. தீபாவளி கொண்டாடாத குடும்பம்னு எழுதுங்க. எதிர்த்த வூட்ல ஒரு மலையாளப் பொண்ணு. அது என்ன பேசுதுன்னு புரியலை. அச்சன் ராத்திரி வரும்ங்கற. அப்படின்னா என்ன. நானெல்லா பொம்மைகள் வாங்கிக் குடுப்பம். கிளி, பூனை, மயில்னு. அந்தப் பொண்ணுக்கு ஒரு நிஜ கிளி வாங்கிக் கொடுத்திருக்காங்க. நிஜ கிளி. அது பறக்க மாட்டேங்குது. அதுகூட அந்தப் பொண்ணு வெளையாடுது.

~

எல்லாத்தையும் CM, PM ன்னு பண்ணியிருக்கீங்க. என்னை ஒரு விசிறியா பண்ணி இருக்கலாமில்லே. இல்லே ஐநா சபை செக்ரட்ரியா.. வேண்டா.. வேண்டா.. நான் உங்க பொண்டாட்டியா இருந்தா போதும். டி.வி.யில விஜய் என்னைப் பாத்து சிரிக்கிறார். அழுகை வந்துச்சு. அழுதுட்டேன். ஒரு கோடி ராத்திரிகள் என்னுடன் தங்க சம்மதமான்னு கூட பாடற பொண்ணே பாத்து பாடற மாதிரி என்னைப் பாத்து கேட்கறாரு. அழுகையா இருக்குது. டி.வியை ஆப் பண்ணிட்டேன்.

~

வீட்டைச் சுத்தம் பண்ணி சமையல் பாத்திரம் கழுவி வச்சேன். நாலு மாத்திரை கெடச்சுது.

இது கூலியா? சம்பளமா? லஞ்சமா?

~

சோப்ன்னா எனக்கு பயம். சோப் போடறதுன்னா பயம் வந்துரும். ஒடம்புக்குப் போட சோப் எடுப்பேன். உடம்புல போடறதுன்னா பயம். அவரச அவரசமா தேய்ச்சுட்டு தண்ணியை எடுத்து ஊத்துவேன். சில சமயம் சோப்பே போடாமெ தண்ணியை ஊத்திட்டு வந்துருவேன். அதுதா சீக்கிரமா குளிச்சுட்டு வர்றது. பாத்ரூம் பல சமயங்கள்ல பயமா இருக்கும். வெளியே ஓடி வந்தர்லாமுன்னு இருக்கும். துணிக்கு சோப் போட்டு தொவைக்கறப்பவும் இப்படித்தா. அதனாலே துணிக்கு சோப் போடறதில்ல. உடம்புக்கு போடற என் சோப்பு கரையவே

கரையாது. அப்பிடியே இருக்கும். நீங்க மாசத்துக்கொருதரம் ரின், ஹமாம்னு பத்து வாங்கிட்டு வரும்போது அதை அடுக்கி வெச்சுப் பாப்பேன். அழகா இருக்கும். அதெல்லாம் கரையறதுக்கு எவ்வளவு வருஷமாகும்?

~

எனக்குப் பேய்னா ரொம்பப் புடிக்கும். படுக்கப் பத்து பேய் வேணும், வீட்டு வேலைக்கு ரெண்டு பேய். அதுகளுக்கு வேலை கொடுத்துட்டே இருக்கணும். மணல் எண்ணற வேலை குடுக்காட்டி நம்மளை அடிச்சிடும்.

~

ஜயேந்திர சுவாமி.. ஆமா அவர் பெரியவரா — சின்னவரா அவரு ஜெயலலிதாகிட்டே என்னை அம்மான்னு சொல்லியிருக்காங்க. ஃபேனுக்குக் கிட்ட, அதுக்குக் கீழே.. உக்காந்து தியானம் பண்ணிக்கலாம்ன்னு எனக்கு ஸ்பெசல் பர்மிஷன் கொடுத்திருக்காங்க. என்னை அவர் அம்மான்னு சொன்னது பெரிய விசயம்தானே. மொதல்ல இன்னொரு பெரியவர் இருந்தாரே. ஒருநாள் பொணம் மாதிரி சேர்ல உக்கார வெச்சு தங்கக் காசுகளை அவர் தலமேல இருந்து போட்டாங்க பாருங்க. எனக்கு ரொம்பவும் எரிச்சலாயிருச்சு. டி.வி. யை அடிச்சு உடச்சிட்டன். திருப்பத்தூர்ல வச்சிருந்த ப்ளேக் அண்ட் ஒயிட் டி.வி. எரிச்சலை எப்படி வெளிக்காட்டுறது. ஆனா இன்னிக்கு இன்னோரு பெரியவர் என்னை அம்மான்னு சொல்றம்கறார்.

~

லட்சுமி தேவி ஒருநாள் என்னைப் பாக்க வந்தாங்க. தோசை சுட்டுக் குடுத்தாங்க. சரஸ்வதி தேவி வந்தவங்கதா இன்னும் 800 வருஷத்துக்கு கவிதை எழுதி வேண்டாமுன்னு சொல்லிட்டாங்க. என் பேர்ல சரஸ்வதி தேவியே எழுதிட்டுவிட்டுவாங்களாம். அதனாலே என்னை யாராச்சும் கவிதை கேட்டா அவங்களை சரஸ்வதியை கான்டாக்ட் பண்ணச் சொல்லுங்க.

~

நேத்து ராத்திரி ஓம்சக்தி சொல்லிட்டே இருந்தேன். தூக்கமே வர்லே. ஒரு பேய் வந்து பக்கத்தில உக்காந்துட்டு நிறுத்து நிறுத்துன்னு சொல்லுச்சு. அப்புறம் தமிழ்நாடு சி.எம். போஸ்ட் வேணுமானு கேட்டுச்சு. வேண்டான்னுட்டேன். உங்களுக்கு வேணுமுன்னா சொல்லுங்க. வாங்கித் தர்றன். அந்தப் பேயி எரிச்சலூட்டி என்னைத் தூங்கவுடலே.

அதுதான் காலையில் எரிச்சலா போச்சு. உங்களையெல்லாம் கேவலமா திட்டிட்டு இருந்தேன். திட்டுனது நானில்ல. அந்தப்பேய் என்னோட ஒடம்பில புகுந்துட்டு அப்படி பேச வச்சிடுச்சு. நான் கேட்டா சி.எம். போஸ்ட் சுலபமா கெடச்சிடும்.

~

கீதான்னு ஒரு பொண்ணு ராத்திரி 2 மணி, 3மணிக்கு எந்திரிச்சு குளிக்கும். அதப் பாத்து அந்த நேரத்தில குளிக்கிற பழக்கம் எனக்கும் வந்துச்சு. விடுதி ஆபீஸ்ல கடிகாரம் பாத்துட்டு குளிக்க போகும். ஒருநாள் ஆபீஸ் கதவு பூட்டியிருந்தது. ஒரு இரும்பு செயின் போட்டு பூட்டியிருந்தாங்க. கீதா வந்து முறுக்கு சாப்புடற மாதிரி இரும்பு செயினை கறமுறன்னு சாப்புட்டு கதவைத் தொறந்து நேரம் பாக்குது. போறப்போ என் காலைத் தொட்டு கும்பிட்டுப் போனுதுங்க. நர்சுங்க ஓடியாந்து யார் பண்ணினதுன்னு கேக்கறாங்க. நான் ஒண்ணும் தெரியாத மாதிரி படுத்துட்டேன். காலைத் தொட்டு கும்பிட்டு போனவளெ காட்டிக் குடுக்கலாமா?

~

தன்னம்பிக்கை இருந்தா மார்க்சியம்

தன்னம்பிக்கை போயிட்டா ஆன்மீகம்

சுதந்திரம் வேணுமுன்னா பைத்யம் ஆகணும்.

~

பாபா டி.வி.யில வந்தார். தெலுங்கில என்னமோ ஒரு கதை சொன்னார். ஆசீர்வாதம் பண்ணினார். 50,000 பக்தர்கள் ஒருநாள் முழுக்கப் பட்டினி இருந்து கேட்டதால டி.வி.யில வந்தார். தெலுங்குல கதை சொல்ல ஆரம்பிச்சதும் உங்கம்மா போயிடுச்சு. •

~

ஒண்ணாவதிலிருந்து பத்தாவது வரைக்கும் கண்ணைத் தொறந்ததில்லை ஸ்கூல்லே. (கல்யாண மேடையிலதா கண்ணைத் தொறந்தேன்) பசங்கள பாத்ததேயில்லை. என்.எஸ்.எஸ்.ன்னு பச்சியப்பன்னு ஒரு வாத்தியார் சொல்லிட்டே இருப்பார். லீலாவதின்னு ஒரு டீச்சர் அழகாதா இருப்பாங்க. அழகா பொடவ வுடுத்துவாங்க . அவங்க ரெண்டு பேருக்கும் லவ். நாந்தா காதல் கடிதம் கொண்டு போயி குடுப்பன். குடுக்காட்டி ஸ்கூல வுட்டு துரத்திடுவன்னு சொல்வாங்க. ஒருநாள் தலைமையாசிரியர் கவனிச்சார். லீலாவதியோட அழகைப் பாத்து கார் வாங்கிக்

குடுத்தார். அப்புறம் பச்சியப்பனும் லீலாவதியும் கார்ல பறந்துட்டே இருப்பாங்க. ஒரு கொழந்த பொறந்ததும் கார் பஸ் ஆயிடுச்சு. லீலாவதி ஒரு சாக்கை தூக்கிப் போட்டுட்டு அங்கெயும் இங்கயும்னு அலைவாங்க. இங்ககூட வந்தாங்க. நான் கண்டுக்கவேயில்ல. ஆனா குடும்பம் நடத்தறாங்க சாக்கோடவே.

~

காத்திருப்பதே வாழ்க்கையாய் போய்விட்டதுன்னு வாழ்க்கையாப் போச்சுன்னு புவியரசு சொன்னாரில்ல. ஒரு பொண்டாட்டிக்காக ஒரு ஞாயித்துக் கிழமைக்காக. ஒரு மட்டன் துண்டுக்காகன்னு சேத்துக்கலாம்.

~

திலகவதி ஆஸ்பிட்ல வந்து பாத்துட்டு வெளிய கூட்டிட்டுப் போனாங்க. லதா ராமகிருஷ்ணனும் திலகவதி ஒரு காட்டன் புடவை வாங்கிக் குடுத்தாங்க. அப்புறம் சுஜாதா வூட்டுக்குப் போனாம். சுஜாதான்னா எழுத்தாளர். சுஜாதாவோட மனைவி கொஞ்சம் சாதம் போட்டுக் குடுத்து தயிர் ஊத்திக் குடுத்தாங்க. கொஞ்சம் சாதம்தா. ஆனா நல்லா இருந்துச்சு. சுஜாதா ஒரு கிரஷ் வெச்சு நடத்தறாங்க. அதுல ஒரு பையன் கால்மேல கால் போட்டுட்டு சுவத்தில சாஞ்சு தூங்கிட்டிருந்தான். ஹலோன்னதும் முறைச்சான். பேரைக் கேட்டதும் என்னென்னமோ சொன்னான். சுஜாதா நல்லவங்க. லதா காயத்ரி ஜபம் வாங்கிக் குடுத்தாங்க. படிக்கச் சொன்னாங்க.

~

பெங்களூர் ரவிச்சந்திரன் என்ன ஆனார்? துருதுருன்னு என்னெல்லாமோ பேசுவார். பரபரன்னு இருப்பார். நிர்மலான்னு அந்தப் பொண்ணப் பாக்க வந்துட்டு நிர்மலாக்கு ஒரு புடவை வாங்கிட்டு வந்தவர் குடுக்க தைரியமில்லாம நம்ம வீட்டுக்கு வந்து வெச்சிட்டு போயிட்டார். நல்ல புடவை. காட்டன் சேலை. நீலமும் பச்சையும் கலந்த நிறம். அதை உடுத்துறது உங்களுக்குப் புடிக்குமுன்னு நீங்க சொல்வீங்க. உங்ககிட்ட கூடக் கடன் வாங்கியிருந்தார். மரியதாஸ், கிருஷ்ணசாமின்னு நெறைய பேத்துகிட்ட கடன். அந்தப் பொண்ணுக்கு ஒரு கொழந்த பொறந்து செத்துப் போச்சு. ரவிச்சந்திரன் என்ன ஆனார். உசுரோட இருக்குறாரா இல்லையான்னுகூட தெரியலேன்னு சொன்னிங்க. புவியரசுதா கண்ணாலம் பண்ணி வெச்சார். சுஜாதா மாதிரி விறுவிறுப்பு. சுஜாதா சிஷ்யர் வேற. ஆனா உசிரோட இருக்க வாய்ப்பில்லை. நிர்மலா என்னவாயிருக்கும்.

இன்னொரு கல்யாணம் பண்ணியிருப்பாங்களா. ஸ்ரீமுகி சின்னக் கொழந்த அப்போ. நிர்மலா தங்கச்சி ஒரு ஸ்கர்ட் ஸ்ரீமுக்கு தச்சுட்டு வந்துக் குடுத்தாங்க. அந்தப் பொண்ணுக்கு இப்போ கல்யாணம் ஆகியிருக்குமா.

~

காய்ச்சல் அப்பிடி அடிக்கு. கீழே வுழுகற பயம் இருந்துட்டே இருக்கும். பழக்கமாக ஏழெட்டு மாத்திரை காய்ச்சல் வந்ததுனாலே அதுக்கு ஏழெட்டு மாத்திரை. வைரஸ் பீவர் / டெங்கு? எது? எதோன்னு. ஏழெட்டும் சேந்து எவ்வளவு. அநியாயம். நல்லவேளை முதல் ஏழெட்டை சாப்பாட்டுக்கு முந்தியும் ரண்டாவது ஏழெட்டை சாப்பாட்டுக்குப் பிந்தியும்னு சொன்னாங்க. அந்த ஏழெட்டும், இந்த ஏழெட்டும் நிறைய ஏழெட்டாயிருச்சு. பழைய மாத்திரை ஏழெட்டு எப்பவும் சாப்பாட்டுக்கு அப்புறந்தா மொதல்ல. இப்போ பழைய ஏழெட்டு முந்திடுச்சு. ரெண்டாவது ஏழெட்டு ரெண்டாவது எடத்துக்கு வந்துருச்சு. போறபோக்கில மூணாவது ஏழெட்டுன்னு ஏதாச்சும் வந்திருமோ, பயமாயிருக்கு.

~

சாப்புட வேண்டியிருக்குது. நிறைய நிறையன்னு ஆனா மூளை வேலை செய்யறதேயில்லை. ஸ்தம்பிச்சு நிக்குது. எல்லாமே இன்னிக்குன்னு புதுசா இருக்குது. புதுசா இருக்குற மாதிரி.. ஆனா கொஞ்சமோ நிறையவோ இருபது வருஷத்துக்கு முந்தைனதெல்லா சரியா ஞாபகம் இருக்கு. மருந்து தின்ன ஆரம்பிச்ச பொறகுங்கறத இன்னிக்குன்னு புதுசா இருக்குது.

~

நான் வாழ்க்கையில ரூ.10 கூட சம்பாதிச்சதில்லே. ஆனா கவிதைக்குன்னு வந்த சம்மானந்தா சம்பாதிப்பு. ஹைதராபாத் ரேடியோ ஸ்டேஷன்ல இந்தியில கவிதை படிக்கச் சொன்னாங்க. கண்ணாடிக்குப் பின்னால இருந்து இந்தியில கவிதை படிச்சன். கையை தூக்கி போதும்னாங்க. நிறுத்திட்டேன். அந்த செக் 70ரூ. பாஸ் புக்ல போட்டது. 25 வருஷம் முந்தி. அந்தப்பணத்தை எடுக்கவேயில்லை. அப்புறம் இந்தியா டுடேயிலிருந்து கவிதைக்கு ஆயிரம் ரூபா வந்தப்போ எங்க பாட்டிக்கு நெகமம் சேலை ஒண்ணு எடுத்துக் குடுத்தன். பயந்து போயிட்டாங்க. பணம் எப்பிடி கெடச்சதுன்னு கேட்டு பயந்துட்டு இருந்தாங்க. கவிதை எழுதி வந்திச்சுன்னு அவங்க நம்பவேயில்லை. நீங்க ஆமான்னு சொன்னப்புறந்தா பயம் போச்சு அவங்களுக்கு. அப்புறம் என்னமோ பத்திரிக்கையிலிருந்து மணியார்டர் நூறு ரூபாய்க்கு

வந்தப்போ கேக்கும், சாக்லெட்டும் நூறு ரூபாய்க்குன்னு முழுசா வாங்கிச் சாப்புட்டேன். அந்த 70 ரூபாய் என்னவாயியிருக்கும். அதைக் கையாடியவன் என்ன வாங்கிச் சாப்பிட்டிருப்பான்.

~

இன்னிக்குப் பணம் வெச்சுட்டுப்போங்க. தயிர் வாங்கணும் விவேக் ஜோக்கைக் கேட்டு வயிறு புண்ணாயிருச்சு. டெய்லி விவேக் ஜோக்தா. என்னமா கிண்டல். விவேக் என் தம்பி. இன்னிக்கு ஜோக் பாருங்க. டிவிஎஸ்—ல போறவங்களை போலீஸ் நிறுத்தறார். அதுக்கு விவேக், I am suffering from fever so... அப்பிடின்னு சொன்னதும் போலீஸ் என்னமா இங்கிலிஷ் பேசறிங்க போங்க சார்னு அனுப்பறார். செம ஜோக். சிரிச்சு வயிறு புண்ணாயிடுது. அதுக்கு தயிர் வாங்கணும். அதுக்குத்தா காசு வேணும். மாத்திரை சாப்புட்டு வேற வயிறு புண்ணாகிக் கெடக்குது. அதுக்குத் தயிர் வாங்க பணம் வேணும்.

~

நான் குளிச்சு ஆறுநாள் ஆகுது. மழை வந்தாத்தா குளிப்பேன். மழைதா நல்ல சுத்தமானத் தண்ணீர் அதிலதா நான் குளிப்பேன். லாரித் தண்ணியில குளிக்க மாட்டேன்.

~

எனக்கு சாப்பாடு பண்ணத் தெரியல. தற்கொலை பண்ணிக்கிட்டுமா. சாப்பாடு பண்ணத் தெரியாம சாப்புட்டு இருக்கறது கேவலம். கேவலமாப் பேசுவாங்க. தற்கொலை பண்ணலாம். தோசைகூட போடத் தெரியலே.

~

மனசு ஜெயிச்சா SSLC படிப்பை 10 நிமிஷத்துல படிக்கலாம். ஆத்மாவை ஜெயிச்சா +2 படிப்பை 1 வாரத்தில் படிக்கலாம். புத்தகத்தைப் புரட்டாமலே BA படிச்சுடலாம். மனசை ஜெயிக்கணும். உலகை ஜெயிக்கணும்.. உலகை ஜெயிக்கலாம்.

~

நல்ல தண்ணி வருதுன்னு கூப்பிட்டாங்க. போனேன். டப்பா, மிக்ஸி மூடி, கோகாகோலா பாட்டில்லுன்னு வெச்சு ஒரு வரிசை. இதுதா உன் டப்பான்னாங்க. பைப் பக்கத்தில வரிசையில போனதும் தண்ணி புடுச்சன். 2 குடம் எடுத்துட்டு வீட்டுக்கு வர முடியலே. இடுப்பு வலி. அழுதேன். எல்லாரும் என்னைத் திட்டறாங்க. பைத்யமன்னு ஓடி வந்துட்டேன். வூட்டுக்குள்ள

வந்தா இடுப்பு வலி. வெளிய போனா செரியாயிடுது. ஆனா எல்லாரும் என்னைத் திட்டறாங்க. இனி தண்ணிக்குப் போக மாட்டேன். போகமாட்டேன்.

~

படையப்பா ரஜினி தாத்தா கடவுள் மாதிரி. அந்தப் பொண்ணு கொண்டுட்டு வர்ற காபி சிந்திடும். கதாநாயகி திட்டுவா. ரஜினி தாத்தா திட்டாதேம்பார். "அவ வேலக்காரி" ரஜினி தாத்தா சொல்வார் "அவ மனுஷி" சூப்பர் டயலாக்.

~

ஒரு பூ
மலர்
புஷ்பம்
ரோஜா
மல்லிகை
செம்பங்கி
எல்லாம் வெறும் "பூ பெயர்கள்"
நான் சூட்டிக் கொள்ளாதபோது "வெறும் பெயர்கள்"

~

கடவுள் சரஸ்வதி என்னை மதினின்னு கூப்பிடுவாங்க. மதினின்னா பெரியம்மான்னு அர்த்தம். மதினி கூட எனக்கு இப்ப 'டூ' (சண்டை) அதனாலதா எழுத வர்றதில்லே.. அவங்க 'டூ' அதனாலாயே நான் 'டை' அப்புறம் 'டிரை' (dry).

~

திலகவதி IPS இருக்கற வேலையெல்லாம் வுட்டுட்டு பாடறாங்க டேன்ஸ் ஆடறாங்க. புருஷன் டாக்டர். இருந்தாலும் ரெண்டு பேருக்கும் சண்டை. இருக்கற வேலையெல்லா வுட்டுட்டு "கானாங்குருவி நீநீ.. கச்சேரிக்கு வர்றியா"ன்னு பாட்டுப் பாடறாங்க.

~

கவிதையைப் படிக்காதீங்க. காதை மூடிக்கிறேன். ரொம்ப இன்ஸல்டா இருக்கு. டிஸ்டர்ப் பண்ணுது. கவிதையில எவ்வளவு கெட்ட வார்த்தைகள் (ரத்த சந்தனப்பாவை) .. இன்சலிட்டுங்கோ...

~

மனம் ஒரு குரங்கு
மனம் ஒரு பாம்பு
மனம் ஒரு கரடி
மனம் ஒரு சமத்துவம்

இன்னிக்கு டியூசன் இவ்வளவு. ஒருமாசம் இதையே சொல்லுங்க. அடுத்த மாசம் 3 சொல்லித்தர்றேன்.

~

கவுண்டமணி அங்கிள் செந்திலைப் பாத்துச் சொல்வார் "இது என்ன?"

"விதை"

"என்னாச்சு"

"முளைக்கலே"

"ஏன்"

"மண்ணும், தண்ணியும் வேணும்"

"உள்ளங்கையில வராதா"

"நல்ல கையா இருந்தா வரும், இது மோசமான கை"

அங்கிள் செந்திலைத் துரத்தறார்.

~

நான் பேசுறது உனக்குக் கேக்குதுன்னு முன்னால ரூமுக்குப் படிக்கப் போறியா. அங்கயும் என் குரல் கேட்கும். நீ படிக்கிற பாடபுஸ்தகத்திலல்லா நான் எழுதினதெல்லா வரும். எந்த பாஷையா இருந்தாலும் அதிலெல்லா நான் எழுதினது இருக்கும். எந்த நாட்டுக்குப் போனாலும் நான் எழுதினது இருக்கும். யாரும் எங்கிட்ட இருந்து தப்பிக்க முடியாது. என் குரல் எல்லா எழுத்திலயும் கேட்டுக்கிட்டே இருக்கும். என்னை எரிச்சா மட்டுந்தா என் குரல் முணுமுணுக்கறதெல்லா ஒழியும். நான் தீயில கருகிட்டுமா? கருகி செத்துப் போறன். அப்போ நான் யாருக்கும் தொந்தரவா இருக்க மாட்டேன். அதுவரைக்கும் நான் முணுமுணுத்துக்கிட்டே இருப்பேன். உலகம் முழுக்க என் முணுமுணுப்பு கேட்டுக்கிட்டே இருக்கும்.

~

ஒரு ஊரில் அப்புறம் நீங்கதா சொல்லணும். எங்கிட்ட ஒண்ணுமில்லே. யானை எலி புறா எல்லாத்துக்கும் தூக்கம் வேணும். எனக்கும் தூக்கம் வர்லே. பாத்திரம் கழுவல்கூட முடியலே. கை வலிக்குது. உடம்பு வலிக்குது. ஒடம்பில இருக்கற சக்தி என்னைத் தள்ளிப் போகுது. தலை கிறுகிறுன்னு சுத்துது. மயக்கத்தோட சாகணும். தூக்க மறதி எல்லாம் கலைந்து ஒரே தூக்கம் வரணும். எல்லா கோயிலுக்கும் போகணும்.

எல்லா சாமியும் நம்மளக் காப்பாத்தும். வரும்போது வெல்லம் முந்திரி ஏலம் வாங்கிட்டு வரணும். மூணு பிளவுஸ் பிட் மூணு பாவாடையோட வரணும். எனக்கு போட பிளவுஸ் இல்லை.

~

10 காசுக்கு பிரில் இங்க் புளூ கலர் ஊத்துவம். அடிக்கடி தீந்திரும். கறுப்பு இங்க் போடக்கூடாதுன்னு கண்டிசன் போடுவாங்க ஸ்கூல்ல. பிரில் இங்க் அடிக்கடி தீரும். ஒருநாள் கணக்கு வகுப்பில இங்க் தீந்து போச்சு. கணக்கு வாத்தியார் ரொம்பவும் மோசம். மொறச்சார். நான் போடான்னு மனசுக்குள்ள திட்டுனேன். அது அவர் காதில விழுந்திருச்சு போல. மொறச்சார். கணக்கு மொத்தமும் மறந்து போச்சு. இப்போ ஒரு கொடம் தண்ணிக்கு ஒண்ணரை ரூபாய்னா 10 கொடத்துக்கு எவ்வளவுங்கறது தெரியுதில்லே. கணக்கில் நான் ரொம்ப மோசம்.

~

மூக்குத்தி குத்தியிருக்கறவங்களாலே கவிதை எழுத முடியாது.

~

நல்லதை நினைக்கணும்னு நான் நெனச்சேன். என் மனசு இப்படியாச்சு. எனது வானம் அமைதியா இருக்கு. அது வழியில அது போக என் வழியில நான் போக எல்லாம் அதனதன் இயல்பில். கோரங்களைக் கிழித்தெறிந்து உண்ணியத்தைக் கடைப்பிடித்து முகத்தைக் கிழித்து உறவை பிறாண்டி வெடித்துச் சிதறும் மனித அலறல்கள்..

~

மனசை என்ன செய்வது குரங்காய் மாறுகிறது. ஓநாயாய் மாறுகிறது. ஆனால் என் உடல் மட்டும் சிதறிக் கிடக்கிறது.

~

வானத்தை கிழித்து எழுந்துவா என்றேன். மேகம் என்னவோ தண்ணீரைப் பிழிந்து கண்ணீரால் நனைத்தது.

~

தினசரி நடைமுறைப் பழக்கங்கள் மனதின் குமுறல்கள் கால அவகாசங்கள். அகிம்சை சித்ரவதையுடன் ஆனந்தக் களியாட்டங்கள். விடிந்து எழுந்தால் நீயும் நானும்.

~

கேக் வாங்கி சாப்பிட ஆசை. தவிர்க்க வழி வேண்டும். என் மனசைப் பிடித்த பிசாசைப் போல ஆட்டிப் படைக்கிறது. அதைச் சாப்பிட்டபின்பு மனநிலை பரவாயில்லையென்று தூங்கவேண்டியிருக்கிறது. வானம் அழுகிறது. பூமி சகிக்கிறது நம்மை. எல்லா கால்மிதிகளைத்தாங்கி பூமி. எப்போதும் எரிச்சலாய் என் குழந்தைகள். தூக்கம் வராமல் மாத்திரை என்னைக் கொல்கிறது. மனதில் ஏதேதோ குழப்பங்கள். என்ன செய்ய இந்த மனப் பேயை. எப்படிக் கொல்வது அதை? ஓயாத தனிமையில் ஓயாமல் டிவி பார்ப்பது. அவ்வப்போது மின்சாரத்தை வணங்கியபடி. மின்சாரத்தை உயிர் எனலாம். உயிரை பணயம் வைத்து சாவு வருகிறது. கண் எதிரில் ஏதேதோ வாசகங்கள் உள்ளே அடங்கிவிட்டால் வெளியே நியாயமில்லை.

~

கட்டெறும்பு என்னைக் கடிக்குதுன்னு இளையராஜா பாடறார். எவ்வளவு பெரிய சாமியார். அவர் ஒரு நாள் விடுதிக்கு வந்தார். வந்து மண்வெட்டியை எடுத்து பரபரன்னு செம்மண்ணை வெட்டி போட்டுட்டார். நான் நடந்து போனா செம்மண் எல்லாத்திலேயும் ஒட்டிருச்சு. கால்லே பூராவும் செம்மண் அழுக்காயிருச்சு. எல்லாரும் திட்டறாங்க. இளையராஜா இப்பிடியான்னு திட்டறாங்க பாருங்க. அப்படி செரின்னு அவர் சிற்றெறும்பு என்னைக் கடிக்குதுன்னு பாடுறார். அப்பதா சுபாவுக்கு ஒரு வரம் கொடுத்தார். சாகறவங்கள பொழைக்க வைக்கற வரம். நான் சுபாகிட்ட ஒரு லிஸ்ட் குடுத்திருக்கேன். அந்த லிஸ்ட்லே நீங்க, நான், அப்புறம் நம்ம சொந்தக்காரங்க 25 பேர் இருக்காங்க. அவளுக்கு எத்தனை பேருக்கு பொழைக்க வைக்க வரம் இருக்குன்னு தெரியலே. ஜெயமோகன் பையன் அஜீதன் கூட அப்பிடி பொழப்பான். அட என்ன பேர் அஜீதன். அஜீத் மாதிரி ரொம்பவும் இங்கிலீஷ் தெரிஞ்சவன் போல இருக்கு.

~

தாய்த் தமிழ்ப் பள்ளிக் கொழந்தக வந்தாங்க. எல்லாரும் வணக்கம் அம்மான்னு சொன்னாங்க. நல்லா தமிழ் பேசறாங்க. எனக்கு தமிழ் பேச வர்லே. தமிழ் புரியலே. அவங்க தமிழ்ல பேச பேச அழுகையா வந்துச்சு. என்ன கொடுமை. தமிழே தெரியலேன்னு இப்பக்கூட அழறேன்.

~

நான் கேட்கும் சில கேள்விகள்

1) நீங்க யாரு?

2) உன் பேரு உன் பேருதானா?

3) எந்த செயல் உங்களை உட்கார வெச்சிருக்கு?

4) எதிரியா எப்பிடி இருப்பீங்க?

5) வாழ்க்கை படகா, காற்றா, மனைவியா, ஆசையா?

6) சூழ்நிலைக் கைதியா, கைதி மட்டுமா?

7) ஒரே ஒரு வானம்தான்.

8) எதுக்கு வாழணும் வானத்துக்காகவா?

9) போலித்தனம் தூக்கத்துக்கும் பிரயோஜனம் இல்லை.

10) எதுக்கு அழுகையும் சிரிப்பும் : குரங்கு

~

லதா சுஜாதா வூட்டுக்குக் கூட்டிட்டுப் போனாங்க. ஆட்டோவில போனம். அங்க போனா வேலி மாதிரி ஒன்று. அதில் ஒரு சின்னக் குழந்தை. கால்மேல கால் போட்டு லிப்ஸ்டிக் போட்டுக்கிட்டு தொப்பி போட்டுட்டு என்ன பாத்தது. என்னை சைட் அடிக்க இவ்வளவு தூரம் வந்தியான்னு கேட்டு சிரிச்சது பாருங்க. கேவலமாப் போச்சு. சுஜாதா கொஞ்சூண்டு சாதம் குடுத்தாங்க. திரும்பறப்போ அந்தப்பையன் மறுபடியும் கேலி பண்ணுனான். லதா கேட்டாங்க, ஆட்டேவில போலாமா நடந்து போனா அந்த காசில செருப்பு வாங்கித் தருவன்னு. நான் கிறுக்குத்தனமா ஆட்டோவில போலாம்னு சொன்னன். செருப்பு போச்சு. இதுமாதிரி கோயமுத்தூர்ல 75 ரூபாய் ஆட்டோவுக்குன்னு அம்பை குடுத்தப்போ எரிச்சலா இருந்துச்சு— மீட்டிங் முடிஞ்சு அவங்க அண்ணி வீட்டுக்குப் போனம். இத்துணூண்டு தயிர் சாதம் குடுத்தாங்க. உடுத்திக்க சேலை குடுத்தாங்க. தூங்கிட்டன். காலையில எந்திரிச்சு அவங்க குடுத்த சேலையை நல்லா நனைச்சு தொவச்சுப் போட்டன். அம்பையோட அண்ணி என்ன தொவச்சு போட்டையான்னு திரும்பத் திரும்பக் கேட்டாங்க. சுகந்தி நார்மலா தோணினாலும் ரொம்பவும் டிப்ரஸ்ட்டு ஆனவதான்னு சொன்னாங்க. அம்பையும் ஆமாமான்னு சொன்னாங்க. என்னவோ அதுக்கப்புறம் அம்பையோட உறவு அறுபட்டிருச்சு. நூல் எழையில ஒட்டிட்டு இருக்கற மாதிரி நானும் தொங்கி அறுந்து வுழுந்திருக்கேன். கட்டல்ல பறந்துட்டே

இருக்கும். கட்டடல்ல நான் உக்காந்திருப்பேன். கட்டடல் பறந்துட்டு இருந்துட்டு திடீர்னு கீழே வுழும். மெத்தை மேலே வுழுவேன். மெத்தையில எல்லாரும் வெறும் டம்ளரோடயும் சின்ன நாலு பிஸ்கட்டோடயும் காபிக்காக காத்துட்டு உக்காந்துட்டு இருப்பாங்க. எனக்கும் ஒரு கப் காபி வேணும்.

~

அலைகள் சூழ்ந்த கடலும் அருவியிலே எதிரொலிக்கும் சப்தமும் மௌனத்திற்கு இழப்பாகத் தோன்றும். எப்போது எல்லார்க்குமான வானம். எப்போதும் பூமி பிளக்காத பூமியை வேறு எதைச் சொல்வது. உன்னை நானா என்னை நீயா? எதிரே வரும் முகங்களில் பலவிதமான தோற்றங்கள் என் உள்ளத்தில் ஆணி அடித்தது போல தங்கியிருக்கும். ஆனாலும் நான் கடவுளை விரும்புகிறேன். குறைந்தபட்சம் நான் நலமாக நினைப்பவர்களுக்காக.

~

ஒரு ஆளு. உடம்பு முழுக்க எறும்பு. சின்ன சின்ன எறும்பு. எறும்பில சட்டை போட்ட மாதிரி இருக்கார். இதெல்லாம் சகஜம்தான். எறும்பென்ன, எல்லா பிராணிகளும் எனக்கு சட்டை மாதிரிங்கறார். அவர் ஒரு கவிஞராமா. கவிஞர்தா இப்படியெல்லா இருக்க முடியுமாமா. அவர் எல்லாத்துக்கும் சாட்சிங்கறார். சத்தியத்திற்கு சாட்சி. தனிமைக்கு சாட்சி.

நீங்க செத்துப்போயிட்டா 6000 வருஷம் சாப்புட மாட்டன். 8000 வருஷம் தவம் இருப்பேன். 20000 வருஷம் எல்லாத்தையும் எழுதித் தீப்பேன், தவம் இருந்தது பட்டினி கெடந்தது பத்தியெல்லா.

~

வாழ்க்கை ஒரு மேடை. அதில் உங்கள் பாகத்தை நீங்கள் கற்றுக் கொள்ளுங்கள். தினமும் இதே முகங்கள் தான். எதிரொலிக்கும் குரலும் அதே குரல்தான். ஆனால் குரலற்ற மௌனத்தில் எதிர் விளையாட்டு சூரியன் சிரிக்கும். இப்படியே கடந்தபடி வாழ்க்கை. கண்ணைத் தொலைத்தபடி பூமி நிற்கிறது.

சூரியன் தினமும் வந்து போகும். மிகவும் கோபமான தெய்வம். குளிர்ச்சியா அவ்வப்போ சந்திரனும். கிராமங்கள் நகரங்களின் முதுகெலும்பு என காந்தி சொன்னார். இன்று காலக் கணக்கீடாகி விட்டது. ராணுவ ஆணை குறிப்புகள் பழைய நூலும் குறிப்பும். ஊரின் வரைபடம், இதமான கடிதங்கள். குல பெண்கள் வழிபாடு. இந்திய விடுதலை இயக்கம். விடுதலை போராட்ட வரலாறு

வேளாண்மை விரிவாக்கம், நீர்பாசன திட்டங்கள் விவசாயிகளின் இயக்கம் அவ்வளவுதான்.

நகரம் எப்படியிருக்கிறது. வானொலி கறை இந்திய விடுதலை சமயத்தில் அஞ்சலகம். மின்சாரம் இல்லாததால் ஒலிபெருக்கி நீண்ட அலுமினிய குழல்கள். வானொலி பெட்டியும் அது தொடர்பான அனைத்தும் அமைதியாக. பொதுமக்களிடம் நன்கொடை வசூல் எதற்கு. எனக்கோ தமிழே தெரியவில்லை. ஆனாலும் பெண்கள் என் முகம் பார்த்து சிரிக்கின்றனர். நானோ கவிஞ்ரி என்றேன். ஆனால் எல்லோரும் மன்னிப்பு கேட்கிறார்கள். காரணம் என்னவென்றேன். நாம் அனைவருக்கும் அனைத்து பதில்களும் சொல்ல வேண்டியிருக்கிறது. புரிந்தபின்னும் அழுதபடி இருக்கிறேன்.

~

என்னால மெண்டல் ஆனவங்க நெறைய. நீங்க தப்பிச்சுட்டு இருக்கீங்க. சினம், காமம், ஆசை ஒழிக்கணும். விலகணும். மனசை ஜெயிச்சா நிம்மதியா இருக்கலாம். கண்ணை மூடி உக்காந்தா ஒருநிலைப்படுத்தி அஞ்சு நிமிஷம் பத்து நிமிஷம்னு பிராக்டிஸ் பண்ணணும். அதில பேய் நிலை வந்துரும். அதுதா சமாதி. பீலிங் முத்திப் போச்சுன்னா படார்ன்னு வெடிச்சு மெண்டல் ஆயிருவம். மனசு பேசிக். அப்புறம் உடம்பு. என் தங்கச்சியை பொண்ணு பாக்க வந்தாங்க. மூணு மணி நேரம் உக்காத்திட்டிருந்தாங்க. மூணு மணி நேரம் என்னால காபிகூட வெக்க முடியல. வேடிக்கை பாத்துட்டு உக்காந்திட்டிருந்தேன். பெறகு ஒவ்வொன்னும் பேயா வேடிக்கை பாக்குது. பேய் தோக்க வெச்சிருச்சு.

~

ராஜராஜசோழன் திரைப்படம் பார்த்தேன். எல்லாரும் பேயா அலையறாங்க. எல்லாரும் செத்துப் போனவங்க. அதனால பேய்கதா. உதயன் கார்ட்டூன் பார்த்தேன். நீங்க குடுத்தது. ஒண்ணும் புரியலை. அரசியலே புரியாது. அதில அரசியல் கார்டூன் எங்க புரியும்? ஜெயலலிதா மேடம் பத்தி என்ன சொல்றதுன்னா. எட்டு மனசு அவங்களுக்கு. ஓம் சக்தி. சொல்லிட்டு இருக்காங்க. வன்முறை போகணும்னா அது சொல்லணும்கறாங்க. சுரபி சீரியல்ல உள்ள போயிட்டே இருக்குது. ரோடு மாதிரி போயிட்டே இருக்கு. கடைசியில பேயா நெனைக்குது. மனசுக்குள்ள போறமாதிரி ஒவ்வொரு சீனும் இருக்கும். ஒரு சீன்ல அழுகை. ஒன்ல சிரிப்பு. ஒரு பொண்ணுக்கு ரொம்ப பீலிங்காமா. அழுதுட்டே இருக்கு. ஓம் நமச்சிவாயா சொல்லுன்னு அந்தப் பொண்ணுகிட்டே சொன்னன். ராமகிருஷ்ண பரமஹம்சர் உருவ விலகல் வந்தது.

மெண்டல் ஆயிட்டு ஔர்றன்னு நெனக்காதீங்க. எல்லாமே நெஜம். உருவ விலகல்னா என்னன்னு இன்னொரு நாள் சொல்றேன். சுத்தமா இருக்கணும். தியானம் பண்ணணும். சமாதி நிலைக்கு போயிட்டா ஆனந்தம் வரும். விஞ்ஞானமும், சமாதியும் ஒண்ணு 800 கோடி ஸ்டெப் இருக்குது ஸ்பிரிச்சுவல் வார்ல்ட்ஸ்.

~

மாத்திரைக உயிர், சாப்பாடு. காலை மாத்திரைக்கு தூக்கம் வர்லே. நைட்டுக்கு மாத்திரை வேணும். நான் நார்மல்தான். உங்களுக்கு எத்தனை வருஷம் உசிரு வேணும். 70 வருஷம். எனக்கு 50 வருஷம். மீதி 20 வருஷம் நீங்க தனியா இருப்பீங்களா. நெருப்பிலிருந்து சாவேன். வெட்டினாலும் சரி. வெளியாளுக மாத்திரை குடுத்தா சாவேன். பேய் அடிச்சாலும் செத்து போவேன். பேயை பாத்திருக்கன். டி.வியில வர்றது உண்மையான பேயான்னு தெரியலை. ஆன்மீகம் விஞ்ஞானத்துக்கு எதிரி. பேயி கூட சந்தோஷமா இருக்கும். படிச்ச பேய், படிக்காத பேய்ன்னு தனித்தனியா இருக்கு. நீங்க ஆபீஸ் போறீங்க. நான் வீட்ல இருக்கன். நாமளும் பேய்தா. சுபாவும் பேய்தா. சுபா பேய் படிக்க முடியலைன்னு சொல்றா. அவ படிக்க முடியலைங்கறா. பேய் பத்தி பயப்படறதில்லை அவ. ஆனா படிப்பை பத்தி பயப்படறா. படிப்பும் ஒரு பேய்தா. தெய்வ வேலை, தியான வேலை, பேய் வேலை குடுக்கணும். வேலை குடுக்காட்டி நம்மளை கொன்னுடும். பேய் பேயை கொன்னுரும். கேஸ் தீந்தா வாங்கணும். வேலை குடுக்கணும் பேய்க்கு. இல்லீன்னா கொன்னுரும், படிக்கணும்னு ஆசைப்படற குழந்தை படிக்க ஆசைப்படுமா. அதுமாதிரிதா பேயும். பேய்கூட அழும். நானும் நேத்து அழுதேன். நல்லா சமைக்க முடியலை. நல்லா டப்பா இல்லேன்னு அழுதேன். இன்னிக்கு ரெண்டு பேய் பொம்பளைக வந்தாங்க. வளைகாப்புக்கு கூப்புட்டாங்க. எந்த பேய்க்கு வளைகாப்புன்னு தெரியலே. அந்த ரெண்டு பேய்களும் காபி வேண்டான்னு தண்ணி மட்டும் குடிச்சாங்க. ஒரு கோயிலுக்கு போனம். போனவருஷம் அங்க போனோம். அங்க போனா பேய் அண்டாது. நெறைய பிரார்த்தனை பண்ணலாம். நம்ம வீடு அழகாயிரும். நம்ம மனசு அழகாயிரும். மனம் ஒரு குரங்கு. அஞ்சாவது மனசு டைனேசர் மாதிரி. ஓம்சக்தி சொல்லி பேயை விரட்டுங்க.

~

சரஸ்வதி தேவி அழுகறாங்க. என்ன யார் யாரோ என்னென்னமோ எழுதி கேவலப்படுத்தறாங்க. அதனால நீ எழுத வேண்டாம்ன்னு எங்கிட்ட கேட்டார். அதுதா நான்

எழுதறதில்லே. ரெண்டு குத்து விளக்கு இருக்குது. ஒண்ண பத்தெ வெக்க முடியறதில்லை. அதெ சொன்னேன். அவங்க தண்ணியை ஊத்தி பத்த வைக்கச் சொன்னாங்க. அதைதா இனிமேலே பண்ணணும். குத்து விளக்கு தீபாவளி வரைக்கும் பிரகாசமா எரியணும்.

~

டி.வியில, சினிமால ஒருத்தன் எத்தனை பேர்த்தை அடுச்சுக் கொல்றான். சுலபமா அடிக்கறானுக. என்னாலே ஒருத்தரைக்கூட அடிக்க முடியலே. ஒரு அருவாள் கெடச்சா போதும் நல்லா சீவிப் புடுவேன் நெறைய பேர்த்தெ. பெரிய லிஸ்ட்டே இருக்குது. டி.வியில சண்டைக் காட்சிகள் பாக்கறப்பபல்லா அதுதா ஞாபகம் வருது. ஆனா அருவாள் எனக்கு கெடைக்கலே. எங்கிட்ட இருக்கறது ஒரே ஒரு காய்கறி அறுக்கற கத்திதா. அது என் கழுத்தைக்கூட அறுக்காது.

~

சாவதும் ஒரு கலை — சில்வியா பிளாத்
சாக முடியாததும் ஒரு கலை — சுகந்தி

இப்பிடி எழுத ஆரம்பிச்ச ஒரு நோட்டு, பூ போட்டது வீட்ல வெச்சிருந்தன். கானும். எங்க போயிருக்கும். என்னோட கவிதைகளையெல்லாம் திருடி 800 சினிமா பாட்டெல்லா வந்திருச்சு. அந்த நோட்டையும் திருடி யாராச்சும் காசு பண்ணியிருப்பாங்களா. நானும் பல தரம் தற்கொலை முயற்சி பண்ணிட்டன். திருப்பத்தூர்ல மாத்திரைகளெ அள்ளி போட்டுட்டேன். வேலூர் போய் தப்பிச்சேன். அப்புறம் வீட்ல மண்ணெண்ணெய் குளியல். எதுக்கு தப்புச்சுட்டிருக்கன்னு தெரியலே. டிரெயின் ஓடற சத்தம் கேட்டுட்டே இருக்கும். கொஞ்சம் ஒளிஞ்சிருந்து தண்டவாளத்திலெ தலையை வெச்சுட்டா போதும், சட்டுனு போயிரும். அன்பு இல்லத்து பாட்டிக அப்பிடித்தா அடிக்கடி சொல்வாக. எதுக்கு இவ்வளவு அவமானம் படறே. ரயில்லெ கழுத்தை குடுண்ணா அதுக்கு ஏனோ தயாராகலே. உங்கப்பா செத்தமாதிரி படுக்கையில வுழுந்து சாகக்கூடாது. அவ்வளவு பெரிய உருவம் படுக்கையில கெடந்து நொந்து செத்தாரு. எங்கப்பா சட்டுன்னு செத்துட்டாருன்னாங்க. எப்பப் பாத்தாலும் சாராயம்தா அவருக்கு. காலையில குளிச்சு திருநீறு பூசி ஓட்டல் கல்லா பெட்டி முன்னாலே வந்து நிப்பாரு. எங்க பாட்டி காசு குடுத்திருவாங்க. அப்போறம் போனாத்தா போதையில வுழுந்து செத்ததா சொல்வாங்க. அவர் செத்தது கேட்டு நான் அழல. சமையல் ரூம்ல உக்காந்துட்டு என்னவோ தின்னுட்டே

இருந்தேன். நான் தின்னிப் பண்டாரம். என் தங்கச்சி செல்வி எனக்கு சமச்சு போட்டு சடஞ்சு போயிருவா. எங்க பாட்டி என்னெ செல்லமா வளர்த்து என்ன வேணும்மோ அதை வாங்கி வாங்கி குடுப்பாங்க. தின்னுட்டே இருப்பேன். அவங்க செத்ததுதா எனக்குத் தெரியாதே. அப்போ ஆஸ்பத்திரியில இருந்தன். அப்புறம் முதல் வருஷ திவசன்னு கூப்புட்டாங்களே, நீங்க மனசு செரியில நீ போன்னீங்க. தனியா ஆலாந்துறைக்கு போனேன். காட்டன் புடவைதா கட்டிட்டேன். எல்லோரும் அதுக்கு இப்பிடின்னாங்க. எங்க பாட்டிக்கு புடுச்சதுன்னு என்னென்னமோ பண்ணி வச்சிருந்தாங்க. நான் எல்லாத்தையும் ஒரு புடி புடிச்சேன். வயிறு கும்முன்னு ஆச்சு— என்னமோ எல்லாரும் என்னை வேடிக்கை பாத்திட்டிருக்கற மாதிரி இருந்துச்சு. எஸ்கேப் ஆயிட்டேன். அவங்கெல்லா என்னைத் தேடியிருப்பாங்க. சாமி கூட கும்படலே. எஸ்கேப் ஆயிட்டேன். அப்போதைக்கான எஸ்கேப் அது.

~

என் தம்பி ராஜாவோட ஜாதகத்தை வெச்சுட்டு சில பேர் கிட்ட போனன். யாரும் சீரியஸா எடுத்துக்கலை. என் ஜாதகம் உங்ககிட்டதானே இருக்குது. ஜாதகத்திலெ எங்க அப்பா பேரு கண்ணன்னு போட்டிருக்கும். அம்மா ஜெயா. ஆனா சர்டிபிகேட்ல சண்முகம். மிருக நட்சத்திரம். அதுதா அப்பப்போ மிருகம் மாதிரி ஆயிர்றனா? எனக்கு ஜாதகப்படி 90 வயசு. 90 வயசு வரைக்கும் இருந்து உங்கள கஷ்டப்படுத்தப் போறேன்னு இருக்கு. பொண்ணுக ரெண்டு பேருக்கும் நீங்க ஜாதகம் எழுதி வைக்கலே. அவங்க கல்யாணத்துக்கு என்ன பண்ணுவீங்க. நீங்க கோயிலுக்குப் போறதில்லெ சாமி கும்படறதில்லே. வீட்லே சாமி படம் ஒண்ணுகூட இல்ல. நா வூட்ல இருக்கும்போது ஏதாச்சும் சாமி படத்தை மாட்டுனாகூட மூஞ்சி சுளிப்பீங்க. அதனாலெ சாமி படத்தை பூஜை ரூம்ல வெச்சிருப்பேன். சாமின்னு இருந்தா ஒரு சாதாரண பட்டிக்காட்டு பொண்ணான எனக்கு ஏன் இந்த நெலமை? எல்லார் மாதிரியும் சராசரியா சகஜமா இருக்க முடியலே. யார் கூடயும் சேர முடியலே. சராசரியா சந்தோஷமா இருக்க முடியலே.

~

எனக்கு இந்த டப்பாவெல்லா வேணும். ஒரு கிலோ பொருள் போடற மாதிரி 20 டப்பா, அரை கிலோ பொருள் போடற மாதிரி 20 டப்பா, கால் கிலோ பொருள் போடற மாதிரி 20 டப்பா, 100 கிராம் பொருள் போடற மாதிரி 20 டப்பா, ஐம்பதரை கிலோ போடற மாதிரி ஒரு டப்பா. பழைய குக்கரை

போட்டு மூடி வைக்கணும். அதே டப்பாவுல கிரைண்டரை போட்டு மூடி வைக்க முடியுமா? முடியும்னா மூடி வெச்சிர்லாம். இத்தனை எல்லா டப்பாவும் இருந்த சமையல் ரூம் கிளீன் ஆயிரும். இல்லீன்னா அசிங்கமாத்தா தெரியும். அப்புறம் என்னை மூடி வைக்கறதுக்குன்னு ஒரு டப்பா வாங்கிக்குங்க. எம்மேலே எரிச்சல் ஆனா அந்த டப்பாலெ போட்டு மூடிருங்க. எங்காச்சும் தூரமாக் கொண்டு போயி கூட அந்த டப்பாவை போட்டர்லாம். தேவையான போது எடுத்துட்டு வந்து வெச்சுக்குங்க.

~

எனக்கு இன்னிக்கு ஒரு கனவு வந்துச்சு. அப்பிடியொரு கனவு என் வாழ்க்கையில எப்பவும் வந்ததில்லே. சந்தோஷமானக் கனவு. எப்பவும் வர்ற பயமுறுத்தற கனவுக இல்லே. பாம்பு வர்றக் கனவுக இல்லே. உங்க பேண்ட்டை தொவைக்கறதுக்கு எடுத்தா ஒரு கட்டு பணம் கெடச்சது. நான் மொதல்ல உங்க துணிகள தொவைக்கறதில்லே. சுபாதா தொவைக்கறா. அப்புறம் எனக்கு பணம் எப்பவும் கெடைக்காது. ஆனா ஒரு கட்டு பணம் கெடச்சதும் சந்தோஷமாயிருச்சு. எல்லாரும் எப்பிடி கெடச்சுதுன்னு திரும்பத் திரும்ப கேக்கறாங்க. சந்தேகப்படறாங்க. எனக்கு ஒரு கட்டுப் பணம்ன்னு ஆச்சர்யம். செரி நீ செலவு பண்ணிக்கோன்னு சொல்றீங்க. நான் அவ்வளவு பணத்துக்கும் சாக்லெட், ஐஸ்கிரீம், சாக்லெட் பார்ன்னு வாங்கி ஒரு ரூம்ல வெச்சிட்டேன். ரூமே நெறஞ்சு போச்சு. ஒவ்வொரு சாக்லெட் பாரா தின்னுட்டு இருக்கேன். தீரவே மாட்டீங்குது. சந்தோஷமா முடிஞ்ச கனவு இதுவாத்தா இருக்கும்.

~

மோண்டா மார்க்கெட்டுக்கு போனா யார்யாரோ பின்னால பேசற மாதிரி இருக்கும். கெட்ட வார்த்தையில திட்டற மாதிரி இருக்கும். திட்டிட்டே இருப்பாங்க. தேவிடியா... தேவிடியான்னு. ஓட்டமா ஓடி வந்து வீட்டுக் கதவை அடச்சுக்குவேன். ஜன்னல் எல்லாத்தையும் அடச்சுக்குவேன். அப்புறமும் கேவலமா பேசறது கேட்டுட்டே இருக்கும். எதிர்த்த வீட்லே மிலிட்டரிகாரங்க வீட்ல இருந்து திட்டுவாங்க. நீங்க போய் கேட்டா இல்லைன்னு சொல்வாங்க. ஒரே குழப்பமா இருக்கும். யார் எதுக்குப் பேசறாங்கன்னு எனக்கும் தெரியாது. உங்களுக்கும் தெரியாது. பெரிய சண்டையெல்லா வரும். இந்த மூஞ்சியை எப்பிடி சகிக்கறதுன்னு நீங்க யோசனை பண்ற மாதிரி ஒக்காந்திருப்பீங்க...

~

கன்னிகா அம்மாவும் நானும் மோண்டா மார்க்கெட்டுக்கு போனம். அவங்க காய்கறி வாங்குனா நான் காசு தருவன். நான் காய்கறி வாங்குனா அவங்க தருவாங்க. வீட்டுக்கு வந்து பிரிச்சு வச்சம். எது கால் கிலோ எது அரை கிலோன்னு தெரியலே. யார் காசு குடுத்ததுன்னு தெரியலை. கடைசியில கணக்குப் போட்டு சலிச்சு போச்சு. அவங்க பொண்ணு ரொம்பவும் அழகாயிருப்பாங்களே அவங்க எதுக்கு வீணா கணக்கு ஆளுக்கு பாதியா பணம் பிரிச்சுக்கோங்கன்னாங்க. பிரச்னை தீந்து போச்சு. படிச்சவங்களாலே உடனே பிரச்னை தீந்திது. அப்பவே அவங்க வீட்ல பிரிட்ஜ் இருந்துச்சு. ரெண்டு கூட்டு, ரெண்டு பொரியல், ரெண்டு ரசம், ரெண்டு சட்னின்னு பண்ணுவாங்க எனக்கும் குடுப்பாங்க. நான் நல்லா சாப்புடுவன். எனக்கு சாப்பாட்டைப் பத்தி மட்டுந்தா பேசத் தெரியும். உங்களுக்கு இலக்கியம், சினிமா, தாய்த்தமிழ், சுற்றுச்சூழல்ன்னு எல்லாத்தப்பத்தியும் தெரியும்.

~

இன்னம் ஒரு வருஷத்துக்கு உங்க புத்தகங்கள மட்டும் படிக்கப்போறன். ‘இடம்’ னு ஒரு கதை. அது மாதிரி யாருக்கும் ஆயிரக்கூடாது. ‘நகரம் 90’ படிக்கணும். அரசியலைப் பத்தியது. செகந்திராபாத் ஹைதராபாத் அரசியல் கொலைகள் நடந்ததை டெய்லி பேப்பர் கட் பண்ணி ஒட்டி நோட்ல கூட வெச்சிருந்திங்க. அத வச்சுதா ‘நகரம் 90’ எழுதினிங்க. என்னென்னமோ கொலைகள். படுகொலைகள். ஒடம்பு நடுங்கும். அதெல்லாம் தப்பிச்சுட்டு இங்க வந்துட்டம். அந்தக் கொலைகள் இன்னம் நடந்திட்டே இருக்கா. இன்னம் அந்த ஜனங்க அப்பிடித்தா இருக்கறாங்களா. கொடுமை. இப்ப எல்லாரும் மெண்டல் ஆயிருவாங்க.

~

எனக்கொரு கனவு. நீங்களும் நானும் செத்துப் போயிட்டம். சுபா வந்து சுடுகாட்ல உக்காந்துட்டு என்ன எமதர்மராஜா எங்கம்மாவையும், எங்கப்பாவையும் வுடப்போறியா இல்லைன்னா மிரட்டறா. வுடலின்னா உன்னை கொன்னுடுவன்னு சொல்றா. மிரட்டறா. செரின்னு நம்ம ரெண்டு பேருக்கும் உசிரு வந்திருது. எமதர்மன் யானை மேல ஏறி போயிர்றார். அப்புறம் இன்னொரு நாள் யானை நம்ம வீதியில வந்துட்டு இருக்குது. யானை தும்பிக்கையில ஒரு மாலை. என்னைத் தொறத்திட்டே வருது. நானும் ஓடி ஓடி ஒளியறன். மாடிக்கு ஓடிப்போறன். யானை அங்கயும் வந்து தொறத்துது. கடைசியில வந்து முன்னால நின்னு எனக்கு மாலை போடுது. நானும் மாலையை வாங்கிக்கறேன். யானை திடீர்னு காணாமெப் போகுது.

~

ஒரு கொழந்தை பொறந்துச்சு. அழவேயில்லை. கிள்ளி வெச்சாங்க. ஆன்னு அழுதுச்சு. அப்புறமும் அழவேயில்லை. அப்புறம் ஒரு குண்டூசியை எடுத்துக் குத்துனாங்க. அப்புறம் வாயைத் தொறந்து அழுதுச்சு. அப்புறம் அப்படியே வுட்டுட்டாங்க. அது பெரிசாச்சு. வயசுக்கு வந்துச்சு. கல்யாணம் பண்ணிச்சு. கொழந்தை பெத்தது. அந்தக் கொழந்தயும் மொதல்ல அழல்ல. குண்டூசியால குத்தி அழப்பண்ணினாங்க. அதுக்கும் கல்யாணம் ஆச்சு. மொதல்ல சொன்ன கொழந்தை இப்போ பாட்டியாயிடுச்சு. பேரன் பேத்தியெல்லாம் எடுத்திருச்சு. அப்பவும் அந்த வூட்டுக்காரர் இதையெல்லாம் கண்டுக்காத மாதிரி எழுதிட்டே இருந்தார். அவர்தான் அசோகமித்திரன்.

~

டி.வி.யில வர்ற அந்தக் கொழந்தை பால் வேணும்னு என்கிட்ட வந்து கேட்டுச்சு. எனக்கு சிரிப்பா வந்துச்சு. நானே கால் லிட்டர் பால் வாங்கி அதுல ஒரு லிட்டர் தண்ணி ஊத்தி புரூ காப்பி போட்டு குடிச்சிருக்கேன். 108 கொடத்துக்கு எங்க போறதுன்னு கேட்டேன். செரின்னு அந்தக் கொழந்தைக போயிட்டாங்க. அவங்கவங்கம்மா மொலப்பாலு போதுமுன்னு போயிட்டாங்க.

~

மெத்தையில தூங்குனாத்தானே நீங்க என்னை எழுப்பி என் தூக்கத்தைக் கலைப்பீங்க. வானத்தில போயி ஒளிஞ்சு தூங்குவேன். எந்திரிக்கறதுக்கும் ஆசை இப்போ. தூங்கறதுக்கும் ஆசை. தூங்கிட்டே இருக்கலாம் போல இருக்கும். ரொம்ப நாளைக்கு ரொம்ப வருஷத்துக்கு. ஆயுசு முழுக்க. ஆனா எந்திரிக்கணும்னு உள்மனசு எழுப்பிட்டே இருக்கும். கண்ணைத் தொறந்து பாத்தா, இமைக மூடிட்டு பிரிக்கவே முடியாது. எல்லாமே மருந்து பண்ற வேலை. தூங்கணும்னு ஆசை. எந்திரிக்கணும்னும் ஆசை.

~

துன்பப்படவே பொறந்தவங்க நீங்க. தியாகம் சாவு இதைத்தவிர வேற என்ன இருக்கு. எலும்புத் துண்டை கொஞ்சம் நக்கிட்டுப்போறம். அவ்வளவுதான்.

~

ஒரு காடு.. அங்கிருந்து கீழே எறங்கி வந்தா ஒரு தோட்டம். தோட்டத்தைச் சுத்தி சுத்தி வர்றேன். வாசலே தெரியலை. அப்புறம் வாசலைப்பாத்தா மரத்து பொந்தில இருக்கு. பொந்தில நொழஞ்சு வந்தா ஒரு பெரிய அரண்மனை. நிறைய ரூம்க. கண்லபட்ட ஒரு ரூமுக்குள்ள போனா ஒரு பெரிய சிம்மாசனம் கெடக்குது. வா..

வான்னு சிம்மாசனம் கூப்புடுது. போக பயமாயிருக்கு. ஆனா உட்காரவும் ஆசை.

~

ஆண்
பெண்
இயற்கை
அடிமை
அடிமைதான் பெண்
சுதந்திரப்பெண் இல்லை
அடிமை பெண்தான்
வேலை
பணம்
கொஞ்சம் உரிமை
கொஞ்சம் புதுக்காத்து
வாழ்க்கையை இதுக்கு மேல அடக்க முடியாது

~

எங்கப்பா ஆறாவது படிக்கறதுக்கு அப்ளிகேஷன்ல கையெழுத்து போட மாட்டேன்னார். போடின்னு வெறகுக் கட்டை பட்டு ரத்தம் வழியுது. எங்கப்பாவுக்கு நான் ஆறாவது படிக்கவே புடிக்கலே.

~

என்னோட உசிரு ஹாக்கின்ஸ் குக்கர்லதா இருக்கு. ஏழு மலை, ஏழு கடல் தாண்டி மந்திரவாதி கொண்டுட்டு போயி வெச்சிட்டுருக்கற மாதிரி என்னோட உசிரு ஹாக்கின்ஸ் குக்கர்லதா இருக்கு. கல்யாண நாளுக்கு மூணு குக்கர் வாங்கிக் குடுக்கறீங்க. 3 1/2, 6 1/2 ன்னு. அதுபோதும் 20 வருஷத்துக்கு ஒண்ணும் கேட்க மாட்டேன். ஹாக்கின்ஸ் கம்பெனி மூடிட்டா என் உசிரு போயிரும். எந்த மந்திரவாதியும் என்னைக் காப்பாத்த முடியாது.

~

சுபா பலசாலியாயிட்டா. செத்துப் போனவங்களையெல்லா உயிர்ப்பிச்சுட்டே இருக்கா. நல்ல பவர் வந்துருச்சு.

~

பிரபுவுக்கு தமிழ்நாடு முதலமைச்சர் பதவி வேணுமாம்மா. வேணும்னு கேட்டான். பதவி காலியாகிறப்போ வாங்கித் தர்றன்னு சொல்லியிருக்கேன். வினிதாவுக்கு முனிசிபல் சேர்மன் பதவி.

~

அங்க பைபிளைக் குடுத்து படிக்கச் சொன்னாங்க. நான் தூக்கி எறிஞ்சன்பாரு. அப்புறம் அவங்க குடுத்த மாத்திரையில மலவாடை. கழுவிட்டா வாயில போட முடியும். நைட் 2 மணி 3 மணின்னு போய் குளிச்சிடுவேன். ரோகிணின்னு ஒரு பொண்ணு. கம்பியில கட்டி வச்சிருப்பாங்க. நான் 2 மணிக்கு குளிச்சிட்டு வந்தப்போ சங்கிலியை அத்துடடு வந்து என்கிட்ட மண்டி போட்டுட்டா. அம்மா நீதான்னா. ஈரம் சொட்டச் சொட்ட நிக்கறன் பாரு. அவளுக்கு நான் அம்மனாத் தெரியறன் பாருங்க.

~

நம்ம கல்யாண நாள் அடுத்த வாரம் வரப்போகுது. செப்டம்பர் 11. ஆவணி 27. அன்னிக்கு நான் கேட்கறதல்லா நீங்க வாங்கித் தரணும். மூணு குக்கர் 5 1/2, 3 1/2, 12 1/2 லிட்டர்ன்னு. ஒரு புது மிக்ஸி, ஒரு கிரைண்டர், எல்லாம் சேத்து 40,000 ஆகணும். அதுக்கு செக்கா உங்களுக்கு நான் 41,000 போட்டுத்தருவேன். கிப்ட்தா. ஆனா எப்படித் தர முடியும்னு தெரியலை. நான் டிகிரி படிச்சுட்டு வேலைக்குப் போயி பண்ணிர்றன். இல்லீன்னா 400 கவிதை எழுதிக் குடுக்கறன் செலவுக்குச் செரியாயிடும்.

~

அம்பை 1330 தோசைகளைப் பத்தி எழுதியிருந்தாங்க. 1330 தோசையுடன் என்னைப் பாக்க வந்தப்போ 5 இட்லி கொண்டுட்டு வந்தாங்க. அவ்வளவு ருசி. அன்னிக்கு பாத்து நான் பல்லே வெளக்கலே. அப்புறம் தயிர் சாதம் வாங்கிக் கொடுத்தாங்க. ஒரு கை தயிர் சாதம் 40 ரூபா. அதுவும் ருசியா இருந்துச்சு. பிராமின்ஸ் சாப்பாட்ல தயிர் சாதமும் இட்லியும்தா முக்யமாமா. அப்புறம் ஊறுகாய்.

~

சமையல் ரூம்ல எத்தனை கரப்பான் பூச்சிக. எல்லாத்தையும் ஒழிச்சுக் கிளின் பண்ணிட்டேன். அதுக சமையல் ரூம்ல மட்டுமா ஊருது. என் உடம்பிலயும்.

~

பைத்யங்கதா உண்மையானவங்க. யாருக்கும் தொல்லை தரமாட்டாங்க. தங்களோட ஒலகத்தில அப்பிடியே இருப்பாங்க. அவங்க கனவும் தூக்கமும் ஒண்ணுதா. தூக்கத்தினால கெட்ட உலகத்தை அழிப்பாங்க. நிஜத்தில கெட்ட உலகத்தைப் பார்த்து பயப்படுவாங்க. எல்லாரும் கெட்டவங்கதா. கெட்டவார்த்தை கேக்கறவங்கதா.

~

அம்பிகா ஒருநாள் கர்ப்பம் மாதிரி திரியறாங்க. இன்னொரு நாள் சாதாரணமா. ரஜினிக்கு பயங்கர ஷாக். நேத்திக்கு இப்பிடி.. இன்னிக்கு இப்பிடி இது எப்படின்னு சைகை பண்ணிக் காமிச்சுட்டு ஒவ்வொருத்தர்ட்டயும் கேக்கறார். எல்லாரும் எப்படியிருந்தாலும் பத்து மாசமாகுமேங்கறாங்க. ஒருநா இப்படி அடுத்தநாள் இப்படின்னு ஒருத்தர்கிட்டயும் கேட்டுக்கிட்டே இருக்கறார். ரொம்பவும் சிரிப்பா இருக்கு. எனக்கும் கர்ப்பமாச்சு. சிரிப்பா இருக்குது. சீரியல் எதுவுமில்ல. எப்ப பாத்தாலும் அழுதுட்டு இருந்த ஞாபகம் இருக்குது. முந்தானையை எடுத்து செருகிக்குவென். வயிறு பெரிசா தெரியும். ஆல்பர்ட் ஒய்ப் ஏமிட்டி இருன்னு கிண்டல் அடிப்பாங்க. ஆல்பர்ட் கிரிக்கெட் பிளேயர் ஒருத்தர் மாதிரியே இருப்பார். ஆனா அவர் போட்டோகிராபர்.

~

என்னை யாரோ இயக்கறாங்க. ரோபோவை இயக்கற மாதிரி, கம்ப்யூட்டரை இயக்கற மாதிரி. ஸ்விட்ச் 'ஆன்' பண்றாங்க. ஆப் பண்றாங்க. நானும் ஆன்/ஆப், ஆன்/ஆப்னு நடமாடறேன். என்னை யார்யாரோ இயக்கறாங்க. இயற்கையா, கடவுளா, பேயா, சாத்தானான்னு குழப்பம். பல சமயங்கள்ல மிரட்டறாங்க. மிரட்டலுக்கு அடிபட்டு கீழே பேட்டரி இல்லாத ரோபோ விழுற மாதிரி வுழுகறேன். நான் இன்னிக்கு அந்த முட்டைக தின்னதுக்கு காரணம் இவதா... அஞ்சையும் ஒண்ணாத் தின்னேன். என்னை யாரோ தின்னச் சொன்னாங்க. தின்னன். அஞ்சு ரொம்பவும் அதிகம்னு தெரியும். ஆனா நான் நானா இல்லே. அதனால யாரோ இயக்கறதுனால அஞ்சையும் தின்னன்.

~

எனக்கு வயசு 80,000 கோடி வருஷம். இதில இன்னம் 80 வருஷம் மிஞ்கியிருக்குது. அந்த 80 வருஷத்தில நான் பண்ண வேண்டியது நெறைய இருக்குது. 9000 வருஷம் பட்டினி இருந்தன். அப்புறம் 10,000 கோடி வருஷம் தவம். 60,000 கோடி வருஷம் எழுத்து வேலை. எனக்கு சாவு இல்லே. எலும்புக்கூடா, இருப்பேன். மறஞ்சு மறஞ்சு இருப்பேன் பகல்ல மறஞ்சு இருட்ல வந்து அழகா மாறணும்.

~

பக்கத்து வீட்டு உமா குழந்தைக்கு மொட்டை போட்டிருக்காங்க. அழகா இருக்கு. பெரிசா பொட்டு வெச்சிட்டிருக்காங்க. அவ்வளவு அழகாயிருக்கு. பழனிமலை முருகன் மாதிரியாயிட்டா உமா. குழந்தையும் தெய்வமும் ஒண்ணுன்னு சொல்வாங்க. உமா தெய்வமாயிட்டா. எனக்கும் அதுமாதிரி தெய்வமாகணும்.

அல்லது கொழந்தையாகணும். எனக்கும் மொட்டை போடுங்க. பெரிய பொட்டா வையுங்க. நானும் தெய்வமோ கொழந்தையோ ஆயிடுவேன். எனக்கு முந்தி மொட்டை போட்டாங்க. விடுதியில இருந்தப்போ. தினம் தலைக்கு குளிச்சு பேன் வுழுந்து பிய்ச்சுகிட்டு இருந்தன். அப்பதா மொட்டை போட்டாங்க. அப்பவே நான் தெய்வமாகியிருக்கலாம்.

~

பாண்டியன் நகர் செல்வராஜ் செத்துப் போயிட்டார். காமநாயக்கன்பாளையத்துக்கு போன் பண்ணணும்னு வந்தாங்க. நான் கேட்டை தொறக்கலே. தனியா இருக்கேன் முடியாதுன்னுட்டேன். செல்வராஜ்னு சொன்னாங்க. நாலைஞ்சு செல்வராஜ் இருக்காங்கன்னு நீங்க சொல்றீங்க. எந்த செல்வராஜ்னு நானும் கேட்கலே. அவங்களும் சொல்லலே. நகுலன் கவிதை ஞாபகம் வந்தது.

ராமச்சந்திரன் என்றார்.
எந்த ராமச்சந்திரன் என்று
நானும் கேட்கவில்லை
அவரும் சொல்லவில்லை

சிரிப்பா இருக்கு. யாரோ செத்துக்கிடக்க நாம சிரிச்சுட்டு இருக்கோம். எந்த செல்வராஜ்ன்னு தெரியாமெ.

~

இன்னிக்கு தண்ணி புடிக்கப்போனா யாரும் எனக்கு தண்ணிவுட மாட்டேங்கறாங்க. வரிசையில வான்னு ஒரே பிரச்சினை. போன வாரம் கூட இப்படித்தா தண்ணி வுடல. போங்கடி தேவடியாளுங்களான்னு திட்டிட்டு வந்துட்டன். அதை பெரிசா எடுத்துக்கிட்டு இங்க சொல்ல வந்துட்டாங்க. வந்து பாத்திரத்தையெல்லாம் உருட்டுறேன். உங்களையும் அடிச்சேன். என்ன நடந்ததுன்னு தெரியாது. கடைசியில பாத்தா வாசல்ல கல்லா கெடக்குது. கல்லை எடுத்து நான் அடிச்சிருக்கேன். இப்ப நெனச்சாலும் பதட்டமா இருந்துச்சு. நான் என்னென்ன கலாட்டா பண்ணியிருக்கேன்னு.

~

செல்வராஜ் அவனோட புதுப்பொண்டாட்டி கூட வந்திருந்தானே. அவ “தொண்டு” மாதிரி இருந்தா. புருஷன் கூட இப்படியா இவ்வளவு சீக்கிரம் கொழஞ்சு கொழங்சு பேசுவாங்க.

புருஷன்கூட மூஞ்சிபாத்து பேசுறதுக்கு ஒருவருஷம் ஆகணும். இவ என்னடான்னா இப்பிடி கொழஞ்சு பேசறா..

~

பழனிச்சாமி தாத்தா சும்மா இருடின்னு தலையில தட்டுவார். அவர் மூக்கு பளபளன்னு மின்னும். மூத்திரம் பேஞ்சு மூத்திரம் குடிம்பாரு.. அதுதான் எல்லா நோய்க்கும் நல்ல மருந்தும்பார். அவர் சொன்னதெல்லா ஞானவாக்கு.

~

எங்க சித்தப்பா செத்துட்டாருன்னு போனேன். சித்தி அழுஅழுன்னு அழுகறார். நானும் கட்டிப்புடுச்சு அழுதேன். செத்து மூணுநாளாகுது. அவங்களுக்குக் கண்ணீர் கொறஞ்சு போச்சு. எனக்கு கண்ணீர் வரல. அழுதுட்டு பல் தேய்க்க பல்பொடி கேட்டேன். பல் விளக்கிட்டு நல்லா சாப்புட்டேன். சுவீட் கெடைக்கலே வருத்தம். எங்கம்மா 1 கோடி ரூபா தந்தா போதும் இதை வேலைக்காரியா வெச்சுக்கலாம்னு எல்லார்கிட்டயும் சொன்னாங்க. நான் கவனிக்கிறதெப் பாத்துட்டு 1 கோடி 1 கோடின்னு உளற ஆரம்பிச்சுட்டாங்க. சின்னப்பொண்ணுக சின்னப் பசங்களப் பாத்துட்டு கண் அடிச்சு சிரிக்குதுங்க.

~

எந்தம்பி ராஜன்கிட்ட வரம் கேட்டேன். தண்ணீர் தொட்டி நிரப்பிர்றனும், துணி காயப் போடறப்பெல்லா வெயில் வரணும். நான் 80 வருஷத்துக்கு நல்லா சமையல் பண்ணணும். அவர் சரின்னு வரம் கொடுத்துட்டார்.

~

என் தம்பி இன்னிக்கு டி.வி.யில வந்தான். பாத்து ரொம்ப வருஷமாச்சு. டி.வி.யிலதா பாக்கறேன். தண்ணியில்லேன்னு சொன்னான். சூரியன்கிட்ட சொல்லி தொட்டியை நிரப்பிர்ரேன்னு சொன்னான். நிரம்பிடும். இப்ப டி.வி.யில வர்ற இவரு கொஞ்ச நேரத்துக்கு முந்தி இங்க நம்ப வீட்ல இருந்த சண்முகம் எங்கிருக்காருன்னு கேட்டான். அடுத்த வீதின்னு சொன்னேன். அவரு நெறைய டெலிவிசன் சீர்யல்ல வந்திருக்கார். சின்ன வயசு பெரிய ஞானம் அவருக்கு எல்லாம் பாபா அருள்.

~

ஸ்ரீடி சாயிபாபா
சொல்லுங்க ஸ்ரீடி

திருடி
திருடியில்ல ஸ்ரீடி
திருடி
திருடியில்ல ஸ்ரீடி ஸ்ரீடி
த்ரி டி
ஸ்ரீடி
த்ரி டி
அதுல்ல ஸ்ரீடி
ஸ்ரீ டி
இல்லே ஒண்ணா சேத்து சொல்லுங்க
ஸ்ரீடி
ஸ்ரீ......... டி ஸ்ரீன்னா திரு.......... அப்புறம் டி .... திருடி
திருடி இல்லே ஸ்ரீடி
ஸ்ரீயும் டியும்
இல்லே ஒண்ணா சேந்து
ஸ்ரீடி
ஸ்ரீ.... டி........... திருடி......... இல்லேன்னா ஸ்ரீயும் டியும்
இல்லீங்க்
ஸ்ரீடி
த்ரைடி
ஸ்ரீடி
த்ரிடி
ஸ்ரீடி
இல்லே ஸ்ரீடி
த்ரிடி

என்ன வரமாட்டேங்குது... உங்களை பாபா மன்னிக்க மாட்டார்.

~

இன்னிக்கு மத்யானம் இருந்து சைவ சமையல் எடுத்து வச்சுட்டு மனப்பாடம் பண்ணிட்டு இருக்கேன். கல்யாணம் ஆன புதுசுல 64 வகை மட்டன்னு ஒரு புத்தகம் வாங்கினேன். இப்போ ஒருவகை மட்டனும் பண்ணத்தெரிய மாட்டேங்குது. ரேவதி சண்முகம் என்னென்னமோ சமையல் பண்றாங்க. இட்லியே 20 வகை. செரி.. நான் இன்னிக்கு மனப்பாடம் பண்ணுனதை கேளுங்க. அதுதாங்க 'சன்னாபுலவு' பண்றதைப் பத்தி. நான் மனப்பாடம் பண்ணினதை செரி பாருங்க. சன்னா புலவு... சன்னான்னா என்ன.. செரி என்னவாயிருந்தாலும் பண்ணிப்பாக்கலாம். செரி பாருங்க தேவையான பொருட்கள் பாசுமதி அரிசி 2 கப்.. பாசுமதி அரிசின்னா என்ன, வெங்காயம்—2, இஞ்சி பூண்டு, மிளகாய்

தூள் 3 ஸ்பூன், மல்லி 1/2 கட்டு, லவங்கம் —4, எண்ணெய் 4 ஸ்பூன், சன்னா — 1/2 கப்.. ஆமா சன்னான்ன என்ன... பட்டை 2 துண்டு மனப்பாடத்தில ஏதாச்சும் உட்டுப்போச்சா... ஏலம் — 4... தக்காளி 2 செரியா... செய்முறை : சென்னாவை ஊறவைத்து... ஆமா சென்னான்னா என்ன... ஊறவைத்து உப்புப்சேர்த்து குக்கரில் நன்கு வேகவைக்கவும். பாசுமதி அரிசியைக் கழுவி.. ஆமா.. பாசுமதி அரிசின்னா என்ன... 3 தம்ளர் தண்ணீர்ல் ஊற வைக்கவும். வெங்காயம், தக்காளி நறுக்கிக் கொள்ளவும்... நான் மனப்பாடம் பண்ணினது சரியா... கடைசியில சன்னாவுடன் சோடா உப்பு சேர்க்க கூடாது. சரியா... ஆமா சன்னான்னா என்னங்க.

~

சாந்தின்னு ஒரு பொண்ணு முகட்டைப்பாத்துட்டு நான் பிளட் படிக்கணும்னு சொல்லிட்டே இருக்கும். அதுக்கும் எனக்கும் சண்டை. அது கட்டிலுக்குப் பக்கம் பாரு மண்டையோடு தெரியுதுன்னு சொல்லுச்சு. அடுத்த கட்டிலுக்கு போக அங்க காலில்லாமே ஒரு பேய் எதிர்ல தெரியுது. அப்புறம் இன்னொரு கட்ல ஏறிப் படுத்துட்டன். பாத்தா தலையணைக்கு கீழே மயில் இறகு. அதுதா என்னை அலைகழிச்சது. அதைத் தூக்கி எறிஞ் சிட்டேன். அந்தப் பொண்ணும் இன்னம் சிலதும் மலம் கழிச்சி வச்சிரும். அத நாந்தா கழுவி விடுவேன். அதே மக்குல தண்ணியும் மாத்திரையும் குடுப்பாங்க. கஷ்டமா இருக்கும். அத்தனை வேலை செஞ்சப்புறம் ஒரேதுண்டு பிரட்தா கெடைக்கும். இல்லீன்னா ரெண்டு கெட்டி சப்பாத்தி அத பல்லுல கடிக்கவே முடியாது. பல்லு வலிக்கும். சாப்பாடு மகாமோசம். மாத்திரெ போட்டுட்டு தூங்கிட்டு இருப்போம்.

~

சார்லி சாப்ளின் புக்கை காணும். அதில அவர் கோமாளித்தனம் நெறய போட்டேவுல இருக்கும். அவர் பொண்டாட்டிக நிறையபேர். அதுவும் அப்படியொரு கோமாளியை வெச்சுட்டு அந்தப் பொண்டாட்டிக என்ன பாடு பட்டுச்சோ. ரமண மகரிஷி புக்கையும் காணும். திருவண்ணாமலை போயிருக்கலாம். திருப்பத்தூர்ல இருந்தப்போ. முடியாமப்போச்சு. இப்ப ரமண மகரிஷி பத்தின புத்தகமும் காணாமப் போச்சு.

~

குறிஞ்சி வேலன் போன் பண்ணினார். என்ன போன்னு கேட்டேன். எழுத்தாளரா? எத்தனை புத்தகம் எழுதி இருக்கீங்கன்னு

கேட்டேன். பாப்பா... நான் 30 புக் எழுதியிருக்கேன். நீயெல்லாம் பொறக்கறதுக்கு முன்னாடியே. உங்கப்பாவைத் தெரியும்னார். நான் செரி அங்கிள்னேன். குறிஞ்சிவேலன்... குமரிவேலன்னு என்னென்னமோ பேரு. அப்புறம் அய்யனார்னு ஒருத்தர் போன் பண்ணினார். அய்யனார். அதுவும் நல்ல பேர்தான்.. அவர் கூட பாப்பா அப்பா இல்லையான்னு கேட்டார். ஆமா நாகிரெட்டிங்கறது யாரு— எழுத்தாளரா?

~

இன்னிக்கு டைனோசார் வந்து எங்கிட்ட வேலை கேட்டுது. இல்லைன்னுட்டேன். டெய்லிதா ஆடு கேட்டுக்குப் பக்கத்துல வந்து நின்னுக்கும். என்னை அடிச்சு சாப்புட மாட்டியான்னு கேக்கும். பாவமா இருக்கும். எலிக எப்பப் பாத்தாலும் ஓடுதுக. பூனைக தொரத்தற மாதிரி பூனைகளும் தாறுமறாதா ஓடிட்டு இருக்குது. இதெல்லாம் பாக்க வேணாமுன்னு கண்ணை மூடிட்டு ஓம் சொன்னா ஓ வந்து பெரிய மண்டையோடா கண் முன்னால திரிஞ்சிட்டிருக்கு. அது ஆடுகளோட மண்டையோடு.

~

நான் இன்னிக்கு இங்கிலீஷ் நியூசப் பாத்தன். புரியலை. ஆப் பண்றது நல்லதுன்னு ஆயிடுச்சு. நியூஸ் படிக்கறவங்கள்ல என் மூஞ்சி வருது. அது அழகாத்தான் இருக்கு. எங்கம்மாவும் அப்பப்போ நியூஸ் படிக்கிறாங்க. எல்லா சீரியல்லயும் ஒரு சீன்லயாச்சும் நான் வர்றன். என்னோட கவிதைகள் அப்பிடியே சினிமா பாட்டா வருது. யார் குடுத்தது. எப்பிடி எடுத்தாங்கன்னு தெரியலை. என் கவிதைக அத்தனையும் சினிமா பாட்டா வந்து பாடிகிட்டு இருக்காங்க. நானும் செரின்னு வுட்டுட்டேன். நேத்து கனவுல நான் மாடியிலிருந்து விழுகற மாதிரி வந்தது. ஆனா தரையைத் தொடாம வுழுந்துட்டே இருக்கேன். கலர் கலரா கனவு வருது. அப்புறம் ஒரு அம்மா வீட்டுக்கு போறன். சின்ன வீடு. அவங்க மாடிக்கு கூட்டிட்டு போறாங்க. அங்கு ஒரு வெங்கல சட்டி நெறைய கடுகு இருக்கு. 50 கிராம், 100 கிராம்னு கடுகு பாத்திருக்கன். ஆனா பெரிய சட்டி நிறைய பாத்ததில்ல. கடந்து போயிட்டன். கடுகு கனவு முடிஞ்சிருச்சி.

~

ரோட்ல போயிட்டிருந்தோம். மல்லிகைப்பூ வித்தாங்க. வாங்கிக் குடுங்கன்னு எங்கம்மாட்ட கேட்டன். திகச்சுப் போயி நின்னுட்டாங்க. அப்புறம் வாங்கித் தரல்லே. விறுவிறுன்னு பஸ்ல ஏறி உக்காந்துட்டாங்க. அந்த சீட்ல ஒரு பூரான் இருந்துச்சு.

அதனோட வால் செவ செவன்னு இருந்துச்சு. அப்பதா அது கடவுள்னு தெரிஞ்சுது.

~

ரெண்டுங்கற எழுத்து டைனோசாரா மாறிமாறி வருது. டைனோசருக்கும் எலும்புக் கூடு இருக்கு. சட்டுனு எலும்புக்கூடா நிக்குது. கண்ணோடு காண்பதெல்லாம் பாட்டுல எலும்புக்கூடு ஆடிட்டு இருந்துச்சு. சட்டுன்னு நின்னு எனக்கொரு வேலை வாங்கித் தாயேன்னு கேட்டுது. எனக்கே வேலை இல்லை. இதுல உனக்கென்ன வேலை வாங்கித் தர்றதுன்னேன். ஸ்கூல்ல எலும்புப் கூடுகளெ காட்டுன மொதல் தரம் எல்லாரும் மென்ட்டலாயிட்டம். அப்புறம் எலிகளைக் கொண்டுட்டு வந்து டீச்சரே எலிகள அறுத்தாங்க. உள்ளே இன்னொரு குட்டி எலி கர்ப்பத்துல இருந்துச்சு. பயந்து போயிட்டம். இதெல்லாம் பி.எஸ்.ஸி. ஜூவாலஜில படிக்கலாம்னு டீச்சர் சொன்னாங்க. அதுதா நான் பி.எஸ்.ஸியே படிக்லே.

~

சாயிபாபா ஆசிரமம் முன்னால 50,000 பேர் உண்ணாவிரதம் இருந்தாங்க. பாக்க முடியலே. சலிச்சுப் போச்சு. அப்புறம் கடைசில சொன்னாங்க. செரி நேர்ல பாக்கறது வேண்டா. இனி டிவிலே வந்துருங்க. அதில பாத்துக்கறம். அதுதா சௌகர்யம்னாங்க. எனக்கும் அதுதா செரின்னு தோணுது.

~

சன் டி.வி.யில வணக்கம் தமிழகத்திலயும், நியூஸ் முடிஞ்சும் வணக்கம்னு சொல்றப்போ எங்கிருந்தாலும் ஓடிவந்து டிவி முன்னாலே நின்னுட்டு நானும் கையை கும்பிட்டு வணக்கம்னு சொல்றத பல வருஷமா பண்ணிட்டு இருக்கேன். என்ன காரணமோ சரியாத் தெரியலை. ஆனா அவங்களுக்கு வணக்கம் சொன்னப்புறந்தா இன்னிக்கு நான் எங்க இருக்கறதுன்னு முடிவாகுது. ஊர்ல இருக்கறதா இல்லே தாமலீக்கா போறதா கோயமுத்தூர் போறதான்னு இருக்கற கொழப்பத்த அவங்க தீர்த்து வைப்பாங்க. அதுக்கு ஒரு வணக்கம் போடறதுக்கு ஓடி வந்திருவேன். அப்புறம் எம் மூஞ்சி வணக்கம்னு சொல்ற பொண்ணு மூஞ்சியா இருக்கறதும் காரணம். எம் மூஞ்சியை உலகம் பூராவும் எவ்வளவு லட்சம்பேர் பாக்கறாங்கன்னு...

~

நேத்து ராத்திரி ஐம்பது எலும்புக் கூடுக வூட்டுக்கு வந்திச்சு. சுபா செரின்னு உள்ள போயி படுத்துட்டா. நான் சிரிச்சுக்கிட்டே

நின்னேன். எங்களுக்கெல்லா வேலை வேணும்னு சொல்லிச்சு. எனக்கு வேலை இல்லைன்னு சொன்னதும் போயிடுச்சு. நான் 17 வயசுலதா ரயிலயே பாத்தேன். நார்த்தங்கா ஊறுகாய் வாங்கிட்டு வந்தீங்களா.. அன்னிக்கு டி.வி.யில ஜெயலலிதா சொன்னாங்க. நார்த்தங்கா ஊறுகாய் பண்ணிச் சாப்பிடச் சொன்னாங்க. வயிறு நல்லா கிளியராகும்னாங்க. பத்மா சுப்ரமணியம் அம்மா வந்தாங்க. நீ எழுதற கவிதை பத்தி எம் பொண்ணுகிட்ட சொன்னன். அவ வேலைக்குப் போற அவசரத்துல சேலையைக் கட்டிட்டு அப்பிடியான்னு கேட்டுட்டாங்க. கீழ உக்காந்து சொம்பில தண்ணி வாங்கிக் குடிச்சாங்க. கேவலம் வயசு போகக் போக கொறஞ் சிடும்னாங்க. அவங்க சொன்னப்பறம் பாரீஸ் போயிட்டாங்க.

~

உங்க தாய்த்தமிழ் பள்ளியில இருக்கற வாட்ச்மேன் யார் தெரியுமா? எம்.என். நம்பியார் தாத்தா. அனுபவமும், ஞானமும் வந்திருச்சு. அதனால வாட்ச்மேனா ஆயிட்டார். ஞானம் வந்திருச்சு. எல்லா மனுசனும் அப்பிடித்தா. பெரிய ஞானி ஆயிட்டா சாதாரண மனிதனா இருப்பாங்க. பெரியவங்க. நாமும் அப்பிடி இருக்கணும்.

~

என் உள்ளங்கையில
உலகம் வந்தது
ஜெயஜெய சங்கரி
கௌரி மனோகரி

. . .   . . .

என்பது வரி வரும் அந்தப் பாட்டு

மூளை இயங்கவே இல்லை. குளிச்சதும் பக்தி வந்தது. மறுபடியும் மூளை இயங்கவே மாட்டேங்குது.

I lost my thoughts

I can't thinking, thinking forever lost

~

கனவு காண்கிறோம்
கதைகள் சொல்கிறோம்
பாடல் கேட்கிறோம்
எதிரொலிகள் கவசங்கள்
எப்போதும் உயிருடன்

இனிமேல் தொல்லை வரும்
எதற்கு இந்த சாதனை

முட்டாளா இருந்தா நிம்மதி. புத்திசாலியா இருந்தா எப்பவும் எரிச்சலோடத்தா இருக்கணும். எனக்கு தோசை சுடத் தெரியலை. தோசை சுடத் தெரியாம எதுக்கு கவிதை வேணும். ஆம்பிளைக கிட்ட அவமானப்படணும். நானொரு முட்டாளுங்க பாட்டைப் பாடினது சுருளிராஜன். எல்லா சினி ஆர்ட்டிஸ்டும் பாவம் இப்ப பொம்பளக பிரா போட்டு குதிக்கறாங்க. பாட்டிகிட்ட காசு கேட்டா சினிமாவுக்கு காசு குடுப்பாங்க. ரஜினிகாந்த் படத்தை மேத்ஸ் எக்ஸாம் அன்னிக்கு பாத்தன். சாப்பாடு இல்லாம கொடுமைதா எல்லாத்துக்கும். ஸ்டெடியா பேசலாம்.

~

ஹோமில இருந்தப்போ மொதல் நாள் எட்டுமணி நேரம் பாத்திரம் கழுவறேன். 2 வருஷமா யாருமே கழுவாம கெடந்தது. டெய்லி ஒரு பாத்திரம் மட்டும் கழுவி சமையல் பண்ணிட்டு இருந்திருக்காங்க. எட்டுமணி நேரம் எல்லாத்தையும் கழுவிக் குடுத்தேன். செந்தில் செல்போன்ல யார்கிட்யோ கூப்பிட்டு நல்ல வேலைக்காரி கெடச்சாச்சுன்னு சொல்றார். எனக்கு அழுகையா இருந்துச்சு. ஒருநாள் லட்சுமி தேவி வந்தாங்க. ஜக்குபாயிங்கற பேர்ல. நான் வீட்டத் தொடச்சு தொடச்சு அலுத்துப் போயிருந்தன். சப்பாத்தி போட்டு குடுக்க சொன்னாங்க. நானும் — மகாதேவன்னு ஒரு பையனும் — அவன் சிலோன் பையன் — சப்பாத்திக்கு மாவு பிசைஞ்சம். லட்சுமி தேவி சப்பாத்தி போட்டாங்க. நல்ல சூடா. வெங்கடேசன் தாத்தா கண்ணு தெரியாதே அவர்தா மெல்ல வந்து என்ன புது வாசம்னார். அவர்தா சாயிபாபா. அவர் சப்பாத்தி கேட்டார். ஒண்ணு குடுத்தம். எனக்கும் ஒண்ணு குடுத்தாங்க. அப்புறம் இன்னொரு நாள் சரஸ்வதிதேவி வந்தாங்க. ஜெயலட்சுமிங்கற பேர்ல. என்னைப் பாத்து மயினி மயினின்னு கூப்பிடுவாங்க. மயினின்னா மதினி. நாலைஞ்சு சின்னப் பசங்க இருந்தாங்க. மலம் பேண்ட்டு வெப்பாங்க. பேப்பர்ல தொடச்சு ஜன்னல்ல எறிவம். ராத்திரி எந்திரிச்சு பாத்தா மலம் பாத்ரூம் சுத்தி இருக்கும். மறுபடியும் தொடப்பம். பேப்பர் தீர்ந்து போச்சுன்னு செந்தில்கிட்டபோயி கேட்டா செல்போன் பேசிட்டு இருந்தவர் இந்தான்னு ஒரு கட்டு பேப்பரை தூக்கி ரோட்ல எறிஞ்சார். நானும் சரஸ்வதி தேவியும் பேப்பரை எடுத்துட்டுப் போயி மலத்தை சுத்தம் பண்ணுனம். அப்புறம் செப்டிக் டேங்க் நிரம்பிருச்சு. அதையும் கிளீன் பண்ணினம். மறுபடியும் நிரம்பிருச்சு. மறுபடியும் கிளீன் பண்ணினம். பெரிய தொந்தரவு. அப்புறம் தோட்டத்துக்கு தண்ணி

ஊத்த போவம். நெருப்பா ரோடு எறியும். செருப்பே இருக்காது. சரஸ்வதி தேவி ஒருநாள் புளிச்ச கீரையை கொண்டுட்டு வந்து குடுத்தாங்க. செங்கல் அடுப்பு வச்சு பெரிய சட்டியில் புளிச்ச கீரையைப் போட்டு வேகுச்சா வேகலே. அப்புறம் எடுத்து அரச்சு ஒவ்வொரு உருண்டை ஒவ்வொருவருக்கும். ரொம்பவும் ருசியா இருக்கும். ஒரு பிளேட் சோத்துக்கு ஒரு உருண்டை புளிச்ச கீரை. மீன் கொழம்புன்னு என்னவோ குடுப்பாங்க. காலையில 8 படி அரிசி போடறது. கஞ்சி காச்சறது. அப்புறம் மாத்திரை, சாப்பாடு போட்டு, மாத்திரை கொடுத்து தூங்க வைக்கிற மாதிரி சமூக சேவை.

~

தாலிகட்டற போட்டோ மட்டும் நம்ம கல்யாண ஆல்பத்தில இல்ல. எங்க சொந்தக்காரங்க எல்லாரும் கேட்க ஆரம்பிச்சுட்டாங்க. தாலி கட்டற போட்டோ மட்டும் விழுகலையேன்னு. இப்போ ஆல்பமே காணாமப் போச்சு.

~

நான் பழைய ஔவையார். இப்ப சுகந்தி. அடுத்த வருஷம் சுகந்தி ஔவையார் ஆயிடுவா. தடியை ஊனிட்டு பாட்டு பாடிட்டு திரிவன். மூஞ்சி சுருக்கம் விழுந்த ஔவையாரா மாறிடுவேன். அடுத்த வருஷம் அடுத்த வருஷம்னு தள்ளிட்டே போகுது.

~

எப்பப் பாத்தாலும் ஒரு கனவு வந்துட்டே இருக்கு. மலையிலிருந்து நான் விழுந்துட்டே இதுக்கேன். தரையைத் தொடரதே இல்லை.

~

பிரபாகரன் அன்னிக்குப் பார்த்தப்போ சிங்களத்துக்கு எதிரா ஆள் சேத்துட்டு இருந்தார். ஒருமணி எண்பதாயிரம் கேள்வி கேட்டுட்டே இருப்பார். எண்பதாயிரம் பதில் சொல்லணும். சொன்னவங்களுக்கு ராணுவத்துல சேர்றதுக்கு சான்ஸ் கொடுப்பார். அப்படி இல்லாதவங்கள்ல சிலபேர் படிக்கப் போலாம். சிலர் டி.வி.பாத்துட்டே இருக்கலாம். சிலர் புத்தகங்க படிச்சிட்டே இருக்காங்க. அவ்வளவு சுதந்திரம் கொடுப்பார்.

~

காலையில எந்திரிச்சதும் 30,000 தரம் ஓம் சக்தி சொல்லணும். நல்ல முன்னேற்றம் கெடைக்கும். பணம் புகழ் பதவி ஆசைகள்

வேண்டாம்னு பிரார்த்தனை பண்ணுனா நல்ல சக்தியெல்லா நமக்குக் கெடைக்கும்.

~

புவியரசு சொன்ன மாதிரி ஏதோ ஒண்ணுக்குக் காத்திட்டே இருக்கோம்.

ஒரு ஞாயிற்றுக்கிழமைக்காக
ஒரு பஸ்சுக்காக
ஒரு சம்பள நாளுக்கு
ஒரு பொண்டாட்டிக்காக...
நான் இப்போ காத்திட்டிருக்கிறது
தயிர்க்காரிக்காக..
நீங்க நியூஸ் பேப்பருக்காக.

~

பிரதிபா ஜெயச்சந்திரன் என்ன பண்றார். அவர் கவிதை ரொம்பவும் மோசமானக் கவிதை ஞாபகத்திலிருந்து போக மாட்டேங்குது.

ஊர் முழுக்க முலைகள் தேடி
அலைகிறேன்.
வீட்டில் இரண்டு முலைகள் கேட்பாரற்று.

~

கலா டெக்ஸ் மூணாவது மாடி கட்டறப்போ ஒரு பொண்ணு ஒடம்புல தீ பத்திருச்சு. அப்பிடி அலறுது. நான் கண்ணால பாத்தன். சித்தப்பா பையன் கல்யாணத்துக்கு மதுரைக்கு போனப்போ ஒரு பொம்பளை மூஞ்சியில பஸ் கண்ணாடி பட்டு ரத்தமா வழிஞ்சது. பாதி வழியில ஆஸ்பத்திரிக்கு கூட்டிட்டுப் போயி கட்டு போட்டப்புறந்தா பஸ் புறப்பட்டுது. உடம்பு முழுக்க காயம் ஆயிடுச்சு. தீயில உடம்பு கருகுன மாதிரி. எனக்கும் உடம்பு தீயில கருகணும்னு ஆசை.

~

தன்னம்பிக்கை இருக்கற வரைக்கும் மார்க்சீயம். தன்னம்பிக்கை இல்லீன்னா ஆன்மீகம். இதுதா வாழ்க்கைத் தத்துவம். வாழ்க்கை டி.வி. மாதிரி. உள்ள போயிட்டே இருக்கலாம். டி.வி.யில நடக்கற மாதிரி நடந்திட்டே இருக்கும். நாம வேடிக்கை பாக்கக் கத்துக்கணும். இதையெல்லாம் மணிதா சொன்னார். அது கிச்சாவோட பிரதர். கிச்சா சினி பீல்டுல பெரிய ஆளு. என்

பிரைன் வேலை செய்யறதில்லை. எந்த வேலைக்கும் மூளை ஆர்டர் கொடுக்கறதில்லை. அதனாலதா எனக்கு எண்ணங்கள் ஒண்ணும் இல்லாம போச்சு. சிந்திக்கறது இல்லாம போச்சு. சிந்தனை இல்லேன்னா படிப்பு இல்லே. எனக்கு படிப்பு போயிடுச்சு அதுதா. சரஸ்வதி சமையல் பண்றதுக்கும் வரம் இல்லீன்னு சொல்லீட்டாங்க. அதனால அதுவும் போச்சு.

~

உங்களுக்குப் புடிச்ச கலர் என்ன.. கறுப்பா கறுப்புதா எனக்குப் புடுச்ச கலரா. அந்தப் பாட்டை எந்தம்பி பொண்டாட்டி பாடுனா பாரு. தம்பிக்கு கோபம் வந்து நெஞ்சில எண்பது உதை உதைச்சான். நான் ஒண்ணும் சொல்ல முடியலே. எனக்கு அழுகிறதான்னு தெரியலே. வடை வேற சூடா இருக்குது. வடை சூடா சாப்படறதா இல்லே அழுகறதான்னு. செரி மொதல்ல வடை சாப்டுட்டு அப்புறம் அழுலாம்னு முடிவுக்கு வந்தேன். நான் சாப்பாட்டு விஷயத்துல ரொம்பவும் வீக். எங்க பாட்டி செத்துட்டாங்கன்னு சிகாமணி அத்தை வந்து சொன்னாங்க. கொஞ்ச நேரம் பாட்டி.. என்னை வளர்த்தவளே போயிட்டியான்னு அழுதேன். அப்புறம் கண்ணைத் தொடச்சுட்டு அவங்க கொண்டுட்டு வந்த ஸ்வீட்டெ எடுத்து ஒரு புடி புடிச்சேன். எங்கப்பா செத்தப்போ எனக்கு அழுகையே வரல்லே. ரூமுக்குள்ள போயி உக்காந்து சாப்ட்டுட்டு இருந்தேன். எல்லாரும் என்னைக் கட்டிப் புடுச்சுட்டு அழறாங்க. எனக்கு அழுகை வர்லே. உங்கப்பா செத்தப்போ உங்கண்ணாவோட ரூம்ல நெறைய ஜாங்கிரி வெச்சிருந்தாங்க. நான் அதில பத்து பதினைஞ்சாவது எடுத்து சாப்புட்டேன். நல்ல ருசி.

~

நீங்களே ஒரு சைக்கிரியாடிஸ்ட்தா. என்னென்னமோ சொல்றீங்களே. பதினைஞ்சு வருஷத்துக்கு முந்தி நான் சொன்னதையெல்லாம் ரப்பர் போட்டு அழிச்ச மாதிரி அழிச்சிருங்க. மனசுக்குள்ளே மொதல்லே ஓம்சக்தி சொல்லுங்க. அப்புறம் வாய்விட்டு ஓம்சக்தி சொல்லுங்க. எல்லாம் அழிஞ்சு போயிடும். எங்க சொல்லுங்க. சைக்ரியாடிஸ்ட்டுகூட பைத்தியந்தா. ராமகிருஷ்ணன்கிட்டே மாத்திரை சாப்பிட்டா தூக்கமா வருதுன்னு சொன்னா. நல்லா தூங்கிடுங்க. எங்களுக்கு தூங்க நேரம் இல்லே. நீங்களாவது தூங்குங்கன்னு சொல்றார். ஜெயசீலன் மாத்திரை சாப்புட்டா மெமரி பவர் போயிடும்ன்னார். எனக்கு மூளையே வேலை செய்யறதில்லை. காலியாப் போச்சு. டாக்டர் ரகுராம் பெங்களூர்லதா இருக்கறாரா. நிறைய ஊசி மருந்தெல்லா குடுப்பாரே. அவங்கம்மா சரஸ்வதி ராம்நாத் செத்துட்டதா

சொன்னீங்களே. அவங்க கோயமுத்தூர் வந்து சொந்தக்காரங்க வீட்ல இருந்தப்போ போயி பாத்தமே. நல்லா தோசை சுட்டுத் தந்தாங்க. மாத்திரையை மாத்திரம் நிறுத்தாதேன்னார். அன்னிக்கு உங்க டைரியில டாக்டர் ரகுராம்னு ஒரு நம்பர் பாத்து போன் செஞ்சேன். அவரு வேற ரகுராமாமா. அவரு கேரளாவில இருக்கறாராமா. அவரும் ஒரு சைக்கிரியாடிஸ்ட்ன்னு சொன்னார். எத்தனை ரகுராம் எத்தனை சைக்ரியாடிஸ்ட்க.

~

ரஜினிகாந்த் தாத்தா எங்கிட்ட சொன்னார் "மல்லு மொண்டு மல்லு குடிக்கணும்னு" மொரார்ஜி தாத்தாவோட அட்வைசாம்.

~

இலக்கியம், கதை, கவிதையெல்லாம் ஒண்ணும் படிக்காதீங்க. ஸ்பிரிச்சிவலக்குப் போயிருங்க. சொல்லுங்க.

"மனம் ஒரு குரங்கு
மனம் ஒரு பேய்
மனம் ஒரு விளையாட்டு"

இதை நூறு தடவை சொல்லுங்க. ஸ்பிரிச்சிவலக்குப் போயிர்லாம்.

~

இந்தப் படத்தில உள்ளது பெரியாருக்குப் பக்கத்திலே யாரு.. நீங்களா. உங்கப்பா பழனிச்சாமி செட்டியாராச்சே. இவர் ராமசாமி நாயக்கர் தானே.

~

ஒரு பெரிய கேள்விக்குப் பதில் இந்த ஊருக்கு வந்தப்புறம்தா தெரிஞ்சது. செகந்திராபாத்லே கிருஷ்ணசாமி வீட்டுக்கு எதிர்ல இருந்தோம். அங்க போன புதுசில மீராவோட அன்னம் விடு தூது பத்திரிக்கையில உங்க "ஒவ்வொரு ராஜகுமாரிகளுக்குள்ளும்" கதை வந்திருந்துச்சு. கதிர்வேல் அது அவருக்குப் புடிச்ச கதைன்னு சொல்லிட்டு இருந்தார். கிருஷ்ணசாமி காபி வாங்கிட்டுப் போனவர் திமுதிமுன்னு ஒருநாள் நம்ம வூட்டுக்குள்ள வந்தார். "கோழிக்கு நாலு காலா.. உங்க ஊர்ல உள்ள கோழிக்கெல்லா நாலு காலா.."ன்னு கேட்டார். நீங்க திருதிருன்னு முழிச்சீங்க. அந்தக் கதையில கோழியோட நாலு கால்களையும் ஒரே கையால இருக்கிட்டு இன்னொரு கை மணிக்கட்டு பக்கத்தில கோழித்தலையை அடிச்சா செத்துப் போகும்னு எழுதி இருக்கிங்களே. இந்த

ஊர் கோழிக்கெல்லா ரெண்டு கால்தான்னார். திருதிருன்னு முழிக்கறத நீங்களும் உடல்லே.. எனக்கும் சந்தேகம் வந்திருச்சு. ஆமா கோழிக்கு எத்தனை கால்ன்னு. அப்புறம் திருப்பூருக்கு வந்தப்புறந்தா அதுக்கு பதில் கெடச்சது. ரெண்டு கால்ன்னு. இதை உங்ககிட்ட சொல்லணும்னு ரொம்பநாளா நெனச்சிட்டு இருக்கேன். மறந்து போகுது. பிரைன் வேலை செய்யறதில்லை.

~

*16*க்கு *10* ரூம் முழுக்க சமையப் பாத்திரங்க. என்னெ கிளின் பண்ணச் சொல்லிட்டாங்க. செந்தில் சம்பளம் இல்லாத வேலைக்காரின்னு போன்லே அவன் பொண்டாட்டிகிட்ட சொல்றான். அதெல்லாம் காலையில ரெண்டு மணிநேரம் மத்தியானம் ரெண்டு மணி நேரம் ராத்திரி ரெண்டு மணி நேரம்னு கழுவறது பெரிய வேலை. ஒரு வருஷந்தா ஆகியிருக்கும்னு பாத்தா எட்டு வருஷமா அதையே பண்ணிட்டு இருந்துருக்கறன். எட்டு வருஷம். *8* x *365* எவ்வளவு நாள். ஆனா மென்சஸ் ஆன இரத்தத்துணியை செவத்து மேல காயப்போட்டா கூட பிரச்னை, எடும்பாங்க. அப்புறம் கயத்துல போடுவேன். அதையும் எடும்பாங்க. அப்புறம் பெட்டிக்குள் மென்சஸ் துணியை ஈரத்தோடவே வச்சிருவேன். நாறும். இப்பக்கூட அங்க பெட்டியிலதா இருக்கும். மூட்டை மூட்டையா அது சேர்ந்திருச்சு. அதையெல்லாம் எரிச்சு சாம்பலாக்கணும். அத நான்தா பண்ணணும். அங்க போய்தா பண்ணணும். போனா மறுபடியும் பாத்திரம் கழுவப் போட்டிருவாங்களோன்னு பயமா இருக்கு.

~

ஆலாந்துறையில ஒருநாள் டெய்லர் கடைக்கப் போயிருந்தப்போ அந்தப் பூதத்தைப் பாத்தேன். ரவிக்கை தைக்க குடுத்திருந்தன். Where is my blouse—ன்னு கேட்டேன். என் ஜாக்கெட்டைத் தச்சிட்டிங்களான்னு கேக்கறதுக்குத்தான் அப்பிடி கேட்டேன். பூதம் "How nice very nice English. இந்த ஊர்ல இங்கிலிஷ் பேசற உங்களுக்குப் பாராட்டு" ன்னு சொல்லுச்சு. நான் இங்கிலீஷ் கத்துக்கணும்னு சொன்னேன். செரி புத்தகங்கள் வாங்கிட்டுவான்னு சொல்லிச்சு. காசில்லைன்னேன். அதுவே கோயமுத்தூர் டவுன்ஹால் போயி ரென்னன் மார்ட்டின் வாங்கிட்டு வந்து எனக்கு இங்கிலிஷ் சொல்லிக்குடுக்க ஆரம்பிச்சுடுச்சி. அப்புறம் ரொம்பநாள் சொல்லிக் குடுத்துச்சு. எங்க பாட்டிக்கு கண் ஆபரேசன்னு மதுரைக்குப் போனப்போ ஒரு கடிதம் வந்துச்சு. அவங்ககிட்ட இருந்து. யார் ஆம்பிளைக் கூடவும் பேசக்கூடாது.

எங்க தாத்தா அந்த பூதத்தையும் வரவேண்டாம்னு சொல்லிட்டார். அது ஆம்பள பூதம்.

~

நவஜீவன்ல நான் இருந்தப்போ கிறிஸ்துமஸ் பண்டிகை வந்தது. எனக்கு நல்ல பசி. காலையில சாப்புட்டது. என்னென்னமோ போட்டி வெச்சாங்க. நான் திடீர்னு மேடையில மைக் முன்னாடி போயி பேச ஆரம்பிச்சுட்டேன். எல்லாரும் என்னன்னு அதிர்ந்து போயி நின்னுட்டாங்க. மேடையில இருந்து எறங்கச் சொன்னாங்க. எறங்கிட்டன். அப்புறம் என் கையில நிறைய பன்னு கொடுத்தாங்க. நானும் தின்னுட்டன். கடைசியில பாத்தா அது ஒரு போட்டியாமா. நாந்தா வெகு சீக்கிரமா பன்னைத் தின்னதுக்கு எனக்கப் பரிசுன்னு சொன்னாங்க. ஒரு பிளாஸ்டிக் டப்பாவும் பரிசுன்னு குடுத்தாங்க. பரிசா இன்னொரு பன்னு குடுத்திருந்தாக்கூட பிரயோஜனம்ன்னு சொன்னதும் எல்லாரும் கபகபன்னு சிரிச்சுட்டாங்க.

~

ரஜினி படம்னா எனக்கு ரொம்பவும் புடிக்கும். பத்தாவது பைனல் எக்ஸாம்ல அடுத்த நாள் கணக்கு. எங்க பாட்டியோட ரஜினி படத்துக்குப் போயிட்டன். அவங்களுக்கு வெத்தல கொட்டற இரும்பு இருக்கும். அதை என்னவோ குஷியில தூக்கி எறிஞ்சட்டேன். ஆனாலும் பாஸ் பண்ணிட்டன். வீரா படம் வந்தப்போ திருப்பத்தூர்ல மொதல்நாள் பாக்கணும்னு ஆசை. எல்லாரும் போனம். மத்தியானம் போயி ராத்திரி ஷோ பாத்தம். வெளில வந்தா ஒரு பியூட்டி பார்லர். அதில ஐபுரோ பண்ணிட்டேன். நான் வேண்டாம்னு சொன்னன். நீங்கதா பரவாயில்லேன்னு சொன்னீங்க. அப்புறம் ஓட்டல்ல சாப்புட்டோம். நான் ஆட்டோவுலதா வருவேன்னேன். நீங்க பஸ்ல போலாம்னீங்க. ரெண்டு ஸ்டாப்தா. எனக்கு கோபம். பஸ்ல வந்துட்டோம். கோபம் தணியலே. எரிச்சல்லே வெளியே போயிட்டன். நீங்க எங்கெங்கோ போயி தொழாவிப் பாத்தீங்க. நான் நடந்து ரயில் ரோட்ல போயிட்டிருந்தன். ரொம்பதூரம் நடந்திட்டன். ரயில்வே ரோடு தர்மபுரி போறது. ரயில்வே ஊழியர் என்னை நிறுத்தி என்னைப் பத்தி விசாரிச்சார். வூட்டுக்கு கொண்டு வந்து விட்டார். வூட்டுக்கு வந்தப்புறந்தா திட்டுனார். என்னமோ வெளையாட்டு மாதிரி நடந்திருச்சு. வெளையாட்டுத்தனமா இருந்துச்சு.

~

சுபா என்னைக் கேட்டா பெமினிசம்னா என்னம்மான்னு. நான் சொன்னன் டி.வி. பாக்கறதுதான்னு. பெமினிசம், மேல்சாவனிசம் ரெண்டும் பெயிலுந்தா. அவங்களுக்கு கஷ்டந்தா. பெமினிசம் பேசறவங்க நல்லா சாப்டுட்டு, கார் ஓட்டிட்டு ஜாலியா இருப்பாங்க. எனக்கு எதுவும் புரிஞ்சதில்ல. இப்போ டி.வி.யில என்ன பேசறாங்கன்னு தெரியாது. ஒண்ணும் புரியாது. என்னமோ பேசறாங்க. இப்பகூட செவுத்துக்கு அப்புறம் என்னென்னவோ பேசறாங்க ஒண்ணும் புரியறதில்ல. மனசுல ஏர்றதில்ல. எனக்கு 50 காசுக்கு கம்மர்கட் மிட்டாய் வாங்கித்தந்தா பெமினிசம்னா என்னன்னு சொல்வேன். அதுவரைக்கும் வேண்டாம்.

~

நான் எங்க எல்லா புத்தகங்களையும் படிக்கணும். ஒவ்வொரு கதையா சொல்லணும். ஆரம்பத்தில எல்லா கதையிலவும் சுகந்தின்னு கேரக்டர் போட்டு எழுதினிங்க. நான் கண்டிப்பா கூடாதுன்னு சொன்னதும் வுட்டுட்டு வேற என்னமோ பேர் போட ஆரம்பிச்சீங்க. ஒருநாள் ரெண்டு பேருக்கும் சண்டை. அடிதடி இல்லே. வாய்ச்சண்டை. நாந்தா ஜெயிப்பன்னு ஒவ்வொருத்தரும் சண்ட போட்டம். அப்புறம் என்ன ஆச்சுன்னு ஞாபகம் வரல்லே.. உங்க வேட்டி ரொம்ப அழுக்கா இருக்கு. எத்தனை நாளைக்குத்தா இதைக் கட்டுவீங்க. ரோட்ல போற ஒரு சின்னக் கொழந்தை ஏன் பல்லு வெளக்கலேன்னு கேட்டுட்டு போகுது பாருங்க.

~

இம்தியாஸ் அந்தப் பாட்டியை அடிச்சுட்டான். அந்தப்பாட்டி கட்டிலுக்கடியில் போய் பூந்துட்டாங்க.வரவே மாட்டேன்னுட்டாங்க. சோறு போட்டு குடுத்தாலும் வேண்டான்ட்டாங்க. அப்படியும் வெளில வந்தவங்க பாத்திரத்தை எடுத்துட்டு போயி சோறு போட ஆரம்பிச்சுட்டாங்க. நாந்தா சாயிபாபாவோட பெண் உருவம்பாங்க. நானும் கும்புடுவேன். உங்க பொண்ணுக்குமா வுட்டுட்டு எதுக்கு வந்து கட்டில்ல தூங்கரையான்னு இம்தியாஸ் அடிச்சான். ராஜேஸ்வரி பல்பொடி குடுக்கமாட்டாங்க. அவங்க ஒரு வருஷமா பல் விளக்காம இருந்தாங்க. அந்தப்பாட்டி ஊருக்கு போறப்போ மிக்சர, பிஸ்கட்னு குடுத்துட்டு போச்சு. நான் தின்னுட்டேன். அவங்க திரும்பி வந்து கேட்டாங்க. நான் தின்னுட்டன்னு சொன்னன். பேரன் பேத்திக்கு குடுக்க வச்சிருந்தன். இவ தின்னிட்டான்னு ஆபிசில கம்ப்ளைன் பண்ணிட்டாங்க. கூப்புட்டு கேட்டாங்க. நானும் அழுதிட்டேன். ஒண்ணும் பண்ண

முடியலே. இட்லிதா வேணும்னு கேட்ட ஒரு பொண்ண கையகால கட்டி உக்கார வெச்சுட்டாங்க. அதப்பாத்து அழுதிட்டன்.

~

அசோகமித்திரன் 80,000 தடவை மெண்டலாகி அப்புறந்தா நார்மல் ஆனவர். அதனாலதா அவர் இப்பவும் ஸ்டடியா இருக்கறார். சரஸ்வதி தேவி 80,000 வருஷத்துக்கு லீவு போட்டிருக்காங்க. இதை என்கிட்டமட்டும் சொன்னார். அதனாலதா என்னாலே கவிதை எழுத முடியலே. அவங்க ஓய்வு முடிஞ்சு அருள் தந்ததும் எழுதுவன்.

~

இங்க குற்றால அருவியை நான் கொண்டு வரட்டுமா. குற்றாலத்துக்கு நான் போனதே இல்லை. அதுக்கு பதிலா குற்றால அருவியை இங்கேயே கொண்டுட்டு வர்லாம்னு இருக்கேன். ஒரு பெரியவர் இங்க வந்தார். குடிக்கத் தண்ணீர் கேட்டார். நான் சொன்னன் குற்றால அருவியை வேண்ணாத் தர்றன்னு சொன்னன். வேண்டான்னு போயிட்டார். அப்புறம் நிறையப் பேர் வந்து குடிக்கத் தண்ணி வேணுமுன்னு கேக்கறாங்க. நீங்க சரின்னு சொன்னா குற்றால அருவியைக் கொண்டுட்டு வர்றலாமுன்னு இருக்கேன்.

~

சுபா இன்னிக்கு காது குத்தக் கூட்டிட்டுப் போனா. ரோட்ல போகவே பயமாயிருந்துச்சு. சுபா வேகமா நடக்கறா. எனக்கு நடக்கவே முடியலே. ஒரு கெழவி என்னோட வந்தவங்க விறுவிறுன்னு நடந்து போயிட்டே இருக்காங்க. ரோட்ல இருக்கற நகைக்கடைக்குப் போனம். காது ஓட்டை எப்பிடி மறஞ்சதுன்னு நல்லவேளை கேக்கலை. கலா அவ கம்மலைக் கழட்டிக் குடுத்தா. அதில ஒரு ஊசிய வச்சு காதுல அழுத்தினாங்க பாரு. அவ்வளவு வலி. கத்தலாம்னு பாத்தன். எனக்குச் சின்ன வயசில காது குத்தியிருக்காங்க. பெரிய கல்யாணம் மாதிரி எங்க பாட்டி பண்ணுனாங்க. அந்தக் காலத்தில முப்பது வருஷம் முந்தி இருபதாயிரம் செலவு. தம்பி, தங்கச்சி, எனக்குன்னு மொத்தமா காது குத்தினாங்க. உப்புமா போட்டாங்க காது குத்திட்டு. உப்புமாவுல ஒரே உப்பு. உப்புமாங்கிற வார்த்தையில உப்பு இருக்கறதுனாலே உப்பு அதிகமாயிருச்சு போல. எல்லாரும் உப்பு உப்புன்னு சொல்லிட்டே சாப்பிட்டாங்க. எனக்குக் காது குத்தறப்போ ஒன்னு கத்துனன். லட்டு குடுத்தாங்க. நிறைய லட்டு சாப்புட்டன். எங்கப்பா செத்து கிடந்தப்போ அழ தோணல.

எல்லாரும் அழுதிட்டு இருந்தாங்க. நான் போயி சமையல் ரூம்ல சாப்பிட்டுட்டு தூங்கிட்டேன். நான் எது பேசுனாலும் சாப்பாட்லதா வந்து முடியுதுன்னு ஸ்ரீ சொல்லிட்டே இருப்பா.

~

மோண்டா மார்க்கெட்டுக்குப் போனா மாடுக ரொம்ப பயமுறுத்தும். தொரத்தி தொரத்தி வரும். மத்த ஜனங்க சகஜமா காய்கறி வாங்கிட்டு இருப்பாங்க. நான் மாட்டுக் கண்ணோட பளபளப்பைப் பாத்துட்டு மெதுவா நடந்திட்டிருப்பேன். எந்த மாடு முட்டவரும் எது தொரத்தும்னு தெரியாதமாதிரி நகர வேண்டியிருக்கும். பெரிய பூசணிக்காயை எடுத்து கையில வெச்சிட்டு ராம்மா… ராம்மான்னு வெவாரிகக் கூப்பிடும்போது பயமா இருக்கும். பூசணிக்காய் இவ்வளவு பெரிசா இருக்குமான்னு. ஒத்தைக் கையில எப்பிடி பூசணிக்காய் நிக்குதுன்னு பெரிய அதிசயமா இருக்கும். மழை பேஞ்சா சகதிதா, அப்புறம் மோண்டாவுக்குப் போறது பொழுது போக்காக்கூட ஆயிருச்சு. கடைசியில பாத்தா போயிட்டுத் திரும்பறப்போ யாரோ பின்னால இருந்து கிசுகிசுன்னு ஏதாச்சும் சொல்வாங்க. திட்டற மாதிரி இருக்கும், கெட்ட வார்த்தையாக் கூட இருக்கும். பரபரன்னு வீட்டுக்கு வந்துருவன். சத்தம் மறுபடியும் தொரத்தும். வீட்டுக்கு வந்து கதவு ஜன்னல்னு எல்லாத்தையும் சாத்திருவேன். கதவு ஜன்னல்னு சாத்திக் கெடக்கறதப் பாக்கறவங்க அதிசயமாக் கூட இருக்கலாம். எனக்கு அதுதா பாதுகாப்பா இருந்துச்சு.

~

எல்லாத்தையும் எழுப்பி வுட்டாங்க. எல்லாரும் போயி கிரௌண்ட்ல நின்னம். தலைக்கு கொஞ்சம் எண்ணையைத் தேச்சுட்டு தண்ணிய வூத்துனாங்க. ஒரு பேய் சொல்லுச்சு, நாங்கதா பேய்ங்கறது.. ஒரு பேய் அன்பு வாழ்கன்னு சொல்லுச்சு. இன்னொரு பேய் மிருகம் நீன்னு ஒருத்தனைக் காமிக்குது. ஒரு பேய் மரம் செடி கொடிங்குது. எல்லாரும் ஒவ்வொன்னா சொல்றாங்க. எல்லா பேயும் ஒண்ணா கத்துதுங்க. அப்புறம் எல்லாருக்கும் சேத்து ஒரு பிரட்டும், ஒரு டம்ளர் சக்கரத் தண்ணியும் தொட்டு சாப்படுறதுக்குன்னு தர்றாங்க. எல்லாப் பேயும் சத்தமா சிரிச்சுக்கிட்டு சாப்புடுதுங்க. ஒரு பேய் மனம் ஒரு குரங்குன்னு சொல்றது. இன்னொரு பேய் மனம் ஒரு பாம்புன்னு சொல்லுது. இன்னொன்னு மனம் ஒரு கரடி, புலி, கயிறு, ஏணின்னு ஒண்ணொன்னா சொல்லுது. சட்டுன்னு ஒரு பேய் என்னைத் தள்ளி வுட்டுடுது. நான் ஒரு கட்டிலை புடிச்சுட்டு ஆகாயத்துல

இருந்து வுழுந்துட்டே இருக்கேன். கீழே வந்துட்டே இருக்கேன் வுழுந்துட்டே இருக்கேன். கடைசில ஒரு பேய் என்னைப் பாத்து கனவுன்னு சொல்லுது. இன்னொரு போய் மீட்சின்னு சொல்லுது. ஆமா மீட்சி பத்திரிகை இப்ப வர்றதில்லையா?

~

மூணு முக்யமான புத்தகங்கள் காணாமக் போச்சு. ஒண்ணு ஆத்மாநாம் கவிதைகள். எனக்கு ரொம்பவும் புடிச்சது. அவர் ஏன் அப்பிடி செத்துப்போனார். என்னை மாதிரி பேசன்ட் அவர். அதனாலதா அவர் கவிதைகள் எனக்குப் பிடிக்குதோ என்னமோ. அப்புறம் பிச்சமூர்த்திக் கவிதைகள். அவர் படம் எனக்குப்புடிக்கும். நரச்ச தாடி எங்க தாத்தா மாதிரி இருப்பார் படத்தில. எங்க தாத்தாவுக்கு மந்த்ரம் தெரியும். நல்லா சமைப்பார். பிச்சமூர்த்தியும் நல்ல சமையல்காரரோ என்னவோ! அப்புறம் சார்லி சாப்ளின் புத்தகம். பெரிய புத்தகம். அவர் மனைவிகளோட கொழந்தைகளோடன்னு. பாக்க நல்லா இருக்கும். விதவிதமான கோமாளி கோமாளிதா உலகத்தில யோக்கியமானவங்க. அவர் உருவம் மனசில ரொம்பநாள் பதிஞ்சு இருந்துச்சு. அப்புறம் கமலஹாசன் ஒரு படத்தில சாப்ளின் வேசம் போட்டப்போ சார்லி சாப்ளின்னா கமலஹாசன் மூஞ்சிதான் ஞாபகத்திலெ.

ஆத்மாராம், பிச்சமூர்த்தி, சார்லி சாப்ளின் யாரையும் நான் பார்த்ததில்லை. ஆனா எல்லோரும் சொந்தக்காரங்க மாதிரியாயிட்டாங்க. சொந்தக்காரங்க யாரும் சொந்தமில்லாத மாதிரி எந்தம்பி, அம்மா எல்லாரும்.

~

நல்ல தண்ணி வந்ததேயில்லை. 20 நாளைக்கு ஒரு தரம் வருது. வந்தாலும் நான் போனா யாரும் வுடறதில்லே. வரிசை அடையாளத்துக்கு எல்லாரும் டப்பா, கல்லு, பிளாஸ்டிக் சாமான்னு வச்சிருப்பாங்க. மொதல்லல்லா உன் அடையாளம் எதுன்னு பாத்து வரிசையில வெச்சு தண்ணி பிடிச்சுட்டுப் போன்னு வெரட்டுவாங்க. நான் அன்னிக்கு சண்டை போட்டப்புறம் போனா யாரும் வுடறதில்ல. பேசறதில்ல. இதுதா உன் டப்பான்னு எதையாச்சும் காட்டுவாங்க. நானும் டப்பா வரும் வரும்னு காத்திட்டிருப்பேன். வந்தாலும் செரி வராட்டியும் செரின்னு தண்ணியைப் புடிச்சுட்டு வந்துடுவன். யாரும் கேட்க பயப்படுவாங்க. தண்ணிக்கா வந்தது இந்தப் பஞ்சம். எனக்குக் குளிக்காம இருக்கறதுதா புடிச்சிருக்கு. குளிக்கணும்னா சோப்பு போடறது பெரிய தொல்லை. அதெல்லா யார் பண்ணுவா.

என்னோட தண்ணி வரிசை டப்பா என்ன தெரியுமா. பாண்ட்ஸ் பவுடர் டப்பாதா. கமகமன்னு வாசம் தீர்ந்து போன டப்பா.

~

அருண்மொழி நங்கை காலையில எந்திருச்சு பல்லுகூட வெளக்காம மல்லிகைப்பூவைத் தலையில வெச்சுகிட்டு ஆபீஸ்க்கு போயிடுவாங்க. 11 மணிக்கு வந்தா திருவண்ணாமலை அம்மா பாத்திரம் கழுவி காய்கறி நறுக்கி வெச்சிருப்பாங்க. அருண்மொழி நங்கை அப்புறம் சமையல் பண்ணிப்போட்டு ஜெயமோகனோட சாப்பிடுவாங்க. மறுபடியும் வேலைக்குப் போயிருவாங்க. மறுபடியும் 3 மணிக்கு வருவாங்க. ஒருநாள் நிறைய மாத்திரை சாப்புட்டேன். சாகப் போறேன்னு ரொம்பநாளா சொல்லிகிட்டு இருந்தேன். நிறைய மாத்திரக சாப்பிட்டதுக்குப் பெறகு பயம் வந்திருச்சு. ஐயோ நான் சாகக்கூடாது சாகக்கூடாதுன்னு அழுதேன். அருண்மொழி புளியைக் கரைச்சு வாயில ஊத்துனாங்க. அப்புறம் திருப்பத்தூர் கவர்ன்மென்ட் ஆஸ்ப்பிடல்ல உப்புத் தண்ணிக் குடுத்தாங்க. அப்புறம் என்னாச்சுன்னு தெரியாது. வேலூர் போயிட்டன். மூக்ல கொழல் மாட்டி ஆக்ஸிஜன் கொடுத்தாங்க. எப்பிடியோ பொழச்சுட்டேன். நான் பொழக்கணும்னு கதறி அழுததைப் பத்தி அருண்மொழி சொல்லிட்டே இருந்தாங்க. எங்கம்மா இருபத்தஞ்சு வருஷம் கழிச்சு அப்பதா என்னைப் பாக்க வந்தாங்க. நீங்க அவர்கூட செரியா பேசலேன்னு வருத்தம். அருண்மொழிக்கு ஒரு பையன் இருந்தான் அவன் இன்னமும் அதே சைஸ்ல அப்பிடித்தா இருக்கானா.

~

எல்.டி.டி.ஈ. பிரபாகரன் அன்னிக்கு வந்தார். எனக்கு நல்ல பசி. கமலா, ராஜேஸ்வரி எல்லார்க்கும் பசி. பிரபாகரன் கையில இருந்த பிரட் பாக்கெட்ட புடுங்கி ஒவ்வொரு பிரட்டா சாப்புட்டேன். நல்ல பசி. அப்புறம் பிரபாகரன் இந்த விடுதிமேல குண்டு போட்டு அழிச்சிடுவம்னு சொன்னார். நான் சொன்னன். நாங்க எல்லோரும் கருகிப் போயிரும். ஆனா பேயா மாறி வந்து உங்களை பயமுறுத்துவோம். உங்க குண்டு, பீரங்கி எல்லாத்தையும் சாப்புட்டுடுவம்ன்னு. அவரு பயந்து போயிட்டார். இன்னமும் பிரட் வேணுமான்னு கேட்டுட்டே போயிட்டார்.

~

ஸ்ரீமுகி பொறியை ரூம் முழுக்க எறச்சு வெச்சிருந்தா. “அம்மா எத்து.. எத்து” ன்னா அசோகமித்திரன் பாத்துட்டே இருந்தார். “நீங்க பேசுறது மராத்தியா குஜராத்தியான்னு” கேட்டார்.

“கன்னடம்”னேன். “அப்படியா”ன்னு ரொம்ப ஆச்சரியப்பட்டார். அவர் ஹைதராபாத் செகண்ட் பஜார் வூட்டுக்கு வந்தார் ஒருதரம்.

“வாங்க தாத்தான்னேன்”. கோபமாயிருச்சு போல. கேசரி பண்ணிக் குடுத்தன். சாப்பிட மாட்டேன்னுட்டார். கேசரி புடிக்காதா என்ன? திவசம் பண்ணணும்னு புரோகிதர் ஒருத்தரெ தயார் பண்ணிக் குடுத்தீங்க நீங்க. குளிர்காலம் செகந்திராபாத் பிள்ளையார் கோவில்ல நடுங்கிட்டே திவசம் பண்ணினார்னு சொன்னீங்க. அவர் மெட்ராஸ் வூட்டு போனப்போ இவங்க திவசம் பண்ண உதவி பண்ணுனவங்கன்னார். ஸ்ரீமுகி நை..நைன்னு அழுதிட்டே இருந்தா. ஏதோ சிரமம். அதுதா அழுது பாருங்கன்னார். தி.நகர் பஸ் ஸ்டாண்ட்லே போயி டாய்லட்ல பாத்தா வயித்து வலியால அழுவறா. கழுவிவுட்டன். க்ருஷாங்கினி அசோகமித்திரன் மருமகள் தானே. நல்லா பழகுவாங்க.

~

இன்னிக்குத் தண்ணி புடிக்கப் போனேன். நல்ல தண்ணி பத்துநாள் கழிச்சு இன்னிக்கு வந்துச்சு. பைப்ல அடையாளம் போட டப்பா நிறைய வச்சிருந்தாங்க. விதவிதமான டப்பா. சின்னது பெரிசு ஒடுங்கி.. கலர் கலரா.. அப்புறம் பாட்டில் வேற. எந்த டப்பா என்னதுன்னு தெரியல.. முழிச்சுப் பாத்தா கலர்கலரா என்னன்னமோ தெரியுது. உங்க தம்பிதா நம்ம டப்பாவை அடையாளம் காட்டுனாங்க. ஓவல்டின் டப்பா. ஒடுங்கி பொக்கைவாய் கெழவி மாதிரி இருந்துச்சு. அமெரிக்காவிலிருந்து வந்த டப்பா போல இருக்குது. சிரிப்பா இருந்துச்சு. அடையாளத்துக்கு என்ன இப்படியொரு டப்பான்னு. ஆறு கொடம் தண்ணி கெடச்சது. மணி மாமா பயப்படாதே. எதுக்கு பயப்பட்டு இப்படி நெளியறேன்னார். அவரைப் பாத்தா பயந்தா. ஆறு கொடம் தண்ணி பெரிய சாதனைதா. அடுத்த பத்துநாள் வரைக்கும் இதுதா. பத்துநாள் கழிச்சு போனா டப்பா அடையாளம் தெரியுமா? அப்பவும் யாராவது அடையாளம் காட்டுவாங்க.

~

திலகவதி வர்றாங்க பாக்கப் போறன். நான் கேட்டதா சொல்லுங்க. ஆமா அந்தம்மா இப்பவெல்லா அவனை வெட்டறன், இவனை வெட்டறன்னு அருவாளைத்தூக்கிட்டு திரியறாங்களே அது நல்லதுக்கு இல்ல. எல்லாமே அன்பே சிவம்னு அவங்க கிட்டச் சொல்லுங்க. செரியா.

~

இலக்கியம் கதை கவிதை ஒண்ணும் வேண்டாம். என்னெ கவிஞர்னு யார்ட்டயும் அறிமுகப்படுத்தாதீங்க. நான், ஸ்பிரிட்சுவல் வார்ல்டுக்கு போயிட்டேன். இனி இலக்கியம் வேண்டாம். செரி சொல்லுங்க. "மனம் ஒரு குரங்கு மனம் ஒரு பேய்.. மனம் ஒரு வெளையாட்டு.. இதை நூறுதரம் சொல்லிட்டே இருக்கணும்."

~

செல்லத்துரைன்னு ஒருத்தர் பேஷண்ட். டாக்டர் வந்தா மெரட்டுவார். நீ டாக்டர்னு பாக்கறன்னு சொல்வார். நான் : "டாக்டர் தெய்வம். ஸ்டெடியான மைண்ட் உள்ளவங்கன்னு சொல்வேன்". டாக்டர் பயந்துட்டு போயிட்டார். என்னாலே 3 பேருக்கு டாக்டருக்கு வேலை போயிடுச்சு. அப்புறம் நாகராஜன்னு ஒருத்தர். மருவை பத்து மடங்கு பெரிசு பண்ணுனா எப்பிடி இருக்குமோ அப்பிடி உடம்பு பூரா. பாத்தா அழுகை வரும். அவரைப் பாக்க எல்டிடிஈ பிரபாகரன் வந்தார். சாப்பாடு கேட்டார். தக்காளி ரசம் முட்டக்கோசு பொறியல்னு சொன்னேன். சாப்பிடச் சொன்னேன். நீ சமைச்சதான்னு கேட்டார். அவர் நம்பலே. சிரிச்சுகிட்டே சாப்பிட்டுப் போனார். அவருக்கும், நாகராஜம்க்கும் சண்டை.

பிரபாகர் வல்வெட்டித்துறை வேணும்பார்.
நாகராஜன் யாழ்ப்பாணம் தர்றேன்னு சொல்வார்
இப்பிடியே பேசிட்டு இருப்பாங்க.

எனக்கு சலிச்சு போயி மாத்திரைய சாப்புட்டு தூங்க ஆரம்பிப்பேன். எல்டிடிஈ ஆளு ராஜகோபால்னு ஒருத்தர் வந்து சிங்களரை கொல்லணும்பார். சிங்கள பிரதமர் புருஷன் வந்து சாக்கடையை சுற்றி சுற்றி போட்டார். நான் சோப்பு தண்ணி போட்டு கழுவுனன். எது பெரிசு. சாக்கடையை அள்ளுறதா. பீரங்கி, ஏகே 47 வந்துட்டே இருக்கு. ரெண்டுபேரும் சண்டை போட்டுட்டு சாகுன்னு சொல்லிட்டு நான் தூங்கிட்டு இருப்பேன்.

~

வெங்கடேசன் தாத்தாவுக்கு கண்ணு தெரியாது. அவங்கள பாக்க அம்முபாட்டி வருவாங்க. நெய் கொண்டுட்டு வருவாங்க. பாட்டி கந்தர் சஷ்டி கவசம் வாங்கிக் குடுன்னு கேட்டேன். 3 தடவை வாங்கிக் குடுத்தாங்க. வெங்கடேசன் தாத்தாவுக்கு குளிச்சு வுடுவன். அவர் பொட்டியில வெள்ளை வேட்டி இருக்கும். அவர்கிட்ட ஒரு ரேடியோ இருந்துச்சு. அதையும் புடுங்கிட்டாங்க. அப்புறம் நவாப் ஜான்னு ஒரு தாத்தா வந்தார். காது பக்கத்தில ரேடியோவை வெச்சுகிட்டே இருப்பார். அவர்தா கேட்டார்.

நீ என்ன தமிழ்ப்பண்பாடு தெரியாதவன்னார். நான் என்ன பண்பாடுக்காரி கன்னடப் பண்பாடுக்காரின்னு சொன்னேன். தமிழ்ப் பண்பாடுக்காரின்னா 5 மணிக்கு எந்திருச்சு கோலம் போடணுமாமா. அந்தத் தாத்தாவுக்கு மாத்திரை குடுக்கறது கஷ்டம். ஒரு மாத்திரை திங்கறதுக்கு சத்தம் போடுவார். செந்தில் குச்சியை எடுத்துட்டு வந்துட்டு தொண்டையை இடிக்கணும்பார். அப்புறம் தொண்டையில ஓட்டைப் போட்டுத்தா மாத்திரையை போடுவாங்க. அவர் செத்துப் போனப்போ நான்தா கடைசியா அவருக்கு தண்ணிய ஊத்துனன். செந்தில் கிட்ட போயி சொன்னா செரி போன்னார். கிறிஸ்துவ பாதர் வந்து ஜபம் சொன்னார். அப்புறம் தூக்கிட்டு போயிட்டாங்க. செந்தில் ராத்திரி பனிரண்டு மணிக்கு வந்து மாத்திரை கொடுப்பார். வெங்கடேசன் தாத்தா 80,000 வருஷம் இருந்து செத்தார்.

~

ஒருத்தர் தலையை வெட்டறான்
ஒருத்தர் — தீயில எறியறான்
ஒருத்தர் பேய் அனுப்பறான்
ஒருத்தர் பாம்ப் அனுப்பறான்

இதுல எது பெஸ்ட்? சாகறதுக்குத்தா.. பிரபாகர் ஒருநாள் பழைய பழைய சாதம் சாப்புடுறத பாத்துட்டு அழுதேன். தம்பி உனக்கா இப்பிடின்னு. அவர் எப்பவும் பீரங்கி துணைன்னார். பீரங்கி பாத்து எனக்கு ஒடம்பெல்லா சிறுநீர் வந்துச்சு. இல்லை இல்லை.. உறுப்பில இருந்து சிறுநீர் வந்துச்சு. ஒரு வயசு சிங்களப் பையன் இருந்தான். அவனை நான் கோபமா தூரத்தில இருந்து பாத்தா போதும். பால் பாட்டிலை தள்ளி வச்சிடுவான். அவன்கூட பிரபாகரனுக்கு எதிரியாமா. அப்புறம் அவனும் எனக்கு எதிரியாயிட்டான்.

~

எனக்குச் சமைக்க முடியலே. சமைக்கத் தெரியலே. யாராச்சும் ஒரு ஆளைப் போடுங்க. திருப்பத்தூர்ல நாம இருந்தப்போ ஜெயமோகன் வீட்ல ஒரு வயசான அம்மா வேலை செஞ் சுட்டிருந்தாங்களே. பவா செல்லத்துரை கொண்டுட்டு வந்து வுட்ட அம்மா. அவங்களைக் கூப்புட்டு பாக்கலாமா. அவங்க வயசானவங்க இப்போ இருப்பாங்களா. தனயன் பொண்ணுகூட வர்றன்னாங்க. 2 குழந்தைக. அவள் புருஷன் வுட்டுட்டு போயிட்டான். அவங்க எனக்கு வந்து எவ்வளவு உதவி பண்ணியிருப்பாங்க. மாத்திரையை சாப்புட்டு கண்ணைத்

தொறக்கமுடியாது. தொறந்து பாத்துட்டு இருப்பேன். திடீர்னு பாத்தா சமையல் ரெடியாயிருக்கும். அழுதுட்டே என்னென்னமோ சொல்லிட்டு சமையல் பண்ணுவாங்க. அவங்க தற்கொலை பண்ணிட்டதா நீங்க சொன்னீங்க. உண்மையா? தனியன் மனைவி ஸ்கூல் டீச்சர். அவங்க வேலை செய்யற ஸ்கூலுக்கு வால்கிளாக் ஒண்ணு வாங்கித் தந்த ஞாபகம். அந்த வால்கிளாக் இன்னும் இருக்குமா. டக்டக்ன்னு சத்தம் போட்டுட்டே இருக்கும். டக்..டக்..டக்ன்னு.

~